அரூப நெருப்பு

அரூப நெருப்பு

கே.என். செந்தில் (பி. 1982)

பெற்றோர்: நடராஜன் – கண்ணம்மாள். சொந்த ஊர் அவிநாசி. மேலாண்மையியலில் இளங்கலைப் பட்டம் பெற்றிருக்கிறார். திருப்பூரில் வரி ஆலோசனை அலுவலகம் நடத்துகிறார். சிறுகதைத் தொகுப்புகள் 'இரவுக் காட்சி' (2009), 'அகாலம்' (2018), 'விருந்து' (2021), ஆகியன. 'விழித்திருப்பவனின் கனவு' (2016) முதல் கட்டுரைத் தொகுப்பு.

இளம் படைப்பாளிக்கான ஸ்பாரோ விருதை 2014இலும் சுந்தர ராமசாமி விருதை 2016இலும் புதுமைப்பித்தன் விருதை 2019இலும் பெற்றிருக்கிறார்.

தொடர்புக்கு : 92, முனியப்பன் கோவில் வீதி
அவிநாசி.

கைபேசி : 97503 44855

மின்னஞ்சல் : knsenthilavn7@gmail.com

கே.என். செந்தில்

அரூப நெருப்பு

காலச்சுவடு பதிப்பகம்

அன்பார்ந்த வாசகருக்கு,

வணக்கம்.

காலச்சுவடு நூலை வாங்கியமைக்கு நன்றி.

நூலின் உள்ளடக்கம், உருவாக்கம், அட்டைப்படம் இன்ன பிற அம்சங்கள் பற்றிய உங்கள் கருத்துகளையும் ஆலோசனைகளையும் காலச்சுவடு வரவேற்கிறது. தகவல், எழுத்து, வாக்கியப் பிழைகள் தென்பட்டால் கட்டாயம் தெரிவித்து உதவுங்கள். நூல் தயாரிப்பில் கடும் குறைபாடு இருப்பின் மாற்றுப் பிரதி உங்களுக்குக் கிடைக்கக் காலச்சுவடு ஏற்பாடு செய்யும்.

மின்னஞ்சல்: *publisher@kalachuvadu.com*

காலச்சுவடு நாகர்கோவில் தலைமையகத்துக்கும் கடிதம் அனுப்பலாம்.

தங்கள்
எஸ்.ஆர். சுந்தரம் (கண்ணன்)
பதிப்பாளர் — நிர்வாக இயக்குநர்

அரூப நெருப்பு • சிறுகதைகள் • ஆசிரியர்: கே.என். செந்தில் • © ந. செந்தில் நாதன் • முதல் பதிப்பு: டிசம்பர் 2013, மூன்றாம் (குறும்) பதிப்பு: டிசம்பர் 2022 • வெளியீடு: காலச்சுவடு பப்ளிகேஷன்ஸ் (பி) லிட்., 669 கே.பி. சாலை, நாகர்கோவில் 629001

aruupa neruppu• Short Stories • Author: K.N. Senthil • © N. Senthil nathan • Language: Tamil • First Edition: December 2013, Third (Short) Edition: December 2022 • Size: Demy 1 x 8 • Paper: 18.6 kg maplitho • Pages: 168

Published by Kalachuvadu Publications Pvt. Ltd., 669 K.P. Road, Nagercoil 629 001, India • Phone: 91-4652-278525 • e-mail: publications @kalachuvadu.com • Printed at Adyar Students xerox Pvt. Ltd., No. 275 Habibullah Road, Triplicane high Road, Opp Triplicane Post Office, Triplicane, Chennai 600005

ISBN: 978-93-81969-97-7

12/2022/S.No. 534, kcp 4031, 18.6 (3) 1k

சுந்தர ராமசாமிக்கு . . .
பேரன்புடனும் பெருமதிப்புடனும் . . .

பொருளடக்கம்

முன்னுரை: நரகத்தின் உள்ளும் புறமும்	11
என்னுரை: எழுதப்படாத கதை	17
தங்கச் சிலுவை	23
அரூப நெருப்பு	39
வெஞ்சினம்	58
வாசனை	78
மாறாட்டம்	99
திரும்புதல்	119
பெயர்ச்சி	137
நிலை	151

முன்னுரை

நரகத்தின் உள்ளும் புறமும்

எட்டுச் சிறுகதைகள் கொண்ட இந்த நூல் கே.என். செந்திலின் இரண்டாவது தொகுப்பு. இந்தத் தகவலுடன் நூலின் கையெழுத்துப் படியை வாசிக்க ஆரம்பித்தபோது மனதுக்குள் தவிர்க்க இயலாமல் சில எதிர்பார்ப்புகள் உருவாயின. முதல் புத்தகம் வாயிலாக நம்பிக்கை ஏற்படுத்திய எந்தப் படைப்பாளியைப் பற்றியும் உருவாகும் எதிர்பார்ப்புகள் அவை. முன்னர் அளித்த நம்பிக்கையைக் காப்பாற்றுகிறாரா? அறிமுகப் படைப்பிலிருந்து முன் நகர்ந்திருக்கிறாரா? எழுத்துமுறை செழுமையடைந்திருக்கிறதா? அவரது பார்வை மாற்றம் பெற்றிருக்கிறதா? புதிய நம்பிக்கைகளைப் பேண இடமளிக்கிறாரா? போன்ற கேள்விகள் வாசிப்பவனிடம் எழுவது இயல்பு. வண்டிச் சக்கரத்தில் ஒட்டிய பல்லியும் சக்கரத்துடன் முன்னேறிச் செல்கிறது. வலசை போகும் பறவையும் ஆகாயத்தின் திசைகளைக் கடந்து செல்கிறது. இரண்டையும் பயணம் என்று சொல்லலாம். ஆனால் இரண்டும் ஒன்றல்ல.

நவீனத் தமிழ்ப் புனைவெழுத்தில் ஆகச் சிறந்த சாதனைகள் நிகழ்ந்தது சிறுகதையில் என்று எண்ணுகிறேன். கதையாடலிலும் நடையிலும் உத்தியிலும் வகைவகையான மாற்றங்களைக் கொண்ட சிறுகதைகள் சாதனைகளாகவே நிலை பெற்றிருக்கின்றன. அசோகமித்திரன் கதைகளின்

ஆங்கில மொழிபெயர்ப்புத் தொகுப்புக்கு எழுதிய மதிப்புரையில் மலையாள எழுத்தாளர் சக்கரியா 'மலையாளத்தில் நவீனத்துவம் என்ற பெயரில் நாங்கள் சிரசாசனம் செய்து உருவாக்கிய படைப்புகளைப் பின்னுக்குத் தள்ளிவிடக்கூடிய சிறந்த கதைகளை, புதுமைப்பித்தன் முதல் அசோகமித்திரன் உள்ளிட்ட தமிழ் எழுத்தாளர்கள் பலர் எங்களுக்கு முன்பே அநாயாசமாக எழுதியிருக்கிறார்கள் என்பதைப் பார்க்கையில் வெட்கமாக இருக்கிறது' என்று குறிப்பிட்டிருந்தார். தமிழ்ச் சிறுகதை வளத்தைப் பார்க்கும் கூரிய வாசகன் இந்தக் கூற்றை ஆமோதிக்கவே வாய்ப்பு அதிகம். அந்த வளத்துக்குக் காரணகர்த்தர்களான கதையாளர்களின் எண்ணிக்கையும் கணிசமாக இருந்தது. எனினும் புதிய நூற்றாண்டின் ஆரம்பப் பதிற்றாண்டில் எழுதப்பட்ட சிறுகதைகளை இந்த அளவுக்கு வியந்து சொல்ல முடியுமா என்ற சந்தேகம் எனக்கு இருந்தது. அல்லது இருக்கிறது. சென்ற பதிற்றாண்டிலும் சிறுகதைகள் எழுதப்பட்டிருக்கின்றன. முன்னர் எழுதப்பட்டவற்றிலிருந்து மாறுபட்ட கதைகளை எழுதும் பலர் அறிமுகமாகி உள்ளனர். ஆனால் கவிதையிலும் நாவலிலும் சமகாலத்தில் ஏற்பட்ட வீச்சு சிறுகதையில் நிகழவில்லை என்றே தோன்றுகிறது.

நண்பர் நஞ்சுண்டன் ஓரிரு ஆண்டுகளுக்கு முன்னர் தரங்கம்பாடியில் நடத்திய சிறுகதை செம்மையாக்கப் பட்டறையில் கலந்துகொண்டேன். அதையொட்டி, தொண்ணூறுகளுக்குப் பிறகு அதுவரை தமிழில் வெளிவந்திருந்த கிட்டத்தட்ட எல்லாச் சிறுகதைத் தொகுதிகளையும் கவனமாக வாசித்தேன். சந்தேகம் வலுவானதே தவிர தீரவில்லை. அதை ஆதங்கமாக எழுதியபோது வந்த ஒரே எதிர்வினை கே.என். செந்திலுடையது. என் ஐயம், முந்தைய தலைமுறை வாசகன் புதிய தலைமுறையை அணுகுவதிலுள்ள தயக்கமே என்ற தொனியில் அவரது மறுப்பு அமைந்திருந்தது. அவரையும் என்னையுமே ஒப்புக்கொள்ள வைக்கும் தரவுகளுக்காகக் காத்திருந்தேன். புதிய எழுத்தாளர்களின் கதைகள் குறிப்பிடத் தகுந்தவையாக இருப்பினும் வாசகனுடன் தொடர்ந்து பயணம் செய்யும் படைப்புகளாக இல்லை. ஒரு தொகுப்பில் குறிப்பிடத் தகுந்த கதைகளை முன்வைத்த திருப்தியுடன் விலகிக் கொள்கிறார்கள்; 'புதிய கதையாடல் என்பது விவரிப்புரீதியிலான புதுமை' என்று மட்டுமே புரிந்துகொள்கிறார்கள் (நன்றி: க. மோகனரங்கன், 'இரவுக் காட்சி' தொகுப்பின் முன்னுரை). அதி புனைவையே சிறுகதையின் இயல்பு என்று நம்புகிறார்கள் என்ற கருத்துகள் தொடந்து உருவாகிக்கொண்டிருந்தன. அதை உறுதிப்படுத்தும் விதமாகப் பலரின் இரண்டாவது தொகுப்புகள்

பழைய சக்கரத்தின் பல்லி வாழ்க்கையையே சித்திரித்தன. சிலர் முதலாவது தொகுப்பிலிருந்து மீண்டு வரவே இல்லை.

எண்பதுகளின் இறுதியில் வெளியான அமெரிக்கச் சிறுகதைத் தொகுப்பான 'சடன் பிக்ஷ' *(Sudden fiction)*னை வாசித்துக்கொண்டிருந்தபோது இந்தக் கருத்துகள் அலைக் கழித்தன. தமிழ்ச் சிறுகதையுடன் ஒப்பிட்டு யோசிக்கச் செய்தன. நீண்ட கதைகள் வாசகர்களிடம் செல்லுபடியாவ தில்லை. அவசரமும் வேகமுமான சூழலில் கதைகள் சுருக்க மாக இருப்பதே இலக்கியத் தேவை என்ற கண்ணோட்டத்தில் தொகுக்கப்பட்ட, அரைப் பக்கம் முதல் மூன்று பக்கம் மட்டுமே நீளும் கதைகளின் தொகுப்பு அது. அதன் முன்னுரை யில் தொகுப்பாளர்களில் ஒருவரான ராபர்ட் ஷாப்பர்ட் ஒரு கருத்தை முன்வைக்கிறார். 'மிகவும் செறிவூட்டப்பட்ட, மிகவும் புதுமையான, மிகவும் உத்திரீதியான, மிகவும் புனைவுத்தன்மை கொண்ட கதைகளானாலும் அமெரிக்க எழுத்தாளர்களான நாம் அடிப்படையான ஓர் அம்சத்தைக் கதைகளில் முன்னிருத்து கிறோம். அது வாழ்க்கை.' இந்த வாக்குமூலத்தை எட்டியதும் என் சந்தேகம் நிவர்த்தியானது. புதிய எழுத்தாளர்களின் கதைகளில் தென்படத் தவறிய கூறாக நான் கண்டது வாழ்வின் ஸ்பரிசமின்மையை; அல்லது வாழ்வின் கணங்களைப் புனைவு பின்னுக்குத் தள்ளிவிடும் நிலையை. அவற்றிலிருந்து விலகிய மனப்பாங்குடன் எழுதப்பட்ட, நான் யோசித்து உணர்ந்த உண்மையின் சான்றுகளாகக் கருதத் தகுந்த சிறுகதைகள் கே.என். செந்திலின் இரண்டாவது தொகுப்பிலும் உள்ளன. புதிய திசையில் பயணம் செய்திருக்கிறார் என்பதன் நிருபணாய் இந்த எட்டுக் கதைகளும்.

○

வாழ்வின் தீவிர நிலைகளுக்கு இணையான நிலைகளையே செந்தில் கதைகளில் உருவாக்க எத்தனிக்கிறார். மோஸ்தர்களின் ஊர்வலத்தில் அல்ல; வாழ்வைப் பற்றிய தனித்த சஞ்சாரத்தின் மூலமே எழுத்தை உருவாக்க விரும்புகிறார். இந்த எட்டுக் கதைகளை எழுதத் தூண்டியவை என்ன என்று அவரிடம் விசாரித்தால் தான் கண்ட, கேட்ட நிஜ வாழ்க்கைச் சம்பவங் களையே ஒருவேளை அவர் முன்வைக்கக்கூடும். அந்த அடிப்படையில் அவர் எழுத்தை எதார்த்தமானது என்று வகைப்படுத்தலாம். எதார்த்தவாத எழுத்தைச் சார்ந்து நின்றே அதி நவீனராகவும் அடையாளம் காணப்படும் சாத்தியமும் இந்தக் கதைகளில் தென்படுகிறது. உருவம் சார்ந்தும் கதைப் பொருள் சார்ந்தும்.

மேற்சொன்ன 'திடீர் புனைவு'க்கு எதிராக எழுதப்பட்ட கதைகளே புதிய நவீனத்துவக் கதைகள். சிறுகதையின் ஆரம்ப காலத்தில் எழுதப்பட்டவை பத்துப் பக்கங்களுக்கு மிகாத சிறுகதைகள் எனில் இந்தக் கால அளவில் எழுதப் படுபவை இருபது பக்கங்களுக்குக் குறையாத கதைகள். இந்தப் போக்கு உலகம் முழுவதும் நடைமுறையாகி இருப்பது. அமெரிக்க எழுத்தாளர்களான ரேமண்ட் கார்வர், டோபியாஸ் உல்ப், ஜப்பானிய எழுத்தாளரான ஹாருகி முரகாமி உட்படப் பலரும் எழுதுவது நீண்ட சிறுகதைகளையே. தமிழிலும் அறிந்தும் அறியாமலும் இந்தப் போக்கு வலுப்பெற்றிருக்கிறது. புதிய தலைமுறை எழுத்தாளர்களில் நம்பிக்கையளிப்பவர்கள் என்று நான் கருதும் ஜே.பி. சாணக்யா, எஸ். செந்தில்குமார், மு. குலசேகரன், முதிர்ந்த இளைஞரான தேவிபாரதி ஆகியவர் களின் கதைகளை உதாரணமாகச் சொல்லலாம். இந்த வரையறையை வைத்து இவர்களை நவீனமானவர்கள் என்று சொல்லலாம். இந்த வரிசையில் முன்பதிவு செய்யத் தேவை யின்றி கே.என் செந்திலும் இடம்பிடிக்கிறார் என்பதை இந்த எட்டுக் கதைகளும் உறுதிப்படுத்துகின்றன.

இன்று எழுதப்படும் கதைகள் முந்தைய கதைகளுக்கு நேர்மாறானவை. ஆரம்பம், வளர்ச்சி, உச்சம் என்று கிரமப்படிச் சொல்லப்படுபவை அல்ல. சிதறுண்டவை. சில சித்திரங்களை, சில உணர்வுநிலைகளைச் சிதறலாக முன்வைத்து அதைக் கோத்துப் புரிந்துகொள்ளும் பொறுப்பை வாசகனிடம் அளித்து விடுகின்றன. கே.என். செந்திலின் கதைகள் இந்த வகையில் அமைந்தவை. 'நான்–லீனியர்' என்று வலிந்து எழுதப்பட்டவை யாக இல்லாமல் சிதைவே இயல்பாக உருவானவை. 'தங்கச் சிலுவை' கதை வெவ்வேறு பாத்திரங்களை மையமாகக் கொண்ட சிதறிய சித்திரங்களின் தொகுப்பு. விரிவான பொருளில் சமகால வாழ்வுடன் பொருந்தும் படைப்பாக்க முறை இது என்று தோன்றுகிறது. முந்தைய தலைமுறை வாழ்ந்த நேர்கோட்டு வாழ்க்கையையா இன்று வாழ்கிறோம்? வளைவும் வெட்டலும் கிறுக்கலுமான வாழ்க்கையைத்தானே என்று இந்தக் கதைகள் காட்டுகின்றன என்று எடுத்துக்கொள்ள முடியும்.

இந்தக் கோணல் வாழ்க்கை இன்னொன்றையும் வெளிப் படுத்துகிறது. நேரான நகர்வுகள் கொண்ட வாழ்க்கையில்தான் விழுமியம் சார்ந்த தருணங்கள் அழுத்தமாக வலியுறுத்தப் படுகின்றன. சிதறுண்ட வாழ்க்கையில் மதிப்பீடுகள் தன்னிச்சை யாகவே உருவாகின்றன. அவை சில சமயம் எள்ளி நகையாடப் படுகின்றன. சிலசமயம் பொருட்படுத்தப்படாமல் போகின்றன.

அபூர்வமான தருணங்களில் மட்டுமே அவை மதிப்புக்குரியவை யாகின்றன. 'வெஞ்சினம்' கதையில் இருண்ட பகடியாகிறது. சிறுவன் ஓட்டலிருந்து தப்பியோடும் 'திரும்புதல்' கதையில் அவன் திரும்பிச் செல்வது தனது பழைய வாழ்க்கைக்கே என்று உணரும்போது அந்தத் தலைப்பே குரூர நகைச்சுவை யாகிறது. 'தங்கச் சிலுவை' கதையில் தேவாலயத்திலிருந்து சிலுவையைக் களவாடிய ஆபிரகாம் அதைத் திரும்பப் பாதிரியாரிடம் கொடுப்பது மதிப்புக்குரியதாக உயர்கிறது.

இந்தக் கதைகளின் மனிதர்கள் எவரும் அறச் சீற்றத்துடன் பொங்குபவர்களோ அதைப் பரப்புரை செய்து திரிபவர்களோ அல்லர். பெரும்பான்மையான பாத்திரங்கள் நகரம் சார்ந்த அடித்தள வாழ்க்கை வாழ்பவர்கள். புறக் காரணங்களாலும் அகக் காரணங்களாலும் தாமே உருவாக்கிக்கொண்ட நரகத்தில் உழல்பவர்கள். மீட்பைப் பற்றி யோசிப்பதைவிட இருப்பைப் பற்றிக் கவலைப்படுபவர்கள். பசியாலும் காமத்தாலும் பழி உணர்வாலும் தந்திரத்தாலும் உன்மத்தத்தாலும் மரணத்தாலும் வதைப்பவர்கள். வதைபடுபவர்களும்கூட. இந்த இருண்ட உலகை எந்த மனச் சாய்வுமின்றி 'அராஜகமாக' சித்திரிக்கிறார் கே.என். செந்தில். அதில் அவர் பெற்றிருக்கும் வெற்றிக்கு இந்தக் கதைகளும் எனது வாசக வியப்பும் சான்று.

❍

ஓர் உரையாடலின்போது 'அது ஏன் எல்லா மகத்தான படைப்புகளும் அவலச் சுவை கொண்டதாகவும் துன்பியல் தன்மை கொண்டதாகவும் இருக்கின்றன?' என்று கேட்டார் கே.என். செந்தில். எனக்கே அவ்வளவாக நிறைவு தராத பதிலைச் சொன்னேன் என்று ஞாபகம். இந்த எட்டுக் கதைகளை யும் வாசித்துக்கொண்டிருக்கும்போது அந்தக் கேள்வி எனக் குள்ளே மீண்டும் எழுந்தது. கே.என். செந்திலைக் கேட்டால் என்ன சொல்லுவார்? ஒருவேளை 'தங்கச் சிலுவை' கதையில் வரும் விவிலிய வாசகத்தை மேற்கோள் காட்டுவாராக இருக்கலாம். ஒருவேளை 'நீதியின் நிமித்தம் துன்பப்படுபவர்கள் பாக்கியவான்கள்' என்று சொல்லலாம். ஏனெனில் அவர் எழுதியிருப்பது இருப்பியல் நீதியின் நிமித்தம் துன்பப்படுவர்களின் கதையை. துன்புறுத்துபவர்களின் கதையையும்.

திருவனந்தபுரம்
16 டிசம்பர் 2013

சுகுமாரன்

என்னுரை

எழுதப்படாத கதை

ஏறக்குறைய நான்கு வருடங்களுக்குப் பின் வெளியாகும் என் இரண்டாவது சிறுகதைத் தொகுப்பு இது. முந்தைய தொகுப்பின் சாயைகள் இன்றி, பழைய இடத்திலிருந்து முன்னோக்கிச் செல்ல வேண்டும் எனும் வேட்கையின் விளைவுகளே இக்கதைகள். வறட்சியான மனநிலையுடனும் படைப்பூக்கத்தின் ஊற்று கொப்பளித்துப் பரவசமேற்படுத்திய மனவெழுச்சியுடனும் கழிந்த இக்காலங்களில் செயற்கையான தூண்டுதல்களுக்கு ஆட்படாமலும் உயிரற்ற பிண்டம் போல் கதையைச் செய்து காட்டாமலும், மனதில் ஒலிக்கும் படைப்பின் குரலைப் பின்தொடர்ந்து சென்ற ஒருவனின் பயணமே இக்கதைகள். இத்தொகுப்பை உங்கள்முன் வைப்பதில் உள்ள முதன்மையானதும் பிரதானமானதுமான காரணம் இது தான். ஏனெனில் எழுத்து, தொடர் பயிற்சியின் மூலம் பழக்கப்பட்ட ஆனால் எஜமானனின் சொல் கேளாத பறவை. அது தன் சிறிய சிறகுகளால் ஆகாயத்தை அளக்க ஆசைப்படுகிறது. இரைக்காக அல்ல, புதிய இடங்களைக் கனவுகளோடு தேடிச் செல்லத்தான் இறக்கைகள் என்றும், பறத்தலின் சுகமே அதில்தான் அடங்கியிருக்கிறது என்றும் நம்பும் பறவை அது. பருவ மாற்றங்களுக்கேற்ப வெவ்வேறு நீர்நிலைகளைக் கண்டடைய உள்ளூர அது கொண்டிருக்கும் பெரும் விருப்பமும் அதன் அலைச்சலும் பாட்டி சுட்ட வடை தேடி திரியும் அற்பப் பறவைகளுக்கு

வினோதமாகத்தான் தோன்றும். மேலும் எவ்வளவோ அல்லல்களுக்கு இடையிலும் கூரை மேல் எறியப்படும் சோற்றுப் பருக்கைகளுக்காகத் தாழப் பறக்க மறுக்கும் பறவை அது. அதே சமயத்தில் தன் கூடு மரக் கிளையில்தான் என்பதையும் அந்த மரத்தின் வேர் மண்ணிலிருந்து கிளம்புகிறது என்பதையும் அது ஒருபோதும் மறக்கக் கூடாது. ஏனெனில் பறத்தலின் பரவசத்தை விண்ணில் அது அனுபவித்ததற்கு நிகராக பூமியிலும் கொட்டிக் கிடக்கின்றன அனுபவங்கள். அவற்றில் எதை அது நுட்பமாக உள்வாங்குகிறதோ, எதை கிரகித்துக் கொள்கிறதோ அதைப் பொறுத்தே அதன் பறத்தலின் வீச்சு இருக்கும்.

இப்போது இக்கதைகளைப் படித்துப் பார்க்கும்போது இவை சிறுகதையின் தன்மையைவிடவும் குறுநாவலின் குணத்தைக் கொண்டிருக்கிறதோ எனத் தோன்றுகிறது. கதைகள் வெளிவந்தபோது நண்பர்கள் சிலரும் இதே கருத்தைக் கூறியிருந்தது நினைவுக்கு வருகிறது. எப்போதுமே கதை ஒரு தலைப்பாக மனதிற்குள் வருவதில்லை. எளிதில் விளக்க முடியாத ஒரு உந்துதல் போல அதன் கரு மனதில் விழுந்து, உறங்கிக் கிடக்கும் அனுபவத்தின் விதையை உசுப்புகிறது. பின் துண்டுப்படங்களாக அக்கரு மனதில் விரிவுகொண்டு ஓடியபடியேயிருக்கும். ஒரு கட்டத்தில் உள்ளுணர்வின் ஒளியில் நம்மை மீறி முளைவிட்டு நாம் சற்றும் யூகித்துப் பார்த்திராத விருட்சமாக அது நம் முன் வளர்ந்து நிற்கும். ஆனால் இவ்வனைத்துக்கும் ஆதாரமாக அமையும் அந்த முதல் வினை நிகழ்வது தற்செயலாகத் தான். இத்தொகுப்பில் உள்ள கதைகள் என்னை மீறிச் சென்றவை. பல சமயங்களில் அதன் அழைப்புக்கும் இழுப்புக்கும் கடிவாளம் போடாமல் அதன் பின்னே சென்றிருக் கிறேன். எழுதுவதின் பரவசமே அதில்தானே அடங்கியிருக் கிறது! எழுதும் முன் அதற்கென எடுத்த குறிப்புகள், போட்ட திட்டங்கள், உருவாக்கிய திசைகள் அனைத்தையும் கேலி செய்வதுபோல் அக்கதை வெவ்வேறு புள்ளிகளை இணைத்து கிளைகளைப் பரப்பிச் சென்று முடிந்திருக்கும். கதை முடிந்த பின் அது எனக்களித்த வெளிச்சங்களைப் பூரிப்புடன் நினைத்துக் கொள்வதுண்டு. இத்தொகுப்பிலுள்ள கதைகளை எழுதப்பட்ட காலம் சார்ந்தே வரிசைப்படுத்தியிருக்கிறேன்.

நவீன இலக்கியத்துடனான அறிமுகமும் சுந்தர ராமசாமி யின் படைப்புகளோடு எனக்கேற்பட்ட உறவும் வெவ்வேறானவை யல்ல. நான் படித்த முதல் நூலே ‘ஜே.ஜே: சில குறிப்புகள்’ தான். அதிலிருந்துதான் தொடங்கிற்று அனைத்தும். சு.ரா.

என் முதல் கதையைப் படித்துவிட்டு (கதவு எண் 13/78) அதுபற்றிப் பாராட்டுணர்வோடு இரு வரிகள் எழுதிவிட்டு ‘உங்களால் பெரிய காரியங்களைச் செய்ய முடியும்’ எனக் கடிதத்தை முடிந்திருந்தார். இவ்வரிகள் அளித்த ஊக்கம் ஆகப்பெரிது. ஒற்றைக் கதைக்கு அவர் என்மீது வைத்த நம்பிக்கையையும் அங்கீகாரத்தையும் பல சமயங்களில் நினைத்துக்கொள்கிறேன். அது என்னளவில் க்ரியாஊக்கி. என் வாசிப்பு விரிவும் எழுத்து சார்ந்த கனவும் அவரது படைப்புகளினுடனான வாசக உறவிலிருந்தும் அவருடனான கடிதத் தொடர்பிலிருந்தும் நட்பிலிருந்தும் உருவானவையே. இன்றும் அவருடன் ஒருவித மானசீகமான உறவு எனக்குண்டு. இத்தொகுப்பில் உள்ளவை தரமான கதைகள் என்னும் நம்பிக்கையுடன் இத்தொகுப்பை சுந்தர ராமசாமிக்கு மன நிறைவுடன் சமர்ப்பணம் செய்கிறேன். அவருடனான நட்புக்கு என் பிரியங்கள். அவரது ஆளுமைக்கு என் வணக்கங்கள். கமலாம்மாவுக்கு என்றும் மாறாத என் அன்பு.

ஏறக்குறைய பத்து வருடங்களாக (சேலத்தில் நடந்த க.நா.சு – சி.சு. செல்லப்பா கருத்தரங்கிலிருந்து) கண்ணனை அறிவேன். காலச்சுவடு ஒருங்கிணைத்த நிறைய அரங்குகளில் பங்கேற்பாளனாக, பார்வையாளனாக கலந்துகொண்டிருக் கிறேன். அவ்வரங்குகளின்வழிப் புதிய நட்புகளும் இலக்கியத் தின் பனிமூட்டமான பாதைகளும் துலக்கம் பெற்றிருக்கின்றன. எழுத்துக்காக அவர் எனக்கு அளித்த களங்கள் மேலும் உற்சாகமாகச் செயல்படத் தூண்டியிருக்கின்றன. தனிப்பட்ட முறையிலும் இலக்கிய ரீதியாகவும் கண்ணனுக்கு என்றும் உள்ள என் அன்பும் நட்பும்.

முன்பே சுகுமாரனின் படைப்புகளை வாசித்திருந்தேன் என்றாலும் இலக்கியக் கூட்டங்களில் காணும்போது வணக்கம் வைத்துவிட்டு நகர்ந்துவிடுவேன். கண்டிப்பு மிகுந்த அவரது முகத் தோற்றத்தைக் கண்டு அவரை நெருங்க முயலவில்லை. சில வருடங்களுக்கு முன்பு, மதுரையில் விடுதியறை ஒன்றை எதிர்பாராதவிதமாக அவருடன் பகிர்ந்துகொள்ள நேர்ந்தது. அப்போது, அன்றைய இலக்கிய நிகழ்வையொட்டிய ஒரு கேள்வியை அவர் எழுப்பினார். பின்னர் நடுநிசி தாண்டி பேச்சு நீண்டு சென்றுகொண்டேயிருந்தது. பெரும்பாலும் என்னைப் பேசவிட்டு அவர் கேட்டுக்கொண்டிருந்தார். இலக்கிய உலகில் செவியுடைய மிகச் சிலரில் அவரும் ஒருவர். என்னளவில் காத்திரமான இரவு அது. பின்னர் நெருக்கமான ஒருவராக அவரை நினைக்கும் அளவிற்கு நட்பு கூடியது. இலக்கியம் பற்றியும் தனிப்பட்ட அளவிலும் எவ்வளவோ பேசியிருக்

கிறோம். அந்த உரையாடல்கள் என்னைச் செழுமைப்படுத்தி யிருக்கின்றன. இத்தொகுப்பிலுள்ள 'மாறாட்டம்', 'நிலை' ஆகிய கதைகளைக் கையெழுத்துப் பிரதியாக வாசித்துத் தன் அபிப்பிராயங்களைக் கூறியிருக்கிறார். 'மாறாட்டம்' எனக் கதைக்குத் தலைப்பிட்டவரும் பிற கதைகளில் இடம்பெற்றிருந்த சிறு பிழைகளைத் தெரிவித்துத் திருத்தங்களை மொழிந்தவரும் இவர்தான். நான் இரண்டு மூன்று முறை கேட்ட பின்னர் இசைந்து, இத்தொகுப்புக்கு முன்னுரை வழங்கியிருக்கும் சுகுமாரனுக்கு என்றும் மாறாத என் அன்பும் நட்பும்.

முதல் தொகுப்பின் இறுதிக்கட்டப் பணிகளின்போது அறிமுகமாகி, பின் நெருங்கிய தோழியாக ஆனவர் ஷாலினி. இத்தொகுப்பிலுள்ள சரிபாதிக் கதைகளைக் கையெழுத்துப் பிரதியாக வாசித்து தன் கறாரான கருத்துக்களை முன் வைத்தவர். கதைகளின் மீதான அவரது வாசிப்பும், நுட்பமான இடங்களை அவர் தொட்டுக்காட்டிய விதமும் வெகுவாக என்னை ஊக்கப்படுத்தியிருக்கின்றன. எழுதும் முன் அதன் கருக்களை அவரிடம் கூறுகையில் மிகுந்த உற்சாகத்தோடு அதைப் பற்றிப் பேசி அதிலிருந்து மேலே செல்லும்படிக்கு என்னை எழுதத் தூண்டியிருக்கிறார். 'அரூப நெருப்பு', 'வெஞ்சினம்' ஆகிய கதைகளுக்கு அக்கதையின் உள்ளோட்டத்தைச் சிக்கெனப் பிடித்துக் கச்சிதமாகத் தலைப்பிட்டவரும், 'வாசனை'யின் உலகில் எனக்கேற்பட்ட சில ஐயங்களை தெளிவுபடுத்தி உதவியவரும் ஷாலினிதான். அவருக்கு எப்போதும் உள்ள என் பிரியங்கள்.

ஒரு அரூபமான வழித்துணையாக எப்போதும் என்னுடன் இருந்துகொண்டிருப்பவர் இளையராஜா. அவர் இசை கேட்காது ஒருநாள் கூடக் கழிந்ததில்லை. மனதின் பல்வேறு நிலைகளை நுட்பமாக அறிந்த மகா கலைஞன். வாழ்வின் தத்தளிப்புகளை, கண்ணீரை, கையறுநிலையை, காயங்களை இசையால் மடைமாற்றம் செய்யத் தெரிந்த மாயவித்தைக்காரர். பல நூறு தடவைகள் ஒரு பாடலைக் கேட்ட பின்பும் அதன் இசை அமைப்பு *(composition)* முறையால் மனதைப் பிடுங்கி ஆகாயத்தின் மேல் எறிந்தவர். அவரது பாடலின் இடையிசை *(interlude)*யை மீண்டும் மீண்டும் கேட்டுக்கொண்டேயிருக்கிறேன். அதுபோலவே பின்னணி இசையையும். இவை அளிக்கும் பரவசமும் மனவெழுச்சியும் விளக்க முடியாத மகத்தான அனுபவங்கள். அந்த மேதைக்கு இந்த எளியவனின் வணக்கங்கள்.

நான் சோர்வுற்று சுணங்கும்போதும் மனநெருக்கடிகளில் உழலும்போதும் என்னை ஆற்றுப்படுத்தி உடனிருக்கும் அன்பு நண்பர்கள் கார்த்திகேயன், சக்திவேல், ரமேஷ் ஆகியோருக்கு என் மனம் நிறைந்த அன்பு.

இத்தொகுப்பிலுள்ள கதைகள் பிரசுரமான நேரத்தில் படித்து ஊக்கமூட்டும் தங்கள் கருத்துகளால் உந்துதல் அளித்த க. மோகனரங்கன், எம். கோபாலகிருஷ்ணன், இசை, எஸ். செந்தில்குமார், வா. மணிகண்டன், 'பொள்ளாச்சி' கோபால், நிலக்கோட்டை பாலமுருகன், கவிதா, தங்கை அமுதா ஆகியோர்க்கும், எனைக் காணுந்தோறும் தொகுப்பை நினைவூட்டியபடியே இருந்த கலா சேச்சிக்கும் என் அன்பும் நன்றியும்.

இத்தொகுப்பிலுள்ள மூன்று கதைகளைச் சிறப்பாக *உயிர்மையில்* வெளியிட்டவர் மனுஷ்ய புத்திரன். பிற கதைகளை வெளியிட்ட தேவிபாரதி *(காலச்சுவடு)*, இயற்கை சிவம் *(வெயில் நதி)*, கார்த்திகை பாண்டியன் *(வலசை)*, கோணங்கி *(கல்குதிரை)*, ஆதவன் தீட்சண்யா *(புது விசை)* ஆகியோருக்கு அன்பும் நன்றியும்.

இந்நூல் உருவாக்கத்தில் பங்குகொண்ட ரெத்தின குமாரிக்கும் நூலைச் சிறப்பாக வெளியிடும் காலச்சுவடு பதிப்பகத்துக்கும் உள்ளம் நிறைந்த அன்பும் நன்றியும்.

அவிநாசி
06.07.2013

கே.என். செந்தில்

தங்கச் சிலுவை

1

கேத்ரீன் புதிய பட்டுச்சட்டையுடன் தட்டு முழுக்க இனிப்புகளை நிரப்பி, போதகர் பிரான்சிஸிடம் கிறிஸ்துமஸ் வாழ்த்துப் பெற வெகு காலையிலேயே வந்தபோது ஜேம்ஸ் தனக்கெடுத்த உடைகளை அணியாமல் துண்டை மட்டும் இடுப்பில் கட்டிக்கொண்டு தன் அம்மாவுடன் மாமா பிரான்சிஸுக்குக் கேட்காதவாறு சண்டை யிட்டுக்கொண்டிருந்தான். பின்வாசலில் உருவ மொன்று தன்னைக் கண்டதும் ஏன் பதுங்குகிற தென எண்ணிக் கேத்ரீன் ஒரு கணம் தயங்கி நின்றாள். அது ஆபிரகாம் போலல்லவா இருந்தது? அப்பாகூட நேற்றிலிருந்து ஆபிரகாம் வந்து விட்டானா, வந்துவிட்டானா எனக் குரலில் ஒருவிதப் பரபரப்புடன் வாசலுக்கும் தெருவிற்கும் பார்வையை ஓட்டியபடியே தன் அத்தையிடம் ஓயாமல் கேட்டுக்கொண்டேயிருந்தாரே? இல்லை. அவனாக இருக்காது. ஜேம்ஸின் உறவுக்காரனாக இருக்கக்கூடும் எனக் கேத்ரீன் நினைத்துக்கொண் டிருந்தபோதே பிரான்சிஸ் அவளருகில் வந்து சிலுவைக் குறியிட்டுப் "பரிசுத்தமானவர்களை ஆண்டவர் தன் பிள்ளைகளைப் போல எண்ணுவார்" என்றார். அவள் அவரை வணங்கி எழுந்து அவரது பிரியமான கண்களை நோக்கி "அவரிடம் என்ன வேண்டிக்கொள்வது?" எனப் பெரியவள் போல் கேட்டாள். அவர் அவளைச் செல்லமாக அணைத்து "நீ வேண்டும் முன்பே

அதை அவர் அறிந்திருக்கிறார்” என விவிலிய வசனமொன்றைச் சொல்லி அவள் நெற்றியில் முத்தமிட்டார். வயிற்றுவலி அவரைப் படுத்திக்கொண்டிருந்ததை அவளிடம் காட்டிக் கொள்ளவில்லை. அதனாலேயே இவ்வருடம் கிறிஸ்துமஸ் இரவைத் தங்கை வீட்டில் கழிக்க வேண்டிய கட்டாயம் அவருக்கு உண்டாகியிருந்தது. ஃபாதர் கூறியது பற்றித் தன் அத்தையிடம் கேட்டால் விளக்கிச் சொல்வாள் என நினைத்தவாறே, தன் அம்மாவின் உடல் நலம் பற்றி விசாரித்த ஃபாதர் ஏன் அப்பா மேத்யூ பற்றி எதுவுமே கேட்கவில்லை என மனத்தில் எழுந்த கேள்வியை மறைத்து அவரைப் பார்த்துச் சிரித்தாள். ஜேம்ஸைக் கண்களால் துழாவிச் சலித்து ஏதோ நினைவு வந்தவளாகப் பிரான்சிஸ் கேட்காமலேயே கைகட்டியபடி, ஆர்வம் பொங்க அவளது குரல் வீடெங்கும் எதிரொலிக்கப் பாடத் தொடங்கினாள். பாடும்போது கை கட்டிக்கொள்ள வேண்டாமெனப் பலமுறை அவர் கூறி யிருந்தும் கேத்ரீனால் அப்பழக்கத்தை விடமுடியவில்லை. குழந்தை யேசு மண்ணிற்கு வந்த மகிமையையும் அவர் செய்த அற்புதங்களையும் பற்றிய அப்பாடலைக் கேட்டு உள்ளிருந்து ஓடிவந்த ஜேம்ஸ் மிகச் சரியான கணத்தில் அவளுடன் இணைந்து பாடி அதை முடித்துவைத்தான். பிரான்சிஸ் வியப்பு அகலாத கண்களுடன் அவனைப் பார்த்த பின் கேத்ரீனை நோக்கித் திருப்தியின் அடையாளமாகத் தலையசைத்தார். தன் பட்டுச்சட்டையை அவனிடம் காட்டி விட்ட திருப்தியில் அருகில் நின்ற அவன் அம்மாவிடம் தட்டை எடுத்துத் தந்துவிட்டு வெட்கிச் சிரித்தபடியே வெளியே ஓடினாள்.

ஜேம்ஸைப் பற்றிப் பிரான்சிஸுக்குப் பெரும் நம்பிக்கை யிருந்தது. அவன் தேர்ந்த பாடகனாகவோ இசையில் விற்பன்ன னாகவோ ஆகக் கூடுமென்றும் அதற்குத் தன்னாலான அனைத்தையும் செய்ய வேண்டுமென்றும் எண்ணியிருந்தார். அவன் இசை கற்கத் தொடங்கிய ஆரம்ப நாளிலிருந்தே அதற்குரிய சமிக்ஞைகளை வெளிப்படுத்தியபடியிருந்தான். அந்த தேவாலயத்தின் போதகராகவும், பங்குக் குடும்பங்களுக்கு இசை கற்பிக்கும் ஆசிரியராகவும் பிரான்சிஸ் இருந்தார். இசை ஒரு கணக்கு என்பதை உள்ளூர ஒப்புக்கொள்ள அவர் மறுத்தார். கணக்குகள் விடைகளை அடைந்ததும் தன்னை முடித்துக்கொள்கின்றன. மேலும் அவை சூத்திரங்களில் கட்டுண்டு கிடக்கின்றன. ஆத்மாவை உலுக்கி அது அன்றாடம் புரளும் கலங்கிய சேற்றிலிருந்து மீட்டு உன்னதங்களின் ஒளிக்கு

அழைத்துச் செல்லும் அசாத்தியமான வடிவம் இசையெனப் பிரான்சிஸின் அப்பா அவருக்குக் கூறியிருந்திருக்கிறார். அப்பா வில்சன் தன்னிடம் கூறிய அவ்வேளையைப் பிரான்சிஸ் மனம் விம்மித் தணிய வெகு துல்லியத்துடன் நினைவுகூர்ந்தார். வில்சன் தேவனின் பாடல்களை வடிவமைப்பதையும் திருநாளின் போது அதை இசைப்பதையுமே பிறவிக் கடனாக எண்ணி யிருந்தவர். அவர் வழியாகத் தனக்கு வந்து சேர்ந்த இந்த இசையறிவும் ஆண்டவருக்கே உரியது எனப் பிரான்சிஸ் கருதியிருந்தார். வில்சன் அந்தத் தேவாலயத்தின் சுற்றுச் சுவர்களுக்குள் இருக்கும் புனிதமேரி உயர்நிலைப்பள்ளியில் ஆசிரியராகவும் இருந்தார். அங்குப் பயிலும் மாணவர்களில் பலரும் பிற பாடங்களில் மதிப்பெண் குறைந்து மொத்தச் சராசரியின் விகிதம் வீழ்ச்சியடைகையில் அவர் எடுக்கும் கணிதத்தின் மூலமாகவே அதைத் தூக்கி நிறுத்திக்கொள் வார்கள். அவர் இறந்து சில வருடங்களுக்குப் பின் அவரது நாட்குறிப்பைத் தற்செயலாகப் பிரான்சிஸ் காண நேர்ந்த போது அதில் சொற்களுக்குப் பதில் இசைக் குறிப்புகளே நிரம்பியிருந்ததைக் கண்டார். தந்தையின் நினைவிற்குள் சென்ற பிரான்சிஸ் அவரையுமறியாமல் முட்டிக் கசிந்த கண்ணீருடன் நடுக்கூடத்தில் நின்றார்.

2

அம்மாவின் அண்மைக்கு ஏங்கிய வில்சன் அதனாலேயே அப்பாவின் கடுங்கோபத்திற்குள்ளான பிள்ளை. தன் அப்பா ஹென்றியைச் சாத்தானின் தூதுவனாக வில்சன் நினைத்தார். மிக அபூர்வமாக ஹென்றி, பாடத்தில் கேள்வி கேட்கும்போது அவர் முகத்தை நெருக்கமாகக் கண்டு அதை உறுதிப்படுத்தி யிருந்தார். அவரது "ம்...ம்" என்ற அதட்டலிலேயே அவரது அரைநிஜார் நனைந்து தரை ஈரமாகிவிடும். ஹென்றியின் அண்ணன் பாதிரியாகி கிறிஸ்துவத்தைப் பரப்ப தேசம் முழுக்கச் சுற்றிக்கொண்டிருந்ததால் ஹென்றி பரம்பரையாக வந்துசேர்ந்த சொத்துக்களை இராஜ்யம் செய்துகொண்டிருந்தார். பாட்டியின் அரவணைப்பு ஒன்றுதான் வில்சனை வீட்டோடு கட்டிப்போட்டிருந்தது. வராண்டாவில் அமர்ந்து மாலை வேளைகளில் பைப் பிடித்தபடியே மதுக் குப்பிகளை ஹென்றி காலி செய்கையில் இன்னும் தன் பெயரில் மிச்சமிருக்கும் சொத்துக்களைக் கண்ணை மறைக்கும் புகையின் நடுவே கணக்கிட்டு மகிழ்ந்து மேலும் சில குப்பிகளை உற்சாகத்துடன் உள்ளே தள்ளுவார். அந்தச் சமயத்தில்தான் வில்சன் பாட்டியின்

அனுமதியோடு இசை வகுப்புகளுக்குச் சென்றுவந்தார். வில்சனை ஏதோவொன்றில் திருப்பிவிட்டால் அன்னை இல்லாத அந்தத் தனிமையிலிருந்து விடுபட்டுவிடுவான் என்னும் பாட்டியின் எண்ணம் பொய்த்துப்போகவில்லை. முதல் சில வகுப்புகளிலேயே அவரது உள்வாங்கும் ஆற்றல் கண்டு ஜான்சன் மாஸ்டரின் விழிகள் விரிந்து இமைகள் மேலேறிற்று. தேவாலயத்தில் ஜான்சன் மாஸ்டரால் இசைக்கப்படும் பாடல்களுக்குப் பிரதான பாடகனாக வில்சன் சிறுவயதிலேயே உருவாகியிருந்தான். பாடல் வரிகளின் மேடுபள்ளங்களுக்குள்ளும் இசையின் வளைவு நெளிவுகளுக் குள்ளும் அவரது குரல் வெகு சாதாரணமாகப் புகுந்து வெளியேறிற்று. வில்சனின் குரலில் நுட்பமான மாற்றங்களை ஜான்சன் மாஸ்டர் உருவாக்கியிருந்தார். அப்போதுதான் குரல் உடைந்திருந்தது. திருச்சபையால் எல்லைகள் வகுக்கப் பட்ட அந்த மரபான இசையை மீறிச் செல்லத் துடிக்கும் அந்த இளம்பாடகனை அங்குக் குழுமியிருந்தவர்கள் வியந்து, அவ்வியப்பு தீரும் முன்னே ஆச்சரியத்துடன் கைகுலுக்கித் தனியே அழைத்து விசாரிக்கையில் அவர்களிடம் கண்களில் வெட்கம் தேங்கி நிற்கப் பேசும் பேரனை, அவருடைய பாட்டியும் தன் பிரியத்திற்குரிய மாணவனை ஜான்சன் மாஸ்டரும் பெருமையுடன் பார்த்து நின்றனர். சில தினங்கள் கழித்து வகுப்பு முடிந்து வாடிய முகத்துடன் தலையசைத்துச் சென்ற வில்சன் எங்கோ தவறி விழுந்து மோசமான அடியுடன் படுக்கையில் கதறியபடி கிடந்த செய்தி மாஸ்டருக்கு எட்டியது.

வில்சனின் உடல்நிலை சொல்லிக்கொள்ளும்படி தேறாமல் மருத்துவர்களும் சங்கடத்தோடு கைவிட்ட நிலையிலும் ஜான்சன் மாஸ்டர் மட்டும் அவனை நாள்தோறும் கண்டு வெகுநேரம் அமர்ந்து ஆத்ம நண்பனைப் போல அன்னியோன்ய மாகப் பேசிச் சென்றார். அப்போது அவர் கூறிய எளிய சொற்களால் வில்சனின் மனத்தில் நம்பிக்கையின் விதைகள் விழுந்து முளைவிட்டு வளரத் தொடங்கிற்று. அச்சொற்களை வில்சன் பின்னாளில் எண்ணிக்கொண்டபோது, தான் மீண்டெழ மறைமுகமான ஊக்கியாக அவை இருந்ததையும் அசாதாரணமான விஷயங்கள் பல தருணங்களில் எளிய தோற்றங்களையே கொண்டிருக்கும் என்ற உண்மையையும் அவர் உணர்ந்தார். பலரும் ஆச்சரியப்படும் வகையில் வில்சன் தேறிவந்தபோது அவரது பாட்டி வேண்டிக்கொண்டபடி அந்தச் சிலுவை தேவாலயத்திற்கு அளிக்கப்பட்டு வில்சன் புத்துணர்வோடு நின்று ஜான்சன் மாஸ்டருக்கு மிகப் பிடித்த

பாடலொன்றைப் பாடியபோது அவர் கண்ணீர் வழியத் தலை கவிழ்ந்து நின்றார்.

3

ஃபாதர் பிரான்சிஸ் திருச்சபையால் தனக்கு ஒதுக்கித் தரப்பட்டிருக்கும் வீட்டைப் பூட்டிக்கொண்டு வெளியே வருகையில் அவருக்கு முன் மேத்யூ கைகூப்பி நிற்பதைக் கண்டார். மேத்யூ ஒரே ஒரு தகவலை மட்டும் அவரிடமிருந்து பிடுங்கிவிட வேண்டுமென்ற பரபரப்புடன் இருந்தார். ஒரு கணம் தயங்கிப் பின் மேத்யூவை அழைத்துச் சென்றார். பிரான்சிஸிடம் ஏற்பட்ட அந்தக் கணநேர முகச்சுருக்கத்தைக் கண்டு மேத்யூ தலையசைத்து "இவனுக்கு என்னைப் பிடிக்க வில்லை" எனக் கூறிக்கொண்டார். வெவ்வேறு விஷயங் களைப் பற்றிப் பேசியபடியே இருந்த மேத்யூ வந்த நோக்கம் பற்றிக் கேட்க உள்ளூர அச்சம் கொண்டிருந்தார். அவரால் பிரான்சிஸின் அலைபாயாத கண்களை நேருக்கு நேராகப் பார்க்கவே முடியவில்லை. பின்னர் மெதுவாக ஆபிரகாம் கூறியது போலவே ஒப்புவிக்கத் தொடங்கினார். அன்று திருமணத்திற்கு வந்தபோதுதான் சர்ச்சைக் கண்டதாகவும் அது மிகப் பழைய தோற்றம் கொண்டுவிட்டதாகவும் வருத்தத் துடன் சொன்னார். எனவே தேவாலயம் முழுக்க வண்ண மடிக்க வேண்டுமென்றும் அந்தளவிற்கு அது சோபை இழந்து விட்டதாகவும் பிரான்சிஸிடம் கூறிய மேத்யூ, செலவில் மூன்றில் ஒரு பங்கு என்னுடையது என்றார்.

பிரான்சிஸ நிதானத்துடன் மேத்யூவை நோக்கி, "இது கமிட்டி முடிவுசெய்ய வேண்டியதாயிற்றே" என்றார்.

மேத்யூ சற்றுநேரம் எதுவும் பேசாமல் நின்று கோபத்தை அடக்கி அது தணிந்தபின் "அதற்கென்ன? கர்த்தருக்குச் செய்வதை யார் தடுக்கப் போகிறார்கள்?" என அச்சுறுத்தும் தொனியில் கூறி, அவரைவிட்டு விலகிச் சென்றார். சோர்வான முகத்துடன் மேத்யூ தலை கவிழ்ந்து அமர்ந்திருந்தபோது ஆபிரகாம் துள்ளலான நடையில் வந்து அத்தகவலைச் செகஸ்டனிடம் கேட்டுத் தெரிந்துகொண்டுவிட்டதாகவும் அது பூட்டில்லாத கண்ணாடிப் பேழைதான் என்றும் தங்கத்தின் மேல் தூசி படியாதிருக்கச் செய்த ஏற்பாடுதான் அது என்றும் சொன்னான். அடுத்துக் கேட்க வாய் திறக்கும் முன் அவனது திட்டம் பற்றி விரிவாக அவரிடம் கூறினான். பிரான்சிஸிடம் பேசியபோது மனத்தில் ஏற்பட்ட அவநம்பிக்கை

விலகி அச்சிலுவை தன் கையில் வந்துவிட்டது போல மேத்யூ உள்ளே துள்ளினார்.

4

கேத்ரீனின் அப்பாவுக்கு அவள் பாட்டுப் பயிற்சிக்குச் செல்வது சற்றும் பிடித்திருக்கவில்லை. தங்கத்தால் சட்டமிடப் பட்ட கண்ணாடிச் சில்லு வழியாக அவர் தன்னை உற்று நோக்குவதை அவள் அறிவாள். அரசாங்க காண்ட்ராக்ட் கோப்புகள் அனைத்திலும் மேத்யூவின் பெயர் தவிர்க்க முடியாததாகயிருந்தது. அவரது ஆட்கள் ஏலத்தொகை கூறியபின் ஒருவனும் வாய் திறக்கத் துணிய மாட்டான். அவர் பழைய அம்பாஸிடரில் வந்து, தங்க நிறப் பேனாவில் கையெழுத்திட்டுவிட்டு அனைவரையும் வணங்கியபின் மறைந்துபோவார். அவர் சேர்த்திருந்த சொத்து பற்றி அந்த ஊர் தேநீர்க் கடைகளில் பீடிகளை ஊதித் தள்ளியபடி பெருமூச்சோடும் வயிற்றெரிச்சலோடுமாகப் பலரும் புலம்பிக் கலைவது அவருக்குத் தெரியும். கேத்ரீன் தன்னிடம் நாட்ட மில்லாமல் எப்போதும் விவிலியத்தோடு திரியும் தன் அக்காவிடம் நாட்டம்கொண்டிருந்தது குறித்த கடுங்கோபம் அவருக்குண்டு. மணமான சில வருடங்களிலேயே கணவனை இழந்துவிட்டிருந்தவள் அவள். “எளிமையானவர்களிடம் ஆண்டவர் எப்போதும் வரத் தயங்குவதில்லை” எனக் கேத்ரீனுக்குச் சொல்லித் தந்திருந்தாள். “நானு பட்டினியில வயிறு சுருங்கிக் கிடக்கையில எந்தத் தேவனும் என்னயக் காப்பாத்தல” என மேத்யூ, அக்காவிடம் சத்தமிட்டுக் கோபத் துடன் கத்தியிருக்கிறான். ஆனாலும் அவர் அக்கா, யேசுவிடம் கொண்டிருந்த களங்கமற்ற நேசத்தை ஒருநாளும் கேலி பேசியவரல்ல. அந்தத் திருச்சபையின் எல்லா மட்டங்களிலும் அவருக்குச் செல்வாக்கிருந்தது. தேவாலயத்திற்குள் செய்து முடிக்கப்பட்ட பணிகளில் மேத்யூவின் பங்கு பிரதானமானது. அவருக்குச் சர்ச்சின் முக்கிய விசேஷங்களுக்குத் தவறாமல் வீடு தேடி அழைப்பு வரும். ஆனால் அங்கே செல்வதை முடியும்மட்டும் தவிர்த்துவிடுவது அவருடைய வழக்கம்.

மேத்யூ சர்ச்சுக்கு வந்தே தீரவேண்டிய கட்டாயம் அவருக்கு உருவாயிற்று. அவரது சமவயது தோழனும் ஊரில் அவருக்கு நிகரான செல்வந்தனுமான டேவிஸ் ஜஸ்டினின் மகளது திருமணம் ஃபாதரின் ஆசீர்வாதங்களுடன் நடந்து முடிந்ததும் மேத்யூ உள்ளே நுழைந்து டேவிஸை மூச்சுமுட்டும் அளவு கட்டிப்பிடித்து இரு கைவிரல்களையும் அவருடைய

விரல்களோடு கோர்த்துக்கொண்டு "ராஸ்கல்... ராஸ்கல்" எனச் செல்லமாக அதட்டினார். டேவிஸின் உடையிலிருந்த திரவியத்தின் மணம் அவரைத் திணறடித்துப் பொறாமையைத் தூண்டிற்று. பேண்ட் வாத்தியங்கள் முழங்க மேத்யூ வாங்கித் தந்திருந்த மரப்பெஞ்சுகளின் இடைப்பட்ட பாதையில் சிவப்புக் கம்பளத்தில் மணமக்களை அழைத்துச் சென்றபோது அகஸ்மாத்தமாக மேத்யூவின் கண்கள் தேவாலயத்தைச் சுற்றிவந்து ஒரு புள்ளியில் நின்று சகஜமாகிப் பின் மீண்டும் அப்புள்ளியை நோக்கியே சென்றது. தன் மனம் மீண்டும் மீண்டும் அங்குக் குவிவதை அவர் பயத்துடன் மறைக்க முயன்றார். அங்கே தங்கத்தாலான சிலுவையொன்று கண்ணாடிப் பேழைக்குள் வைக்கப்பட்டிருந்தது. அந்தப் பார்வையை அறிந்து, அந்தச் சிலுவை பெரும் மதிப்பு வாய்ந்த தென்றும் அது தேவாலயத்திற்குள் வைக்கப்பட்ட அன்று கலந்துகொண்ட சிறுவர் சிறுமியரில் வெகுசிலரே உயிருடன் இருக்கிறார்களென்றும் அவ்வளவு பழமையும் பெருமையும் உடையது என்றும் டேவிஸ் மேத்யூவிடம் கூறினார். அதற்கு மேலே முட்கிரீடம் சுமந்து ஆணியால் அறையப்பட்ட தேவகுமாரன் துக்கம் உறைந்த முகத்தோடு கைவிரித்து நிற்பதையும் டேவிஸ்தான் புன்னகையுடன் மேத்யூவிற்குக் காட்டித் தந்தார். அம்முகத்தைக் காண முடியாமல் உடனடி யாகப் பதற்றத்துடன் அங்கிருந்து பார்வையை மேத்யூ விலக்கினார்.

5

அன்று கூறமுடியாத மன எழுச்சியில் வில்சன் இருந்தான். அதற்கு முன்தினம் ஜான்சன் மாஸ்டர் சொல்லித்தந்திருந்த பாடலில், மிக நுட்பமான இடமொன்றை நோக்கிச் செல்ல முடியாமல் நடுவில் தத்தளித்து, கோட்டைவிட்டச் சோர்வில் எதுவும் உண்ணாமலேயே படுத்திருந்தான். இரவு முழுக்க அதுதான் மனதிற்குள் ஓடிக்கொண்டிருந்தது. மறுநாள் காலையில் அதைப் பிடித்துவிட்ட உடனே ஜான்சன் மாஸ்டரைக் கண்டு, அவரிடம் பாடிக்காட்ட வேண்டுமென்ற பேராவல் அவனுள் எழுந்தது. வெளியே வந்ததும் அங்கே சாவதானமாக அசைபோட்டு நின்றிருந்த குதிரை அவன் கண்ணில் பட்டது. அப்பா ஹென்றி எங்கோ சென்றிருந்ததால் வில்சன் மேலும் பயமின்றி அதை நெருங்கினான். எப்போதும் போல அவனுக்குப் பணிய அது மறுத்தது. அவனைக் கண்டதும் முகத்தைத் திருப்பிக் கால்மாற்றி உடலில் அலட்சியம் வழிய

நின்று அதிருப்தியுடன் மெல்லக் கனைத்தது. அவன் விடாப் பிடியாக இழுத்துவந்து அதன் மீதேறிச் சென்றான். மாஸ்டரைக் காணும் ஆவலில் அவனையுமறியாமல் தன் காலால் அதன் விலாவில் பலமாக இடித்துவிட்டான். அது திமிறிப் பறக்கத் தொடங்கிற்று. அவன் சவாரியில் அரைகுறையாகத் தேறியவன் என்பதால் லகானைச் சுருட்டிப் பிடித்து இழுக்க அதைக் கொத்தாகப் பற்றும் இடைவெளியில் அது ஒரு வளைவை அபாயகரமான வேகத்துடன் திரும்பிற்று. வில்சன் வெகுதூரம் தூக்கியெறியப்பட்டு விழுந்தான். தலையை மேலே தூக்கி எழ முயன்று அப்படியே சரிந்தான். அவன் கண்களின் முன்னால் பூச்சிகள் பறப்பது போலத் தோன்றிற்று. கண்களை வலியுடன் மூடியதும் கண்ணீர் சலேரெனக் காதுக்குள் இறங்கிற்று.

வில்சனைச் சோதித்த மருத்துவர்கள் மேல்நோக்கிக் கை காட்டிவிட்டு மௌனமான தலையசைப்புடன் வெளியேறினர். அவர்களுடன் மல்லுக்கு நின்ற பாட்டியிடம் வில்சனின் இடுப்பிலிருந்து பிசின் போன்ற திரவம் நிற்காமல் சொட்டிக் கொண்டிருப்பதைக் காட்டிவிட்டு ஆறுதலுக்காகத் துணியைச் சுற்றிவிட்டுச் சென்றனர். பாட்டி கண்ணீர் வற்றாத முகத்துடன் தேவாலயத்திற்குச் சென்று முழந்தாளிட்டு ஜெபித்தாள். அவன் நலம் பெற்றுத் திரும்பினால் தேவாலயத்திற்குத் தங்கச் சிலுவையொன்றைச் செய்து அளிப்பதாக மனதிற்குள் கூறிய பின் சிலுவைக் குறியிட்டுவிட்டு வீடு சேர்ந்து ஜெபமாலையை உருட்டியபடியே ஓயாமல் பிரார்த்தித்து "அவனை சொஸ்தப் படுத்தி ஆசிர்வதியும் எம் ஆண்டவரே!" எனக் கூறியபடியே இருந்தாள்.

6

மேத்யூ, டேவிஸிடம் வெகுநேரம் பழைய நாட்களைப் பற்றிப் பேசிவிட்டுத் திரும்பிச் செல்கையில் இறக்கிவிடப்பட்ட கார்க்கண்ணாடியின் வழியாகச் சிகரெட் புகையை மெல்ல விட்டுத் தன் கையாட்கள் ஆபிரகாமையும் தர்மனையும் மாறிமாறிப் பார்த்து "எரும நாய்களா" எனத் திட்டி, திரண்டு வந்த கோழையை வெளியே துப்பினார். கோபத்துடன் உதட்டைக் கடித்து எரிச்சலடைந்த முகத்துடன் திரும்பி "அந்தச் சிலுவைய ஒரு மயிராண்டியும் பாக்கல்ல இல்ல?" எனக் கத்தினார். அவருக்குக் கோபம் வரும்போதெல்லாம் வசவும் வந்து ஒட்டிக்கொண்டுவிடும். எந்த ஏலம் கைதூக்கி விடும் எது தன்னைக் கீழே தள்ளும் என்பதை நிமிடங்களுக்குள்

கணக்கிட்டுக் கூறும் தீர்க்கத்தரிசி ஆபிரகாம். அவன் அறிந்திருக்கக்கூடும். அவனருகில் தர்மன் விருந்துண்ட மயக்கத்தில் இருப்பதைக் கண்டார். தர்மன், அவிழ்த்து விட்டுவிட்டு ஜாடைகாட்டினால் எதையும் யோசிக்காமல் சென்று முட்டி எறிந்துவிட்டு வந்து முகத்தை நக்கும் மாடு போன்ற குணமுடையவன்.

மேத்யூ கோபம் தணிந்தவராக "ஆபிரகாம் அதப் பாத்தியா . . . பல லட்சம் போகுமாமே" என்றார் கண்கள் மின்ன. அவன் வேகமாகப் பின்னால் ஓடும் மரங்களை அடைக்கப்பட்ட கறுப்புக் கண்ணாடி வழியாகப் பார்த்தபடி வந்தான்.

"அது ஒண்ணும் வேணாம் சார்" என ஒற்றை விரலை மேலே தூக்கிக் காட்டி "ஆண்டவருக்கு விசுவாசியா இருந்து செத்துப்போகணும். அது போதும். இந்த மாதிரி பாவத்துக்கு மன்னிப்பேயில்ல சார்" என்றான். அவனுக்கு எல்லோருமே சார்தான்.

மேத்யூ தன்னைக் கட்டுப்படுத்த முடியாமல் "உன்னோட பிரசங்கத்தக் கேட்கலடா நாயே! நீயும் உங்கப்பனாட்ட ஆயுசுக்கும் கூலி வேலை செஞ்சு சாக வேண்டியதுதான்டா! ராஸ்கல்! நான் குழிப்பறிச்சதுல உம் பங்கும் இருக்கு மறந்திராத!" என இரைந்தார்.

அவரது பெரும்பாலான மோசடிகளுக்குப் பக்க பலமாக இருந்தது அவன்தான். அப்போது சில்லறைகளுக்காகவே ஏங்கியவனாக இருந்தான். கடவுள் அன்று அவன் நினைவிலேயேயில்லை. மேத்யூவிடம் சேர்ந்து பணம் வரத் தொடங்கி, திரேஸாவை மணந்துகொண்டதும் அவள் மூலமாக ஆபிரகாமுக்கும் கடவுளிடம் பயமும் பக்தியும் வந்து சேர்ந்து விட்டிருந்தன. மேத்யூ கடவுள் பற்றி ஒரு நாளும் கவலைப் பட்டவரல்ல.

ஒன்றுக்கிருக்கக் காரை ஓரமாக நிறுத்திய சில நிமிடங் களுக்குள் மரத்தடியிலிருந்து திரும்பி வந்துகொண்டிருந்த ஆபிரகாமின் தோள்மேல் கைபோட்டு மேத்யூ தனியே கூட்டிச் சென்றார். அவன் காதில் ஏதோவொன்றைச் சொல்ல அவன் முகம் பெரும் வெளிச்சத்திற்கிடையே நிற்பது போல் பிரகாசமடைந்தது. அவன் வலு கூடின நடையுடன் பின் பக்கமாக ஏறி அமர்ந்ததும் மேத்யூ திரும்பி அவனை நண்பனைப் போலப் பார்த்தார். ஆபிரகாம் உதடு நடுங்க அவர் கையைப் பற்றினார்.

தன் மகள் பாக்கியம் தன் கைப்பற்றித் தெருவில் நடந்து வரும் சித்திரம் அவன் மனதிற்குள் வந்ததும் பரவசத்தில் அவனுக்குக் கண்கள் நிறைந்தன. அதைப் புறங்கையால் துடைத்தபடியே "எம் பிதாவே" என மனமுருகப் பிரார்த்தித் தான். நாளை காலை ஆபிரகாம் வீட்டிற்கு உருப்பெற்ற திட்டத்தோடுதான் வருவான் என மேத்யூவிற்கு உறுதியாகத் தோன்றிற்று.

கூட்டத்தில் ஃபாதர் பிரான்சிஸ் வழக்கமான சில நடைமுறை விஷயங்களைப் பேசிய பின் மேத்யூ கூறியதைச் சொல்லத் தொடங்கியதும் அதை மற்றவர்கள் அறிந்திருந்ததற் கான சமிக்ஞைகளைக் கையசைத்தும் தலையாட்டியும் வெளிப்படுத்தினர். அதைச் செயல்படுத்த மேலும் இருவர் தேவையெனப் பிரான்சிஸ் தொடர்ந்ததும், பெஞ்சமின் எழுந்து அதை மேத்யூ சரிகட்டிவிட்டாரென்றும் ஒருவர் டேவிஸ் ஜஸ்டின் மற்றொருவர் நமது பள்ளியின் துணைத் தலைமையாசிரியர் அலெக்ஸ் என்றும் தன்னிடம் நேற்று ஆபிரகாம் வழியில் மறித்துச் சொன்னான் என்றார். பிரான்சிஸ் உடனே "மேத்யூவைப் போன்றவர்கள் இப்பணியைச் செய்ய வேண்டுமா? என்றார். பெஞ்சமின் எழுந்து "அப்படியானால் நீரே ஏற்றுக்கொள்ளும்" என்றார். மற்றவர்கள் தன்னை முறைப்பதைக் கண்டு அரைமனதோடு பிரான்சிஸ் ஒப்புக் கொண்டார். அவரது சுண்டிய முகத்தைப் பார்த்து, "காம்ப்பௌண்ட் சுவர் வாசகங்களை நீர்தான் தெரிவு செய்ய வேண்டும் என நாங்கள் விரும்புகிறோம்" என்றார் மற்றொரு உறுப்பினரான ஸ்டீபன். அவர் எதுவும் கூறாமல் அக்கூட்டத்தை முடித்துச் சோர்வுடன் வெளியே வந்து கோபுரத்தின் உச்சியி லிருக்கும் கிறிஸ்துவைத் தன் கண்ணாடி வழியாக நோக்கி நின்றபோது "என்னுடைய வீடு ஜெபவீடாயிருக்கிறதென்று எழுதியிருக்கிறது. நீங்களோ அதைக் கள்ளர் குகையாக்கினீர்கள்" என்ற வேதாகம வசனம் அவர் மனத்தில் வந்து நின்றது.

ஆட்களை ஆபிரகாம் எங்கிருந்தோ கூட்டி வந்தான். அதில் வண்ணம் அடிக்கவே தெரியாத இருவரை அவன் கலந்துவிட்டிருந்தான். அலெக்ஸ் ஆபிரகாமைத் தன் அறைக்கு வரச்சொல்லி, "கோபுரத்தையும் அங்குச் சிலுவையிலிருக்கும் யேசுவையும் கிறிஸ்துவானவனைத் தவிர பிறர் தொடக்கூடாது" என மாணவனை எச்சரிப்பது போன்ற தொனியுடன் கூறினார். மேத்யூ எப்போதேனும் வந்து கண்களால் அவனுடன் பேசிச் சென்றார். அடிக்கடி அவர் வர வேண்டாம் என ஆபிரகாம் சொல்லியனுப்பினான்.

ஆபிரகாம் ஏறக்குறைய அந்தத் தேவாலயத்திலேயே கிடந்தான். கிறிஸ்துவைத் தொழுவது போல அடிக்கடி ஆல்டரின் முன் நின்று அந்தச் சிலுவையை மனதில் ஆழமாகப் பதியவைக்க முயன்றுகொண்டிருந்தான். அந்தத் திருச்சபையின் ஊழியர்கள் அதற்குள் அவனுக்கு நன்கு பழக்கமாகி விட்டிருந்ததால் அதைப் பக்தியின் வெளிப்பாடு என எண்ணி நகர்ந்தார்கள். எப்போதும் அனைத்தையும் சந்தேகக் கண் கொண்டு பார்க்கும் செலவுக்குரிய பில்களைப் பரிசோதிக்கும் அலெக்ஸ் சார்தான் அவனுக்கிருந்த ஒரே தலைவலி. அவர் உள்ளே வரும்போதே அவன் வேறுவழியாக வெளியேறி விடுவான்.

ஆபிரகாம் கண்களால் அளவெடுத்துத் தர்மனிடம் அதைக் குறித்துத் தந்து வெகுதொலைவு சென்று தங்கத்தால் மெருகிடப்பட்ட பித்தளையில், பிறருக்கு அது போலி எனத் தெரியாதவாறு, அதே போன்ற சிலுவையைச் செய்து வர அனுப்பினான். அது அதிகம் மின்னக் கூடாது என அழுத்திக் கூறியிருந்தான். பிறந்ததிலிருந்தே கை கால்கள் செயலிழந்து துவண்டு படுக்கையில் கிடக்கும் தன் மகள் பாக்கியத்தை அப்போது ஆபிரகாம் நினைத்துக்கொண்டான். தன்னைக் கண்டதும் எழ முயன்று “ஈய்ய் . . . உய் . . . ய்” எனச் சத்தமிட்டு வாயிலிருந்து நீர் வழியச் சிரிக்கும் மகளின் ஞாபகம் எழுந்தது. அவன் கண்கள் நிறைந்து மனம் நடுங்குவதை உணர்ந்தான். அவனும் திரேஸாவும் பாக்கியத்தை மாற்றி மாற்றித் தோளில் போட்டுக்கொண்டு அலைந்த அலைச்சல் கேட்பவர்களின் மனத்தை உறையச் செய்துவிடும். பாக்கியம் அவனைப் போலவே நல்ல உயரம். அவளைத் தோளில்போட்டதும் அவளது துவண்ட கால்கள் அவர்களின் முழங்கால்களிடையே மோதி, நடக்க முடியாமல் நடந்து மருத்துவமனைகளுக்குச் சென்று தோற்றுத் திரும்பிய அனுபவங்கள் ஏராளம் அவர்களுக்கு உண்டு. அப்பயணத்தில் பாக்கியத்தைக் காண்பவர்கள் செயற்கையான கருணையைக் கண்களில் காட்டித் தங்கள் குழந்தைகளை இறுக அணைத்துக்கொள்வார்கள். திரேஸா பாக்கியத்தின் வாயில் வழியும் நீரைத் துடைத்துவிட்டபடியே மௌனமாக அழுவாள். மெழுகுவர்த்தியை ஏற்றிவைத்து அதன் முன் முழந்தாளிட்டு அமர்ந்து கண்ணீர் வழிய வெகுநேரம் திரேஸா பிரார்த்தனை செய்கையில் அவள் முகம் நேரம் செல்லச் செல்ல, மேலும் கனிவு கொண்டதாக மாறியபடியேயிருக்கும். அதிலிருந்து எழுந்து உதடுகள் ஜெபித்தபடியிருக்கப் பாக்கியத்தின் கைகால்களை நீவி விடுவாள். “உம் பிள்ளைகளின் மீது கருணை காட்டும் எம்

ஆண்டவரே!" எனப் பாக்கியத்தைத் தன் மடியின் மீது போட்டுக்கொள்வாள். தட்டில் பிசைந்த சோற்றுடன் அவளை ஆபிரகாம் நெருங்கிச் சென்று அமர்வான். அவள் பருவமெய்தும் வயதை எட்டச் சில மாதங்களே பாக்கி இருப்பதாகத் திரேஸா கணக்கிட்டு அவனிடம் கூறியபோது கேட்காதவன் போல அசைவற்றுக் கூரையை வெறித்தபடி படுத்திருந்தான். இத்திட்டம் கைகூடிவிட்டால் அந்த மருத்துவச் செலவு முழுவதும் தான் ஏற்பதாக மேத்யூ அவர் அம்மாவின் பேரில் ஆணையிட்டுக் கூறியிருந்ததாலேயே ஆபிரகாம் இதை ஒப்புக்கொண்டான். அவன் மனம் அதிலேயே சுழன்றபடியிருந்தது. அவன் நின்று கொண்டிருந்த வராண்டா வாசலில் வெளிச்சம் வந்தது கண்டு நிமிர்ந்து அங்குச் செகஸ்டன் சிரித்தபடி நிற்பதை அறிந்து அதிலிருந்து மீண்டு அவனைக் கூட்டிக்கொண்டு வெளியே புகைக்கச் சென்றான்.

ஆபிரகாம் இரண்டு நாட்களாகப் பயந்துபோய்க் காய்ச்சலில் பிதற்றியவாறிருந்தான். அப்போது அவன் மனம் முடுக்கிவிடப்பட்ட யந்திரம் போல இரைச்சலிட்டபடியே இருந்தது. அவற்றின் அலையடங்கி உறங்கும் வேளையில் அவன் கனவுகளில் கண்ட காட்சிகளால் உலுக்கப்பட்டு எழுந்தமர்ந்து இருண்ட வீட்டை நோக்கியபோது திரேஸாவின் மெல்லிய குறட்டையொலி கேட்டது. அவனது மகன் அவள் மேல் ஒற்றைக் காலைப் போட்டுப் படுத்திருந்தான். பாக்கியம் போர்வையின் மேல் படுத்துக்கிடக்க அவளைச் சுற்றிலும் கொசுக்கள் பறப்பது ஜன்னலின் வழி விழுந்திருந்த வெளிச்சத்தில் தெரிந்தது. ஆபிரகாம் பாக்கியத்தை எண்ணியபடியே தன் சட்டைப்பையைத் தொட்டுப் பார்த்துக்கொண்டான்.

சர்ச்சில் ஏகதேசமாக அனைத்துப் பணிகளும் முடிவை எட்டிக்கொண்டிருந்தன. தர்மனோ மேத்யூவோ அங்கில்லை என்பதை உறுதிசெய்து தர்மன் செய்து வந்திருந்த சிலுவையை எடுத்துப் பார்த்து உள்ளே வைத்தான். பள்ளிவிடும் நான்கு மணியைக் குறித்து வைத்திருந்தான். அப்போது எழும் இரைச்சலைச் சாதகமாகப் பயன்படுத்திக்கொள்ள வேண்டுமென முடிவு செய்திருந்தான். அவன் கூட்டி வந்திருந்த இருவரிடமும் அவன் ஜாடைகாட்டியதும் அவர்கள் அடித்துக் கொண்டு சண்டையிடத் தொடங்கினர். கட்டிப்புரண்டு ஒருவன் மேல் ஒருவன் ஏறிப் பலமாக அடிகள் விழாதவாறு ஆனால் பார்ப்பவர்களுக்கு அது கைகலப்பு எனத் தோன்றும் படி குத்துகளைக் காற்றில் விரயமாக்கிக்கொண்டிருந்தனர். எல்லா வேலையாட்களும் சாரத்திலிருந்து இறங்கிவந்து

அவர்களை விலக்கப் பெரிதாக முயன்றனர். அவர்களைப் பிரிக்க வந்தவர்களில் ஒருவனை அவ்விருவரும் சேர்ந்து தாக்கத் தொடங்கினர். அப்புதியவன் அவர்களை ஆடு போலத், தலையில் முட்டிக் கீழே தள்ளினான். அங்கிருந்து எப்போதோ நழுவி ஆபிரகாம் சர்ச்சுக்குள் வந்துவிட்டிருந்தான். உள்ளே ஈக்கள்கூட இல்லாமல் வெறிச்சோடிக்கிடந்தது. சண்டை நடக்கும் இடத்திற்கு ஆட்கள் சென்றிருக்கக்கூடும். கணப்பொழுதில் அவன் அந்தக் கண்ணாடிப் பெட்டியைத் திறந்து சிலுவையை மாற்றி, வேகமாக உள்ளே அடிக்கும் மனத்துடிப்பு சமநிலைக்கு வந்தபின் ஆல்டரின் முன் முழந்தாளிட்டு மானசீகமாக மன்னிப்புக் கோரி மூன்றுமுறை வணங்கி எழுந்தான். அந்தச் சிலுவையின் கனம் அவன் நினைத்துப் பார்த்திராத அளவிற்கு இருந்தது. நிதானமாக அவன் வெளியே வந்தபோது அச்சண்டையை அலெக்ஸ் சார் முடிவுக்குக் கொண்டு வந்திருந்தார். அம்மூவரும் உடலெங்கும் மணல் அப்பி நின்றிருந்தனர்.

அலெக்ஸ் “எங்கடா போய்த் தொலஞ்ச” எனக் கத்தினார். அவரின் புறங்கையில் சாக்பீஸ்களின் வெள்ளை படிந்திருந்தது.

அவன் நிதானமாக, “பெயிண்ட் வாங்கறதுக்குப் போனங்க சார். அதுக்குள்ள இப்படி நடந்திருக்கு” எனத் தன் கையிலிருந்த புதிய பிளாஸ்டிக் பக்கெட்டை ஆபிரகாம் அவரிடம் காட்டினான்.

பைகள் தோளில் கனக்க வேடிக்கைப் பார்த்துக் கொண்டிருந்த பையன்கள் அவரது ஒரு பார்வையிலேயே அவ்விடத்தைவிட்டு அகன்று மறைந்தனர்.

“இவங்க இரண்டு பேரு கணக்கையும் முடிச்சு அனுப்பு. வேலை செய்ய வந்தானுகளா? இல்ல குஸ்தி போட வந்தானுகளா” எனப் பொரிந்து தள்ளினார். ஆபிரகாம் மௌனமாகத் தலையாட்டினான். அப்போது இன்னும் சில தினங்களில் கிறிஸ்துமஸ் என்பதை அலெக்ஸ் அவனுக்கு நினைவூட்டிச் சென்றார்.

7

தேவாலயத்தைச் சுற்றிலும் விமரிசையாக அலங்கரிக்கப் பட்டிருக்கின்றன. குழந்தைகள் பலூன் கடைகளைக் கண்டு அம்மாவின் முந்தானையைப் பற்றி இழுத்து அடம்பிடித்து வாங்கிக் கைகளில் பிடித்தபடி செல்கின்றனர். குடை

ராட்டினங்களில் ஏற வரிசைகள் நீண்டிருக்கின்றன. பெரியவர்கள், விற்பனைக்கிருந்த கிறிஸ்துவின், அன்னையின் படங்களையும் விவிலிய வாசகங்கள் பொறித்த ஸ்டிக்கர்களையும் பார்த்துவிட்டு அக்கடையில் கணநேரம் நின்று எதுவும் வாங்காமல் மனத்தில் தெரிவுசெய்துவிட்டு உள்ளே நுழைகின்றனர். அவர்களைக் கண்டதும் மேத்யூவிடமிருந்து விலகிக் கேத்ரீன் அவனை நோக்கி ஓடி வருகிறாள். பாக்கியம் தன் கைவிட்டுப்போன பலூனைப் பிடிக்க மணல் வெளியெங்கும் தன் பட்டுப் பாவாடை சரசரக்க ஓடுகிறாள். அதைப் பிடித்த பூரிப்பில் ஆபிரகாமைப் பார்த்து வட்டமிட்டு அமர்ந்து காட்டுகிறாள். வாழ்த்துக்களைப் பெற்றும் கூறியும் நலன் விசாரித்த பிறகு அவரவர் ஆடைகளைப் பிறரது ஆடைகளின் நேர்த்தியோடு ஒப்பிட்டு மனதிற்குள் பொறுமிப் பொய்யாக நகைத்து நகரும் பெண்களையும் அப்போது கண்டான். வெளியே அம்மணக் குழந்தையொன்று பலூன் கேட்டு அவள் அம்மாவின் கன்னத்தை ஓயாமல் அடித்து அழுது கொண்டிருந்தது. அவள் "பாவபட்டவங்க எஜமானே! இல்லாதவங்களுக்குச் செய்யறது ஆண்டவனுக்குச் செய்யறது தான் எஜமானே!" என மாறாத குரலில் பிச்சை கேட்டுக் கொண்டிருந்தாள். அவளுக்குச் சற்றுத் தள்ளி அழுக்கேறிய அருவருப்பான ஒருவன் படுத்துக்கிடந்தான். அவன் வண்ணச் சாக்பீஸ்களால் வரைந்திருந்த யேசுவின் ஓவியத்தில் நாணயங்கள் விழுந்தபடியிருந்தன. பாக்கியம் ஓடிப்போய் தன் கையிலிருந்த பலூனை அக்குழந்தைக்குத் தந்து அதைத் தூக்கித் தன் மடியில் வைத்துக்கொண்டாள். அது அழுகையை நிறுத்திப் பலூன் கயிற்றை வேகமாக ஆட்டியது. அது அங்குமிங்கும் அசைவது கண்டு குலுங்கிச் சிரித்தது. அதை அருகிலிருந்து கண் கொட்டாமல் பார்த்த கேத்ரீன் பாக்கியத்தைப் பிரியத்துடன் கட்டிக்கொண்டு முத்தமிட்டாள். பாக்கியம் ஆபிரகாமைக் கூட்டிவந்து அந்த யேசுவின் உருவத்தைக் காட்டினாள். அவனுக்குத் தன் செயல் எண்ணித் தாங்க முடியாத மன வேதனை உண்டாயிற்று. அவனுக்கு உள்ளே ஏதோ உடைந்து அது உடலெங்கும் பரவி, கண்ணீராக வெளியேறிற்று. கேத்ரீனும் பாக்கியமும் ஆளுக்கொரு கைப்பிடித்து அக்குழந்தையை அழைத்துச் சென்றனர். அவர்கள் நடந்த வழிகளெங்கும் அமர்ந்திருந்த நோயாளிகள், குறைப்பிறவிகள், கைவிடப் பட்டவர்கள் அனைவரையும் அவர்கள் தொட்டு சொஸ்தப் படுத்தினர். அக்குழந்தைத் திரும்பி அவனைப் பார்த்தபோது அதில் தேவகுமாரனின் முகச்சாயலை ஆபிரகாம் கண்டான்.

ஆபிரகாம் கனவிலிருந்து வியர்வை பொங்கிய உடலோடு எழுந்தபோது விடிந்திருக்கவில்லை. பாக்கியம் பாயிலிருந்து

விலகிக் கீழே வாய்பிளந்து தூங்குவது தெரிந்தது. அவன் பாக்கியத்தைக் கையெடுத்து வணங்கி வெளியே போனான். அப்போதும் சட்டைப்பையை ஒருமுறை தொட்டுப் பார்த்துக் கொண்டான்.

அந்த அதிகாலையில் பிரான்சிஸின் வீட்டு மாடிப் படிக்கட்டுக்குக் கீழே இயல்பிற்கு மாறான அமைதியுடன் அவ்வீட்டு நாய் நாக்கைச் சுழற்றித் தன் மேல் அமரும் உன்னிகளைப் பிடிக்க முயன்றுகொண்டிருந்தது. அது கேத்ரீன் சொன்னால் மறுபேச்சின்றிக் கேட்கும் என்பதை அவள் தன் அத்தையிடம் கூறியதை நினைத்துக்கொண்டான். சற்று முன் உள்ளே போன கேத்ரீன் என்னைப் பார்த்திருப்பாளா? கேத்ரீன் இன்று அணிந்திருந்த நிறத்திலேயேதான் பாக்கியமும் கனவில் அதே போன்ற உடையுடன் வந்ததை நினைத்ததும் மயிர்க்கால்கள் குத்திட்டு அது காற்றிற்கு அசைந்து ஆபிரகாமிற்குப் புல்லரித்தது. சிறிது நேரத்திற்குப் பின் அழைப்பு மணியை அழுத்திவிட்டு அமைதியாக நின்றான். அது மெல்லிய இசையாக வீட்டினுள் ஒலித்தது. புதிய உடையுடனும் கலங்கிய கண்களுடனும் ஜேம்ஸ் வந்து கதவைத் திறந்து ஆபிரகாமைக் கண்டதும் சிரித்து “உள்ள வாங்க” என்றான். அக்குரலை அக்கனவில் கேட்டது போலவே ஆபிரகாமிற்குத் தோன்றிற்று. ஆமாம். பாக்கியம் யேசுவின் ஓவியத்தைக் காட்டியபோது தேவாலயத்திற்குள் பாடிக்கொண்டிருந்தது இவன் தானோ? அக்கனவில் தனக்கருகில் நின்றிருந்தவர்களில் பலரும் அக்குரலைக் கேட்டுத் தேவாலயத்திற்குள் நுழைந்ததை நினைவுபடுத்தித் தலையாட்டிக்கொண்டான். ஆபிரகாம் வீட்டினுள் நுழைய மனமின்றி வெளியிலேயே நின்றான். பிரான்சிஸ் அவனைக் கண்டதும் “கிறிஸ்துமஸ் வாழ்த்துக்கள்” என்றார் புன்னகையுடன், தன் வயிற்று வலியை மறைத்தபடி. ஜேம்ஸும் அவனது அம்மாவும் அவனுக்கு வாழ்த்துக்கள் கூறி, அவரிடம் மாத்திரைகள் உள்ள இடத்தைச் சுட்டிவிட்டுச் சர்ச்சை நோக்கி வேகமாக நடந்தனர். ஆபிரகாம் அப்படியே அவர் காலில் விழுந்து குலுங்கி அழுதான். அவர் பதறிய முகத்துடன் “யாருக்கேனும் உடல்நிலை சரியில்லையா” என்றவாறே அவனைத் தூக்கி நிறுத்தினார். அவன் தலை குனிந்து எதுவும் பேசாமல் தன் சட்டைப் பையிலிருந்து தங்கச் சிலுவையை எடுத்து அவரிடம் தந்தும் “மன்னியுங்கள் ஃபாதர்” எனக் கதறி அவர் கையை எடுத்துக் கண்ணில் ஒற்றிக்கொண்டான். அவருக்கு அந்த அதிர்ச்சியிலிருந்து மீளச் சில நிமிடங்கள் தேவைப்பட்டன. அவன் அழுதும் தேம்பியும் அரற்றியும் நா குழறிப் பேச முயன்றது எதுவும்

அவருக்குப் புரியவேயில்லை. அவர் அவனை ஒரு கணம் நேர்நிறுத்திப் பார்த்து அப்படியே தழுவிக்கொண்டார். ஆபிரகாமின் கண்ணீர் தன் தோளின் மேல் படர்வதை உணர்ந்து நெகிழ்ந்து அவன் முதுகைத் தட்டித் தந்து, தேற்ற முயன்று, "நீதியினிமித்தம் துன்பப்படுகிறவர்கள் பாக்கியவான்கள். பரலோக ராஜ்யம் அவர்களுடையது" என்றார். அவன் தலைதூக்கிப் பார்த்தபோது எதிர்ச் சுவரிலிருந்த படத்தில், வெள்ளை அங்கியைச் சிவப்புச் சால்வைச் சுற்றியிருக்க இரு கைகளையும் அணைத்துக்கொள்ள அழைப்பது போல நீட்டியவாறு கனிந்த முகத்துடன் நிற்கும் யேசுவைக் கண்டான். தன் மீது பொழியும் அந்தக் கண்களிலிருந்த கருணையைக் கண்டு, தன் கண்களைத் துடைத்தபடியே ஃபாதர் பிரான்சிஸை ஆபிரகாம் மேலும் இறுகத் தழுவிக்கொண்டான்.

காலச்சுவடு, நவம்பர் 2010

அரூப நெருப்பு

ரசத்திற்குள் சோற்றுப்பருக்கைகள் மிதக்கப் பாதித் தட்டில் நிரம்பியிருந்த அதன் சாறைக் கைகளால் தூர் வாரி ஒன்று சேர்த்துப் பிழிந்து, கிட்டிய பருக்கைகளை அவளைப் பார்த்தபடியே மென்றேன். நாகு, என் தொடையில் பலமாக அடித்துச் "சத்தம் போடாம சாப்புட்றா . . . ஏன்டா பன்னி மாறி சாப்பிடும்போது சப்சப்னு சவுண்ட் கொடுக்கற" என்றான். அவன் டீயைக் கழுநீர் குடிக்கும் மாடுபோல உறிஞ்சிக் குடிப்பதை எண்ணிக்கொண்டேன். விஜயா அசையாமல் நின்றுகொண்டிருந்தாள். அவள் உதடு மட்டும் எதையோ கணக்கிடுவதுபோலப் பதற்றத்துடன் துடித்தது. உள்ளே அப்பாவின் அறையிலிருந்து பசிய இலையின் வீச்சம் காற்றுக்கு வேகமாக வந்து தாக்கிற்று. பிருஷ்டத்தில் சூட்டுக் கொப்புளம் வந்து அவரை மேலும் படுத்திக் கொண்டிருந்தது. அக்கதவை அடைத்துவிட்டு வேகமாகச் சமைய லறைக்குள் சென்று திரும்பிய அலமேலு அம்மா, "ஏன்டீ சிலை மாதிரி நிக்கற?" என்று அவளைத் தள்ளி விலக்கிவிட்டு வந்து மீன்துண்டுகளை அவர்களுக்கு வைத்தாள். தலைதூக்கிப் பார்த்ததும் "தீஞ்சு போச்சுடா கணேசு" என்றாள். நாகு பொன்னிறத்தில் முறுகலாகத் தன் தட்டில் குப்புற விழுந்து கிடக்கும் மீனை லாவகமாகப் பிட்டு கண்ணை மூடிச் சுவைத்தான். பின்னே, அவள் மகன் அல்லவா! நான் ஒண்டட வந்தவன்தானே?

விஜயா நாகுவிடம் எதையோ கூற எண்ணி வாய் திறந்து, என்னைக் கண்டதும் எச்சில் தட்டுகளை ஒன்றின் மீது ஒன்றாக அடுக்கி எடுத்துக்கொண்டு வெளியே போனாள்.

ஈர்க்குச்சியைச் சிறுதுண்டாக உடைத்துப் பல்லைக் குத்தி நாக்கால் துழாவியபடியே விஜயாவை நோக்கி “யேன்ன் நாள் தள்ளிப் போயிருச்சா?” என்றேன். அவள் மலைத்து நின்று என்னைப் பார்த்தபோது வேண்டுமென்றே அவள் கண்களை ஊடுருவுவது போல நோக்கினேன். “கணேசா” என்றாள் தழுதழுத்த குரலில். நான் நன்றாகச் சாய்ந்து “சொல்லு குட்டீ” என்றேன் உதடுக்குள் புன்னகையைத் தேக்கியபடி. நான் செல்லம் வைத்து அழைப்பதை அவள் வெறுக்கிறாள் என உணர்ந்ததும் அவளை இம்சிக்கவே குரலில் குழைவுடன் அவ்வாறு அழைத்தேன். அதில் சீண்டப்பட்டவளாக “ஆமாண்டா, நீ பாடையில போறதுக்கு நாள் தள்ளிப் போயிடுச்சு” என்றாள். உற்சாகமாய் நிமிர்ந்து “அடிச்சக் கேன்னானாம்! என்னோட கருமாதிக்காவது நல்லா மீன வறுத்து வைய்டீ” என்றேன். உள்ளே சாமான்கள் விழுந்து புரளும் சத்தம் கேட்டது. “த்தூ” என வராத எச்சிலைத் துப்ப முயன்றாள். என் மீது அது தெறித்ததில் கோபமுற்று, அதை வெளிக்காட்டாமல் “குட்டீயோட எச்சிலையும் அமுதமா நெனைக்க நானொன்னும் நாகு இல்ல” என்றேன். “விஷம்டா கணேசா, உன் ஒடம்பெல்லாம் விஷம்” என்றாள் கண்களை அகலத் திறந்து. “என்னோட உடம்பப் பத்தி உனக்கெப்படிடீ தெரியும். அதுக்குத்தான் ஒருத்தன் உனக்கு இருக்கானே” என்றேன் இளக்காரமாக. அம்மா இருவரையும் நின்று பார்த்துக் கடந்தபோது அவள் கண்மணிகள் பயந்த சுண்டெலி போல அங்குமிங்கும் அலைந்து, என்னை அங்கிருந்து அகற்ற விளக்குமாறை எடுத்து இல்லாத குப்பையைப் பெருக்கித் தள்ளினாள். கைலியின் பின்புறம் ஒட்டிய குப்பை யைத் தட்டியபடியே மெல்ல எழுந்து அவளை நோக்கிக் குனிந்து “எப்போ கௌம்பறீங்க?” என்றேன். அவள் சீமாரைக் கீழே போட்டுவிட்டு உள்ளே ஓடினாள்.

விஜயாவை அப்பா கூட்டிக்கொண்டு வந்து நிறுத்திய பின்மாலையில் மழை பெய்து ஓய்ந்து சொட்டிக்கொண் டிருந்தது. பெரும் சிரமப்பட்டு அம்மாவிடம் அப்பா விஷயத்தை அவிழ்த்தபோது தன் தலையில் இரு கைகளாலும் ஓங்கி ஓங்கி அடித்துக்கொண்டு அம்மா கதறினாள். நாகு, அப்பாவை எரிப்பது போலப் பார்த்தான். அவன் அம்மாவிடம் சென்று “இந்தாம்மா” என ரூபாயைத் தந்து “போயி மருந்து வாங்கிட்டு

வா. குடிச்சிட்டு இப்படியே செத்துப் போயிரலாம்” என்றான். அப்பா முடிவுக்கு வந்தவர் போல விஜயாவை உள்ளறையில் அமரச் செய்துவிட்டு வெளியே வந்து நடுங்கும் தன் கைகளால், அம்மாவின் கைகளைப் பற்றி மௌனமாகத் தலை கவிழ்ந்து நின்றார். அவள் முகத்தைப் பட்டெனத் திருப்பிக் கைகளைத் தட்டிவிட்டாள். எனக்குச் செய்தி எட்டி மூச்சு வாங்க நடந்துவந்து சேர்ந்தபோது வீட்டின் ஜன்னல்களுக்கருகிலும் கதவுகளுக்குப் பக்கத்திலும் பெண்கள் கூட்டமாக நின்று குசுகுசுத்துக் கொண்டிருப்பதைக் கண்டேன். அம்மா சவக்களை படிந்த முகத்துடன் “நீயேன்டா ராஜா சாகற? அசிங்கத்த மிதிச்சவங்களே அதய வாயிக்குள்ள உட்டுக்கும்போது நமக் கென்னடா?”என்றாள். நான் உள்ளே நுழைந்ததும் வீட்டின் தோற்றத்தைக் கண்டு பெரும் நிம்மதியுடன் நாகு அமரும் நாற்காலியை நோக்கிச் சென்று அமராமல் தூணோடு சேர்ந்து சாய்ந்து அமர்ந்தேன். நாகு சுண்டிய முகத்துடன் அமர்ந் திருந்ததை ரசிக்கும் இடைவெளியில் குறுக்கிட்ட “கணேசா, உங்கப்பஞ் செஞ்ச காரியத்தப் பாத்தியாடா” என்ற அம்மா வின் பெருங்குரலுக்குப் பதில் சொல்ல எழுந்தேன். வீட்டிற்கு வெளியிலிருந்து குரல்களின் சலசலப்பு கேட்டவுடன் தெருவே கேட்கும் குரலில் “இங்கயென்ன என்னோடத அறுத்து வச்சிருக்குன்னு, அதைய பாக்கறதுக்காடீ தொண்டு முண்டை களா இப்புடி அலையறீங்க? அவ அவ பொழப்புக்குள்ள அடிக்கற நாத்தம் எனக்குத் தெரியாதுன்னு நெனைச்சீங்களா?” என்றாள். அப்போது பட்டுப்போன மரத்தின் கிளையொன்று முறிவது போன்ற ஒலியுடன் கதவு மெல்லத் திறந்தது. அவள் குரல் அப்படியே அடங்கி மூச்சிரைப்பு மட்டும் பலமாக வெளிப்பட்டது. ஒரு சிறுவன் உள்ளிருந்து வந்த அதட்டலுக்கு நிற்காமல் அலமேலு அம்மாவின் அருகில் வந்து “அவ்வா” என்றான். மூவருமே அக்கணத்தில் உறைந்து போனோம். எனக்குள்ளேயே “மனவாடா!” எனக் கூறிக்கொண்டபோது அம்மாவும் அதையே உச்சரித்திருக்கக்கூடும் என உதடுகளின் அசைவு காட்டியது. அம்மா முகத்தைத் திருப்பித் தெலுங்கில் கூசும்படியான வசவொன்றை எங்கள் மூவருக்கும் கேட்கும் குரலில் சொன்னாள்.

அப்பா, அம்மாவை நோக்கிப் பலமாக ஒரு எட்டு வைத்து அம்மாவின் கண்களிலிருந்த கனலைக் கண்டு அப்படியே தன் குரலை இறக்கி “அலமேலு . . . அலமேலு” என மன்னிப்புக்காக இறைஞ்சி நின்றார். அவர் பக்கம் திரும்பாமலேயே “பையன் தலையெடுத்து நிக்கிறான். இந்தாளுக்கு கூத்தியா கேட்குதா?” என்றாள் என்னை நோக்கி.

உள்ளிருந்து விஜயா சூறைக் காற்று போல நொடியில் அம்மாவின் எதிரில் வந்து நின்று பேச வாயெடுப்பதற்குள் “போடீ உள்ள” என அப்பா விஜயாவைப் பார்த்துக் கத்தினார். அவள் அச்சிறுவனை இழுத்துச் சென்று பலமாக அடித்தாள். அவன் அவளிடமிருந்து விடுபட்டு அழுது வீங்கிய முகத்துடன், அலமேலு அம்மாவின் பக்கமாகச் சென்று வயிற்றைப் பிடித்துச் சோர்வாக, “ஆயிலிகனி” என்றான். அம்மா நிலைதடுமாறி நாகுவின் முகத்தைப் பார்த்தாள். நாகு ஏற்றுக்கொள்வானோ? என ஒருகணம் அஞ்சினேன். “பட்டினியில சாகட்டும்” என்று கறுவினான். நாகு, அப்பாவின் முன்னால் தலையைக் கூடத் தூக்கத் துணிவற்றவன். அவர் முன்னாலேயே இப்படித் துள்ளுகிறான். அளவற்ற மனநிறைவுடன் அச்சிறுவனை நோக்கி “இக்கட ராரா” என்றேன். காத்திருந்தவன் போல, நாகுவின் கூரிய பார்வையை அலட்சியம் செய்தவனாக வந்து என் மடியில் அமர்ந்துகொண்டு மீண்டும் அதையே சொன்னான். அந்நொடியில் பால்ய நினைவுகளின் சுழலில் சிக்கித் தவித்துக் கரையேறி அங்கு வந்து சேர்ந்தேன். ரேக்கின் தடுப்புக் கண்ணாடியை நகர்த்தி இரண்டு பழங்களை அவனுக்குத் தந்து “நீ பேரேமிரா?” என்றபடியே அவனை மடியில் நன்றாக இருத்திக்கொண்டேன். “வெங்கடகிருஷ்ணன் மாமா” எனக் கூறியதும் அவளது அம்மா இருந்த அறையை அச்சத்துடன் பார்த்துவிட்டு “வெங்கி மாமா, வெங்கி மாமா” என்றான். அது அப்பாவின் அப்பாவுடைய பெயராயிற்றே? அம்மாவின் உடல் கோபத்தால் நடுங்கியது. அங்கு நிற்கக் கூசியவளாக உள்ளே வேகமாகப் போனாள். “சரி . . . சரி அதி அவ்வா காதுரா . . . நீ பெத்தம்மா” என்றேன் நாகுவுக்குக் கேட்கும் படியாக. அவன் எனக்கருகாக வந்து “இப்போ இந்தத் தாயோலியக் கொன்னாலும் என்னோட ஆத்திரம் அடங்காதுடா” என்று தமிழில் கத்தினான். அந்தப் பையனை இறுக அணைத்தபடி “ஒரு மயிரும் புடுங்க முடியாது போடா” என்றேன். நாகு அந்தப் பதிலடியை ஒரு அடிமையிடமிருந்து எதிர்பார்த்திருக்கவேயில்லை என்பதை அவன் முகத்தில் வெடிக்கும் நெருப்பில் அறிந்தேன். அவன் விடுவிடுவென வெளியே சென்றான். “ஐயோ . . . ஐயோ” என அப்பா இப்போது தலையிலடித்துக் கொண்டு அழுதார். அம்மா அங்குப் பார்க்காமல் தன்னருகே வரும் பூனையின் மேல் கைக்குக் கிட்டிய எச்சில் தம்ளரை எடுத்து வீசினாள். அது பயந்து கண்களை ஒருமுறை அகலத் திறந்து சிமிட்டிய பிறகு வெளியே குதித்து ஓடிற்று. அப்பா கலைந்த தலைமுடியை ஒதுக்காமல் வெளியே போனார். அப்போது தன் முதுகுக்குப் பின்னே தெருவே திரண்டு கேலி செய்வதாக எண்ணிக்

கொண்டார். அவர் தலை தாழ்ந்து தன் காலடிகளுக்குச் சற்றுத் தள்ளி விழும் தன் நிழலைப் பார்த்துக் காறித் துப்பினார்.

வெங்கி இரண்டாவது பழத்தையும் சாப்பிடுவதற்குள் "இந்த வூட்ல நிம்மதிய கெடுத்துட்டியேடி பாவி முண்ட" என விஜயாவின் அறையை நோக்கி ஆங்காரமாகக் கத்தி இரத்தக் கொதிப்பு உச்சத்திற்குச் சென்று அம்மா மயங்கி விழுந்தாள். மாத்திரைகள் தந்து படுக்கச் செய்த பிறகுகூட உள் அறையில் எந்தச் சலனமும் ஏற்படாதது கண்டு விஜயாவை எண்ணி அஞ்சினேன். நாகுவை ஒடுக்க இவளைப் போன்றவள் தான் வேண்டும் என நினைத்தபடியே வெங்கியைத் தூக்கித் தோள்மேல் போட்டுக் கொண்டு சந்தோஷத்தில் குதித்துக் குதித்து அவனுக்குச் சிரிப்பு மூட்டினேன்.

அம்மாவுக்கும் விஜயாவுக்கும் மௌன யுத்தமே நிகழ்ந்து கொண்டிருந்தது. அவளது புடவைகளை வீட்டின் பின்புறமாக அலசி உலர்த்தியது கண்டு அவைகளின் விலை பற்றிய ஐயத்தை ரசம் வாங்க வந்த புவனாவிடம் கேட்டு அம்மா மலைத்துவிட்டாள். அப்பா ஒருநாளும் அம்மாவிற்கு அது போன்ற வாழ்வை அளித்தவரல்ல. அம்மாவின் கத்தல்கள் எதையுமே கேளாதவள் போல உள்ளறையில் மொறு மொறுப்பாகக் காய்ந்துபோன அப்புடவைகளை விஜயா மடித்துக்கொண்டிருந்தாள். விஜயாவின் மௌனம் உடைந்த அன்று அம்மாவுக்கு மேலும் கூடுதல் சத்துள்ள இரத்தக் கொதிப்பு மாத்திரைகளை வாங்க வேண்டியிருந்தது. அவர்கள் இருவரும் ஜாடைப் பேச்சுகளில் அப்பாவையும் அவரவர் கணவன் அந்தரங்கத்தையும் நிர்வாணமாக உரித்து வதம் செய்தனர். காத்திருந்த காதுகள் அவைகளில் மேலும் சில சங்கதிகளைச் சேர்த்துப் பொடி தூவித் தெருவெங்கும் உலவவிட்டன. அதற்குப் பயந்து நாகு குறுக்கு வழியில் வீட்டிற்கு வந்து செல்லத் துவங்கினான். அவன் தொட்ட தொழில்கள் எல்லாம் அவனைக் கைவிட்டன. அந்த எரிச்சலில் ஒருநாள் அம்மாவை நாகு அதட்டி அடக்கினான். பின் ஆச்சரியமாக விஜயாவும் அமைதியாகிவிட்டாள்.

அம்மா குளிர்க்காய்ச்சலில் விழுந்து வீடு அலங்கோலமாக மாறிக்கொண்டிருந்த வேளையில் விஜயா உள்ளறையிலிருந்து தனது எல்லைகளை மெல்ல மெல்ல விரிவாக்கி வீடு முழுக்கக் கையில் எடுத்துக்கொண்டாள். வெளியே உண்டபடியே சில நாட்கள் நீடித்த நாகுவின் ரோஷம் வயிற்றைப் புரட்டிய இரவோடு முடிவுக்கு வந்தது. நான் அம்மாவுக்கு மாத்திரை கள் வாங்கி வீட்டினுள் நுழைந்த சமயத்தில் விஜயாவால்

அரூப நெருப்பு — 43

சமைக்கப்பட்டு மூடிவைக்கப்பட்ட தட்டுகளை விலக்கி நாகு உண்பதைக் கண்டு, அவன் என்னைப் பார்ப்பதற்குள் அகன்றுவிட்டேன். நாகுவின் நாக்கு அறிந்திராத ருசியுடன் விஜயாவின் கைவண்ணம் இருந்தது. அம்மாவின் மறதி அவளது சமையலைப் பசிக்கானதாக மட்டும் ஆக்கியிருந்தது. வெளியே கூறாமல் நாகு தனக்குள்ளாக அச்சமையலைச் சிலாகித்தபடி யிருந்தான். வெங்கியைக் கண்டுவிட்டால் மட்டும் நாகு சீறினான். அது ஏன் என அவனுக்கே குழப்பமாகயிருந்தது. பின்னர் அறிந்தான். நேற்றுவரை தன்னுடையவையாகயிருந்த அனைத்திற்கும் கூறுபோட்டு இரண்டாக்க, திடீரென முளைத் தவன் அவனென. "தேவிடியாப்பையா" என முனகினான். அக்கணமே விஜயாவின் சமையலில் முடி விழுந்துகிடந்தது துல்லியமாக நினைவில் எழுந்தது. "த்தூ" என்றான். அம்மா எப்போதும் சுத்தக்காரி. இந்த இரு நாய்களையும் உடனே விரட்டவேண்டும் என யோசிக்கத் தொடங்கினான். அவன் உள்மனதிற்குத் தெரியும். அதைத் தான் செய்யப் போவ தில்லை என்பதும், அவளது புன்னகைக்காகக் காத்திருப்பவன் தானே நான் என்றும். நோயிலிருந்து மீண்டு அம்மா வந்த பிறகு அம்மாவுக்கும் விஜயாவுக்குமிடையே இருந்த சினமும் மௌனமும் தயக்கமும் மெல்ல அழிவதைக் கண்டேன். கழுத்து மூடிய கோட்டுடன் தலைப்பாகை வைத்து நிற்கும் தாத்தா வின் புகைப்படத்துக்குக் கீழே தன் பெயர் இருப்பது கண்டு வெங்கி துள்ளித் திண்ணையிலிருந்து கீழே குதித்துக் கால் சுளுக்கி அழுதது கேட்டு அம்மா பதறியபடியே ஓடிவந்து அவனைத் தூக்கித் தன்மேல் போட்டுக்கொண்டாள். விஜயா எவ்விதக் கூச்சமுமின்றிச் சிரித்தவாறே வந்து அம்மாவின் கையிலிருந்த கரண்டியைக் "கொடுங்கக்கா. நா பாத்துக்கிறேன்" என வாங்கி சமையற்கட்டினுள் நுழைந்தபோது ஒரு அதிகாரம் நுட்பமாகக் கைமாறிவிட்டிருந்ததை உணர்ந்து திடுக்கிட்டு நின்றேன். அவளது ஜாதியும் குலமும் அறிந்து கொண்டபிறகு அம்மாவோடு பூஜையறை வரை சென்று வரத் தொடங்கினாள்.

அம்மா இல்லாத வேளைகளில் நாகு விஜயாவோடு சிரித்தபடி பேசுவதும் அவள் அருகிலுள்ளபோது இருவருமே தரை நோக்கிக் கண்களைத் தாழ்த்திக் கொள்வதுமாக இருந்தனர். விஜயா என்னை ஒரு பொருட்டாகவே மதிக்கவில்லை. அம்மாவே சொல்லக்கூசும் வேலைகளுக்கு அனுப்பினாள். அவள் தைக்கத் தந்திருந்த ஜாக்கெட்டுக்கு அளவு ஜாக்கெட் டாகச் சாயம் போகத் தொடங்கிய ஒன்றைக் கொடுத்து "முதுகுல கொஞ்சம் கீழிறக்கச் சொல்லு. பட்டன் வேண்டாம், ஊக்குப் போதும். கையக் 'கொஞ்சம் மேல ஏத்தி டைட்டா

தைக்கச் சொல்லு" என்றாள். கோபத்துடன் தலைதூக்கியதும் அவள் அங்கிருந்து எப்போதோ சென்றுவிட்டிருப்பதை உணர்ந்தேன். "தேவிடியா முண்ட" என மனதிற்குள் திட்டிய படியே வெளியே ஆளற்ற இடத்தில் அதை விரித்து நோக்கினேன். அதற்குள் நெரியும் முலைகள் மனக்கண்ணில் வந்து நின்றன. அவளது இளமையும் அழகும் அவள் சிற்றன்னை என்பதை மறக்கச் செய்திருந்ததை உணர்ந்தேன். அப்போது நாகுவின் தங்கை வாணியின் ஞாபகம் மேலெழுந்து வந்தது. சூட்டுக் காலோடு நகர முடியாமல் கிடக்கையில் நாகுவின் மிரட்டலை யும் மீறி மருந்திட்டவள் அவள். பதின்பருவத்தில் நான் அவளை மோகித்து அலைந்தபோது நெடுநாள் காத்திருப்புக்குப் பின் உப்புச் சுவையூறிய உமிழ்நீரை அவள் வாயினுள் இருந்து உறிஞ்சி முத்தங்கள் பரிமாற அனுமதித்தாள். அப்போது வாணி யின் விரைத்த மார்பகங்களைத் தழுவித் தழுவி மேலும் சூடேற்றினேன். பின் தொடுகைகளும் முத்தங்களும் அணைப்பு களுமாக அது தொடர்ந்தது. அடுத்தகட்ட நகர்வுக்குச் செல்ல அவள் அனுமதிக்கவில்லை. வாணி மணமாகி வழியனுப்பப் பட்ட அன்று அழுது சிவந்த கண்களோடு நின்றிருந்த என்னை நோக்கிப் "பொட்டியத் தூக்கி டிக்கீல வையி" என்றாள் சாதாரணமாக. நான் கற்பனையில் அவள் மேல் காறி உமிழ்ந்து மிதித்துக்கொண்டிருந்தேன். அப்பாவின் குரலுக்கு மீண்டு அந்தப் பைகளை வைத்துவிட்டுப் பலவீனமானவனாக நின்று கொண்டேன். வாணி அவள் கணவனுடன் வெளிநாடு செல்லக் காரினுள் அமர்ந்து அனைவருக்கும் தலையாட்டிப் புன்னகை யுடன் விடைபெறும்போதுகூட என் பக்கமே அவள் தலையைத் திருப்பவில்லை. அந்த வடு தீக்காயம் போல அழியாமல் பளிச்சென என் மனதில் கிடக்கிறது. விஜயா கொடுத்த அந்த மஞ்சள் ஜாக்கெட்டை கண்ணை மூடி அழுத்தியபோது வாணியின் "ஸ்ஸ் . . . ம்மா . . . மெதுவாடா" என்ற கிறங்கிய குரல் என்னுள் ஒலித்தது.

அப்பா – அப்படித்தான் எனைப்பெற்ற அம்மா சொன்னாள் – உள்ளே நுழைந்ததும் அவர் வாங்கி வந்திருந்த பொட்டலங்களை என்னிடம் பிரியத்துடன் கொடுப்பார். அப்போது அவரின் வயிற்றின் மேல் என் நெற்றி முட்டும் அளவு நெருங்கி, முளைக்கத் தொடங்கிய அரை பல் காட்டிச் சிரிப்பேன். அவரும் புரிந்துகொண்டு தரும் சில்லறைகளை மீண்டும் மீண்டும் எண்ணிப் பார்த்து வெளித்திண்ணையில் கிடப்பேன். அவர் வந்தபின்தான் பூனை உறங்கிய அடுப்படி புழக்கத்திற்கு வந்தது. மேல்ச்சட்டையின்றித் திரிந்து பையன் களின் கேலியையும் அடியையும் சட்டை செய்யாமல் தின்

பண்டங்களுக்காக அவர்களின் வாய் பார்த்து நின்ற நாட்கள் முடிவுக்கு வந்தன. என் கிழிந்த அரை நிஜாருக்குப் பின்னால் தபால் போடக் கத்தியபடியே ஓடி வருபவர்கள் இல்லாமல் ஆயினர். அம்மா என்னை அடித்துத் துன்புறுத்தும் குணத்தைக் கைவிட்டாள். இந்த அப்பா வீட்டிற்குள் நுழைந்ததும் தரித்திரம் பின்வாசல் வழியாக ஓட்டமெடுத்துவிட்டிருந்தது. ஆனால் அவர் வந்தாலே அம்மா என்னை வெளியேற்றிவிடுகிறாள். அன்று வருமானத்துக்கு அவர் வாங்கித் தந்திருந்த பசுமாடு களை நனைந்தபடியே மேய்த்துவிட்டு வந்து முளையில் கட்டி வீட்டினுள் நுழைந்ததும் அம்மா அவருடன் கிடந்த கோலத்தைக் கண்டு உலுக்கப்பட்டு, எதுவும் பேசாமல் பேய் மழையில் வந்து சத்தமிடாமல் நின்றேன். இறந்துபோன என் அப்பாவுக் காகத் தேம்பித் தேம்பி அழுதேன். அது மழைநீரில் விழுந்து கரைந்து ஓடிற்று. அம்மாவைப் புரிந்துகொள்ளத் துவங்கினேன். வயதுக்கு மீறிச் சென்ற யோசனைகளை எண்ணி ஒருகணம் நானே வியந்து போனேன். பிறகு எப்போதும் அப்பா சென்ற பிறகே வீட்டினுள் நுழைவதை வழக்கமாக்கிக் கொண்டேன். அவள் என்னைக் கட்டிக்கொண்டு அழுவாள். அப்போது அவள் குளித்துவிட்டு வந்திருப்பதை அறிந்து அவளை விலக்கி விட்டு அப்பா வாங்கிவந்திருந்த பொட்டலங்களைப் பிரித்து நொறுக்கித் தள்ளுவேன். அவளுக்குக்கூட அதில் மிச்சம் வைக்க எண்ணியதில்லை. உறங்கும்முன் இருளில் என் முகத்தைத் துழாவி இரு கைகளால் ஏந்தி, “பத்திரமா பொழச்சுக்க சாமி . . . யாரோட நிழலையும் நம்பாம பொழச்சுக்க கண்ணு” என அவளோடு சேர்த்து அணைத்துக்கொள்வாள். அவள் என் முதுகைத் தட்டிவிட்டபடி ஏதேதோ கூறத் தொடங்குவாள். நான் எப்போதோ உறங்கிவிட்டிருப்பேன்.

நடுக்கூடத்தில் அமர்ந்து அலமேலு அம்மா சொல்லும் அடுத்த வீட்டுக் கதைகளுக்கு வெங்காயத்தைத் தொலித்தபடி விஜயா “ம்” கொட்டிக்கொண்டிருந்த முன்மதியத்தில் கோவிந்தன் வாசலில் நிற்பது கண்டு இருவரும் எழுந்தனர். விஜயாவை அவர் நேர் கொண்டு நோக்காமல் அலமேலுவிடம் பிரயாணப் பையைத் தந்துவிட்டு அவள் உள்ளே போனதும் விஜயாவின் கன்னத்தைத் தட்டியபடியே சட்டையைக் கழற்றித் தந்தார். வெங்கியை விஜயாவிடம் கேட்டபடியே அந்த நாற்காலியில் அமர்ந்து கண் மூடினார். சர்க்கரை அவரது சக்தியை உறிஞ்சி விட்டிருந்தது. வீட்டில் விஜயாவை விட்டுவிட்டு வடக்கே சென்று சுற்றியலைந்து இருவாரம் கழித்து அப்பா மொட்டைத் தலையோடு திரும்பியிருந்தார். மேலிருந்து நான் கீழே போடும் இளநீர், அதிர விழுந்து உருள்வது கண்டு கைத்தட்டிச் சிரித்துக்

கொண்டிருந்த வெங்கி அப்பாவைக் காண ஓடினான். பின் தொடர்ந்து சென்று, உடலில் வழியும் நீரைத் துடைத்தபடியே “உங்க மேலதான் உசிரா இருக்கான்” என்றவாறே விஜயாவை மெல்ல நோக்கினேன். அவர் ஆமோதிப்பது போலத் தலை யசைத்தார். அவள் வெடுக்கென மறைந்தாள். வெங்கி அவரிடம் “கணேசன் ரொம்ப நல்லவம்பா” என்றான் அவரின் கழுத்தைக் கட்டியபடி.

“டேய், அவன் உங்கண்ணன்டா வெங்கி” என்றார்.

“கொழந்த தானுங்க அப்பா” என்றேன். பூரிப்புடன் என்னை நோக்கி “கணேசன் அப்பாவிடா வெங்கி” என அவனை முத்தினார். அப்போது உள்ளே பாத்திரங்கள் மடமடவென விழுந்து உருண்டு அடங்கிற்று. கிணற்றடியில் நீர்வாளி இறைத்துக் கால் கழுவும் சத்தம் கேட்டதும் வெங்கி அவர் மடியிலிருந்து நழுவி என் நிழலுக்கடியில் ஒதுங்கினான். கோவிந்தனைப் போலவே நாகுவும் நல்ல உயரம். முன் தாழ்வாரத்தில் அவனால் தலை மோதிக்கொள்ளாமல் நுழைவது சிரமம். அலமேலு அம்மாவின் நிறம் அவனுக்கு. நான் கறுப்பிலும் களையாக இருப்பதாக வாணி சொல்வாள். சுருள் சுருளான முடிகளை எண்ணெய் போட்டு வாரி ஒதுக்கியிருந்ததில் அது நாகுவின் முகத்திற்கு மினுமினுப்பை ஏற்றியிருந்தது. அவனைக் காண அப்பா அருகில் சென்று நின்றதும் அவன் உடல் கோபத்தால் துடிப்பதைக் கண்டு அவன் கையைத் தொட்டார். அவர் அப்படிச் செய்யக்கூடியவரே அல்ல. நீண்ட பல நாட்களுக்குப் பிறகான அவரது ஸ்பரிசம் சூட்டுக்கோலை நீரில் முக்கி எடுத்ததுபோல அவனைக் குளிர்வித்தது. இருவருமே எதுவும் பேசிக்கொள்ளவில்லை. மௌனம் எவ்வளவு ஆழமும் குரூர மும் கொண்டது என உணர்ந்தனர். ஆறாத வசவுச் சொல்லை விடவும் மௌனம் வஞ்சகம் நிரம்பியது எனக் கோவிந்தன் உணர்ந்த தருணம் இது. ஈயக்குண்டு போலக் கனத்து வந்த அந்த நிமிடங்களை உடைத்து அவர் “நாகு” என்றார் தழுதழுத்த குரலில். முதன்முறையாக அவரை நேருக்குநேர் நோக்கினான். அவர் தலைகவிழ்ந்து நின்றார். அவர் ஏதோ சொல்ல வாயெடுப்பதற்குள் கதவைப் படீரென அறைந்து விட்டுச் சென்றான். அப்படியே வெகுநேரம் சுயபோதமற்றுக் கோவிந்தன் நின்றுகொண்டிருந்தார். பின் அவர்கள் ஒரு சொல்கூட எப்போதும் பேசிக்கொண்டதில்லை.

நாகு அன்று வீட்டிலேயே கிடந்தான். அவன் தொடங்கிய கெமிக்கல் வியாபாரம் அவனைக் கைவிட்டுவிடும் நிலையில் இருந்தது. அனுபவமின்மையா? அல்லது வணிகத்தில் சூழ்ச்சி

போதவில்லையா? என யோசித்துக் கிடந்தான். அப்போது வெங்கி அவனைக் கடந்து நிற்காமல் ஓடினான். தோட்டத் திற்குப் போகக்கூடும். அங்குதானே கணேசன் இருப்பான் என எண்ணிக் கொண்டான். வாலை அசைப்பதைத் தவிர வேறெதுவும் தெரியாத வீட்டு நாய் அன்று எவ்வளவு துள்ளியது? அப்பாவின் கைப்பற்றி அவரின் நிழலில் ஒதுங்கி ஒண்ட வெட்டிய தலைமுடியுடன் கணேசன் வந்தது துல்லிய மாக நினைவிலிருக்கிறது. அப்பாவின் அடிகளால் மனம் வெதும்பி உடல் வலியால் அழுத நாட்களில் அவனை வதைப்பதன் மூலமே நாகு சமநிலையை அடைவான். கணேசன், தான் போட்டுக் கிழித்த துணிகளுக்கும் ஒதுக்கி வைத்த உணவுக்கும் சிக்கிய ஆளென்ற எண்ணம் நாகுவிற்கு இருந்தது. வாணியோடு அவன் பேசுவதே நாகுவுக்குப் பிடிக்காமல் ஆயிற்று. நாகு தன் தாத்தாவின் இயல்பைக் கொண்டு பிறந்திருந்தான். அந்தச் சாய்வான நாற்காலியில் அமர்ந்து வெற்றிலைப் பணிக்கத்தைத் தன் காலடியில் வைத்தபடியே தாத்தா முடித்து வைத்த பஞ்சாயத்துக்களை அவரின் மடிமேல் அமர்ந்து கேட்டு வளர்ந்தவன் அவன். அந்த நாற்காலியின் வழுவழுப்பேறிய கைப்பிடியைத் தொட்டு அமர்ந்தபோது காலம் குழம்பி நாகுவைத் தாக்கிற்று.

அப்பாவின் சோம்பல் தாத்தாவிற்குச் சற்றும் பிடித் திருக்கவில்லை. லௌகீகக் காரியங்களில் அவர் காட்டிய அலட்சியத்தையும் ஷோக்குகளில் கொண்டிருந்த ஆர்வத்தை யும் தாத்தாவால் ஏற்கவே முடியவில்லை. ஒன்றுக்குமாகாத நண்பர்களுடன் தெருமுனையில் யானைக்கால் பேண்ட் அணிந்து நின்று சார்மினார் புகைக்கும் மகனை அவர் தந்திரமாக வழிக்குக் கொண்டு வந்தார். தன் தங்கை மகளையே மருமகளாக்கிக் கொண்டதும் கோவிந்தன் அலமேலுவைப் பிரிய மனமின்றி வீட்டையே வளைய வரத் தொடங்கினார். தாத்தா போய்ச் சேர்ந்த பிறகு அவரின் அந்த நாற்காலி புனித வஸ்துவாக மாறிற்று. அம்மா அதைத் தொட்டு வணங்காத நாட்கள் மிகக்குறைவு. நாகு அதில் அமர்ந்தே அம்மாவின் கதைகளுக்கு "ம்" கொட்டி உறங்கிப் போயிருக்கிறான். கணேசன் இங்கு வந்த புதிதில் அதன்மேல் ஏறியமர்ந்து கீழே குதித்து மீண்டும் அமர்ந்து விளையாடிக்கொண் டிருந்தான். நாகு குஷியுடன் அம்மாவிடம் போய்ச் சொன்னான். அவள் வந்து பார்த்து "போக்கத்தப்பயலுக்கு நெனப்பப் பாத்தியா" என்றவாறே சூட்டுக்கோலைப் பழுக்கக் காய்ச்சினாள். கணேசன் விளையாடிக் கொண்டேயிருந்தான். நாகுவிடம் அலமேலு "பெட்றா வான்னீ..." என்றாள். நாகு

அவனைப் பிடித்தான். கணேசன் திமிற முயன்றபோது அம்மா அவனை ஓங்கி ஓங்கி அடித்தாள். நாகுவும் குத்தினான். வாணி மட்டும் "வேண்டாம்மா ... வேண்டாம்மா" என்று கெஞ்சியபடி நின்றாள். அப்பா எழுதும் பேனாவின் நீளத்திற்குக் கணேசனின் கெண்டைக்காலில் அம்மா சூடிழுத்தாள். வலி தாங்காமல் பின்திண்ணையில் அவன் அழுதபடி படுத்திருந்த போது வாணிதான் மருந்திட்டாள்.

கணேசன் இல்லாமல் திரும்பி வந்த வெங்கி அதில் அறியாமல் ஏறி அமர்ந்தது கண்டு அம்மா "கீழே இறங்குடா மொதல்ல" என்றாள் உரத்த குரலில். அவளது கண்கள் தீப்பிழம்பு போலக் கொதித்துக் கொண்டிருந்தன. "அதுல உட்கார அவனுக்கும் உரிமையிருக்கு" என்றபடியே உள்ளறையிலிருந்து விஜயா வந்தாள். பிறகு தொடங்கியது வசவுகளின் உற்சவம். அது அவர்கள் அன்றுவரை கொண்டிருந்த உறவின் திரையைக் கோரமாக விலக்கியது. இரு மிருகங்கள் ஒன்றையொன்று கடித்துக் குதறிக் கண்களில் குரோதம் கொப்பளிக்க உடலில் வழியும் இரத்தத்தோடு தத்தம் இடங்களுக்குத் திரும்பின. அதற்குப் பிறகும் அவைகளின் ஓலம் ஓயாமல் அவ்விரவு முழுக்கக் கேட்டுக்கொண்டிருந்தது.

அம்மாவுக்கும் விஜயாவுக்கும் உறவு முறிந்து சச்சரவுகள் வெவ்வேறு ரூபங்களில் நடந்துகொண்டேயிருந்தன. அமைதி காத்து அலைகளேதுமின்றிக் கிடந்த கடல் தன் அனைத்து ஆவேசங்களையும் ஒன்று திரட்டிப் பேரலைகளாக எழுந்து வருவது போலல்லவா அன்று அம்மா இருந்தாள்? அம்மா ஒய்ந்து அடங்கியதும் எழுந்த விஜயாவின் புயலைக் கண்டு கணேசனே திகைத்து நின்றுவிட்டானே! அப்போது போய்க் குறுக்கிட்டு விலக்க எண்ணுவது போல மூடத்தனம் வேறெதுவுமில்லை என நாகு உணர்ந்திருந்தான். பெண்கள் சாந்தமும் பொறுமையும் கொண்டவர்கள்தான். ஆனால் அவர்கள் ஏறி நின்றால் கண்ணில் படுவதெல்லாம் சாம்பலாக ஆக்கக்கூடியவர்கள் என அவனுக்குப் புரிந்தது.

ஏறக்குறைய பத்தாண்டு காலம் அப்பா விஜயாவையும் வெங்கியையும் காபந்து செய்திருக்கிறார். அவரது உடல் நிலையின் சீரற்ற தன்மையை உணர்ந்ததுமே, உள்ளுணர்வின் எச்சரிக்கையை ஏற்று இங்குக் கொண்டுவந்து சேர்த்திருக்க வேண்டும். இங்கு வந்த சில மாதங்களிலேயே அவரது நடையில் சிறுதள்ளாட்டத்தையும் மூச்சுவிடுதலில் திணறலையும் கண்டேன். அவரது பணி வெவ்வேறு ஊர்களுக்கு மாற்றல்களைக் கொண்டுவந்திருந்தும்கூடக் குடும்பத்தை இங்கேயே

வைத்திருந்தார். தாத்தாவின் செல்வாக்கில் அவர் படிப்புக் கேற்ற பணி வங்கியில் கிடைத்ததும் அதை இறுகப் பற்றிக் கொண்டார். என் அம்மா அவர் பணிபுரிந்த ஒரு கிளையில் தான் பெருக்கப் போய்க்கொண்டிருந்தாள். அம்மா இறந்த அதே வருடத்தில் அவராகச் சொந்த ஊருக்கு மாற்றல் கேட்டு வாங்கி என்னையும் இங்கு அழைத்து வந்து சேர்த்திருந்தார். பெரிய பெரிய பேரேடுகளைத் தூக்கி அதன் கூட்டல் கழித்தல் களைச் சரிசெய்து தடித்த கண்ணாடிக்குள் உருளும் பெரிய கண்களைத் துடைத்தபடியே சோர்வுடன் வீடு வந்ததும் வாணி புகார்களை அடுக்குவாள். அதில் எரிச்சலடைந்து நாகுவை மோசமாக அடிப்பார். அப்போது நாகுவிடம் எனக்கு அடுத்த நாள் அதைவிடவும் கூடுதலான அடி கிடைக்கும் என உறுதியாகத் தெரியும்.

அப்பா தனித்த அறையில் பத்து நாட்களாக மெல்லிய வாதம் தாக்கிப் படுத்துக்கிடந்தார். சர்க்கரையின் அளவு சராசரியைவிடவும் இருமடங்கு உயர்ந்து கிடந்ததில் அவரது சவரம் செய்யப்படாத முகம் பொலிவு குன்றிவிட்டிருந்தது. மூப்பின் இயலாமையோடு நோயின் நிழல்களும் அவர்மேல் கவியத் தொடங்கின. அவர் மிக விரும்பி உண்டவைதான் அவரை நரகத்தில் தள்ளிற்று. சர்க்கரையும் உப்பும் அவர் உடலில் தாறுமாறாக எகிறியபோதும் அவர் அவைகளை விட மறுத்தார். சிறு புண்ணிற்காகக் கால் பெருவிரலையே எடுக்க நேர்ந்தபோதுதான் சர்க்கரையின் விபரீதம் அவருக்குப் புரிந்தது. பின் அவர் மருந்துகளின் உலகில் நிரந்தரக் குடியாள னாக மாறினார். அம்மா இல்லாத சமயத்தில் மெல்ல விஜயாவிடம் நெருங்கியபோது உயர்ரக சோப்பின் மணம் காற்றில் கலந்து வந்தது. “நேத்து செகண்ட் ஷோ படம் பார்த்தேன்” என்றேன். அவளிடம் சிறிதும் சலனமில்லை. “ரெண்டு பேர் மட்டும் நடிச்சது. ஆனா கால்மணி நேரத்துல முடிஞ்சிபோச்சு” என்றதும் அவள் சட்டெனத் தலைதூக்கி “டேய் கணேசா” என்று கத்தினாள். “ஆனா, உனக்கு முரட்டுத் தனம் ஜாஸ்தி. நாகுவுக்கு ட்ரெயினிங் பத்தாது” என்றதும் அவள் கண்கள் கூசி என்னை அருவருத்து ஒதுக்குவதை அறிந்தேன். மேலும் தைரியம் பெற்று முதன்முறையாக “சொல்லுடீ குட்டீ” என இழுத்தேன். அவளது முகத்தில் எளிதில் அறியமுடியாத உணர்ச்சிகள் தோன்றி மறைந்தன. “போகப் போகச் செரியாப் போயிடும்” என்றதும் அவள் கண்கள் தாழ்ந்து இறைஞ்சின. அன்றிலிருந்து ஆட்டத்தின் போக்கே மாறியது. காய் நகர்த்தலில் விஜயா காட்டிய சாதுர்யத்தை நேராக நின்று வெட்டி வீழ்த்தினேன். அவள்

நாகுவை மீண்டும் மீண்டும் எனக்கெதிராகத் திருப்ப முயலும் தோறும் என் ஒற்றைக் காயான வெங்கியை இறக்கி, நான் உருட்டும் பகடையில் தாயங்களும் பன்னிரெண்டும் தாமாக வந்து விழத்தொடங்கின.

வெங்கி ஓயாமல் பேசிக்கொண்டேயிருந்தான். யாராலும் அவனைப் பத்து நிமிடங்களுக்கு மேல் பொறுத்துக்கொள்ள முடியவில்லை. நாகுவைக் கண்டால் மட்டும் அவன் ஊமை போல ஆனான். வெங்கிக்குக் கோபம் கட்டுக்கடங்காமல் வந்தது. என்னையே பலமாக அடித்துக் காயமேற்படுத்தி யிருக்கிறான். எனினும் அவன் மேல் பிரியம் சுரந்தபடியேதா னிருந்தது. வெங்கியில் என்னைக் கண்டேன். தொடக்கத்தில் விஜயாமேல் நான் கொண்டிருந்தது பச்சாதாபத்தையே. இளம் வயதில் தன்னைவிடவும் கால் நூற்றாண்டு மூத்த அரைக் கிழவனுடன் உடன் வந்து பிழைத்தவள். உண்மையில் அப்போது அவளை என் அம்மாவின் இடத்தில் வைத்தே ஒப்பிட்டுக் கொண்டிருந்தேன். வெங்கியை என்னுடனும். ஆனால் அவள் குணத்தை மெதுவாக அறிய நேர்ந்தபோது என் அம்மாவின் நிழலுக்கு அருகில்கூட நிற்கத் தகுதியற்றவள் என உணர்ந்தேன். ஒருவகையில் நாகுவை ஒடுக்க அவளை மிகச் சிறந்த ஆயுதமாக எண்ணியிருந்தபோது அவள் என்னை வெளியேற்ற வலைப் பின்னிக்கொண்டிருந்தாள் என அறியாமல் போனேன். அம்மாவின் ஒரு ஜோடி தங்க வளையல்கள் காணாமற் போனபோது நாகுவின் ஆத்திரத்தையும் அப்பாவின் கடுங் கோபத்தையும் என்னை நோக்கித் திருப்பிவிட்டாள். தோட்டத்தில் கிணற்றில் குளித்துக்கொண்டிருந்த எனக்குச் சொல்லியனுப்பப்பட்டுத் துவட்டப்படாத தலையுடன் வந்து சேர்ந்தேன். வீட்டிலிருந்த ஒவ்வொருவரின் கேள்விகளும் என் யோக்யதையைக் கிழித்துப் போட்டன. விஜயா உருவாக்கிக் கொண்டிருக்கும் நாடகத்தில் அப்பா எந்தப் பாத்திரத்தை வகிப்பது எனத் திணறிக்கொண்டிருந்தார். நாகு மட்டும் நடுவீட்டில் நின்று ஆடிக்கொண்டிருந்தான். என் தலையின் ஈரம் காய்ந்துவிட்டிருந்தது. விஜயாவின் கண்கள் நாகுவின் மேல் பட்டு மின்னியது. அவள் உதடுகள் புன்னகையோடு சுளித்தன. அம்மா கோபம் நீங்கியவளாக வந்து, “கணேசு இந்தக் காரியத்தப் பண்ணியிருக்க மாட்டானுங்க” என அப்பாவிடம் சொன்னாள். அவர் தன்னைக் கட்டுப்படுத்திய படியே அந்த நாற்காலியில் சாய்ந்து நாகுவையும் விஜயாவை யும் மாறிமாறிப் பார்த்தார்.

விஜயா வெடுக்கென உள்ளறைக்குச் சென்று ஜன்னலருகாக நின்றுகொண்டாள்.

நாகு கோபமாக அம்மா அருகில் போய் " ஏமிம்மா நுவ்வு செப்பேவு ... அப்புடு நன்னு தொங்கன்னேவா?" என்றான்.

"அவனுக்குப் பதினைஞ்சு வருஷமா சோறு போடுறேண்டா. எனக்கு அவன் வயித்த பத்தி மட்டும்தான் தெரியும்னு நெனச்சுக்காத" என்றாள்.

திட்டம் குலைந்த கொலைகாரனைப் போலப் பெருங் கோபத்தோடு நாகு என்னைப் பார்த்தான். அப்பாவின் அழைப்பிற்குக்கூட நிற்காமல் அங்கிருந்து நகர்ந்து தனிமையில் அமர்ந்து அம்மாவின் மரணத்திற்கு வெகு காலத்திற்குப் பிறகு குரலெடுத்து அழுதேன். இருட்டிய பிறகு வீட்டிற்குள் நுழைந்து போர்த்தாமல் ஒருக்களித்துப் படுத்துறங்கிக்கொண் டிருக்கும் அம்மாவை – அவள் சூடு போட்டதையெல்லாம் மறந்து – நன்றியோடு பார்த்துக் கொண்டிருந்தேன். நாகுவின் தாங்கிக்கொள்ள முடியாத அடிகளுக்கும் வசவுகளுக்கும் நான் இறந்த பின்னும் உயிருடனிருக்கும்படியான அவமதிப்பு களுக்கும்கூட நான் இப்படி அழுததில்லை. அது அவனை உசுப்பேற்றி மேலும் வன்மம் கொள்ளச் செய்யும். அப்பாவின் கைப்பற்றி வரும்போதே அதையெல்லாம் உணர்ந்துவிட்டிருந்தேன். அலமேலு அம்மாவால்தான் துருத்திய எலும்புகளைச் சதைகள் திரண்டு மூடின. வயிற்றை ஆறப்போட்டு உண்பவன் அல்ல நான். அது ஆறத் தொடங்கும்போதே நிரப்பத் தொடங்கிவிடுவேன். அதற்கேற்றாற்போலப் பல கடும் உடல் உழைப்பு வேலைகள் ஒதுக்கப்பட்டிருக்கும். முதலில் நான் பலமுறை சோறு கேட்டு உண்டபோது அம்மா விசித்திரமும் ஆச்சரியமுமாகவே உணவிட்டாள். யாருமற்றவன் என அவளிடம் அப்பா என்னைப் பற்றிக் கூறியிருந்தது கேட்டு அவள் கலங்கியிருக்க வேண்டும். அவள் இடும் உணவில் ருசி பார்ப்பதில்லை. வயிற்றில் எரியும் நெருப்பைப் பழையதோ புதியதோ இட்டு அலமேலு அம்மாதான் அணைத்தாள். நாகு ஒருமுறை போட்டியிட்டு அமர்ந்து வீம்பாகப் பல உருண்டைகளை உள்ளே தள்ளி எழ முடியாமல் எழுந்து போய் எக்கி எக்கி வாந்தியெடுக்கும் சத்தம் கேட்டது. அம்மா எட்டிப் பார்த்துவிட்டு நுழைகையில் நான் "மோருக்குச் சோறு போடுங்க" என்றேன். நாகு சொருகிய கண்களோடு அருகில் வந்து "எந்திரிச்சுப் போடா நாயே" என்றான். அம்மா தான் சிரித்தபடியே சோறிட்டாள்.

அம்மாவின் உறக்கம் கலைந்துவிடுமோ என எண்ணி வெளியேறுகையில் உள்ளிருந்து குரல்களின் கிசுகிசுப்பைக்

கேட்டுக் கள்ளனோவெனப் பதுங்கி நோக்குகையில் விஜயா வின் முலைகளுக்கு நடுவில் நாகு முகத்தை வைத்து அழுத்து வதைக் கண்டேன். அவன் தலைமுடியை அவளது விரல்கள் ஆவேசமாகக் கோதியபடி அப்படியே இறுக அணைத்தன. அங்கேயே உறைந்துபோய் நின்றபடி பிறகு மெதுவாக வெளியேறினேன். அந்த அதிர்ச்சியிலிருந்து உறக்கமேயில்லாமல் புரண்டு புரண்டு படுத்தெழுந்த காலையில் நடையில் உற்சாகம் கூடியிருந்தது. மூன்றாம் ஜாமத்தில் கண்ட கனவை எண்ணிப் பார்த்தபடியே புத்துணர்ச்சியுடன் அதன் பலனைக் கேட்க வள்ளுவனின் வீட்டை நோக்கிச் சென்றேன்.

அடுத்த சில நாட்களுக்குப் பின் மதியச் சிறு தூக்கத்தி லிருந்து அம்மா எழுந்ததும் வீட்டினுள் காகிதம் சுற்றப்பட்ட பொட்டலமாக அவ்வளையல்கள் கிடைத்தன. நாகு அதை வெறும் தலையசைப்புடன் கடந்துவிட்டது அலமேலுவுக்கு வியப்பாக இருந்தது. அப்பாவோ நேற்றிலிருந்து எழுவதற்கே ஆள் தேவைப்படுபவராக ஆகிப்போனார். இரு நாட்களுக்குள் அவர் அப்படிப் பலகீனராக ஆவார் என ஒருவரும் எண்ணியிருக்கவில்லை. நான் அந்தக் காகிதத்தைக் கண்டவுடன் அதைச் சவரம் செய்ய எறவானத்தில் சொருகி வைத்திருந்த நினைவு எழுந்தது. விஜயாவைத் துழாவினேன். அவள் அகப்படவில்லை. தலையசைத்துக்கொண்டேன். இப்போ தெல்லாம் அவள் வெங்கியை என்னிடம் அணுக விடுவதே யில்லை. அது அவ்வளவு சுலபமல்ல என்பதை அவள் அறிய மாட்டாள். என்னை வளர்ப்பது போல நான் வெங்கியை வளர்த்தேன்.

அக்கள்ள உறவை நான் அறிந்துவிட்டதுதான் அவள் என்னை வெளியேற்ற முனைந்த காரணமா? சில தினங்கள் முன் வரைகூட அவளது கண்களில் அந்த வேறுபாட்டை யூகிக்கவே முடியவில்லையே. விஜயாவின் அந்தக் கண்களுக்குத் தான் அப்பா அவளிடம் வசப்பட்டிருக்க வேண்டும் எனத் தோன்றியது. அம்மாவை அக்கண்களால்தான் பலமுறை மிரட்டியிருக்கிறாள். "அவ முறைச்சான்னா எதித்துப் பேச தெம்பு வரமாட்டேங்குது கணேசா" எனக் கூறியிருக்கிறாள். "வெள்ள ரோட்ல ஒரு கருப்பு பாம்பு. அது என்ன?" என வெங்கி என்னிடம் விடுகதை போடும்போது அவள் கண்களைத்தான் நினைத்துக்கொள்வேன். நாகுவிடம் அவள் பேசும்போது அக்கண்களில் தோன்றும் புன்னகைக்கு வேறெதையுமே ஒப்புமைப்படுத்த முடியாது. அது சூழ்ச்சியின் தந்திரத்தைக் கொண்டிருந்ததை அறிந்தவன் நான் மட்டுமே.

அரூப நெருப்பு

அப்பா எழ முடியாமல் குமட்டும்படியான நாற்றம் அடிக்கும் அந்த அறைக்குள் அவர் பெய்த சிறுநீர் தேங்கி நிற்பதைக் கண்டு சுத்தப்படுத்தச் சென்றபோது நிரந்தரமாகத் திறந்து கிடக்கும் அவரது வாயிலிருந்து "எனக்குச் செகப்பு சட்டை வாங்கிக் கொடுங்கப்பா. அவளுக்கு மட்டும் வாங்கித் தந்தீங்க" என்றார். பின் கண்மூடி எதை எதையோ உளறியபடி கிடந்தார். நடுவில் என் அம்மாவின் பெயரைக் கூறக் கேட்டேன். அருகில் ஓடிச்சென்று "அப்பா கணேசம்பா" என்றேன். அவர் கேட்காததுபோல "உனக்கு நீளமான தலைமுடி. அலமேலுக்கு எலி வாலு மாதிரிதான் கனகா" எனக் கூறிவிட்டுச் சிரிக்கத் தொடங்கிவிட்டிருந்தார். அப்போது விஜயா நடக்கையில் அவள் பின்புறத்தில் மெல்லத் தட்டிய படி கரும் பாம்புகள் பின்னிக்கிடப்பது போன்ற நீளக் கூந்தல் துல்லியமாக என் நினைவுக்கு வந்தது. அவர் கண்திறந்து மூலையை நோக்கிப் பலமாகச் சத்தமிட்டார். நான் அம்மா விடம் வந்து கலங்கிய முகத்துடன் கூறியபோது "அவரது நினைவு பல சமயங்களில் அறுந்து ஏதேதோ பேசுகிறார்" என்றாள். அப்போது விஜயா வெங்கியின் நோட்டில் சூரிய காந்திப் படத்தை ஒட்டி அதற்கு வண்ணம் தீட்டித் தந்து கொண்டிருந்தாள். வெங்கியின் பூனை அவனருகாக அமர்ந்து அதை உற்றுப் பார்த்துக்கொண்டிருந்தது.

அப்பாவின் இயலாமை அவர் கண்ணில் படும், நினைவில் எழும் நபர்கள் மீதெல்லாம் விஷத்தைக் கக்கிக்கொண் டிருந்தது. அவருக்கு அபூர்வமாகச் சுயபிரக்ஞை திரும்புகை யில் விஜயாவை ஓயாமல் அழைத்தார். அம்மாவிடம் "எங்கடீ உன்னோட சக்களத்தி. அந்த நாயக் கூப்பிடு" என்றார். விஜயா வந்து நின்றதும் "ஏன் நாத்தமடிக்கிதா? இதய மோந்து பாத்துட்டுத்தாண்டீ பின்னாலேயே வந்த" என வேட்டியை விலக்கிக் காட்டினார். அம்மா முகத்தைத் திருப்பியபடி வெளியே ஓடினாள். விஜயா முடிகள் நரைத்துக் கிடக்கும் குறியைக் கண்டு முகம்சுளித்து "மூடிக்கிட்டுக் கிடடா மயிராண்டி" என வாய்ப் பொத்திக் காட்டினாள். அவர் மேலும் பேச முடியாதவாறு அம்மா தந்துவிட்டுப் போன மாத்திரைகள் அவரை உறக்கத்தில் ஆழ்த்தின.

ஊரையொட்டிய வறண்ட குளத்தில் முட்செடிகளுக்குப் பின்னால் அமர்ந்து மலம் கழித்துவிட்டு வரும் வழியில் மேட்டில் வெங்கியின் பூனை இறந்து கிடப்பதைக் கண்டேன். அதன் வாயினுள் சிவந்த எறும்புகள் ஏறிச் சென்றுகொண் டிருந்தன. வேகமாக வீட்டிற்கு வந்ததும் காலையில் தன்

காலைச் சுற்றிச் சத்தமிடும் பூனையை அம்மா என்னிடம் கேட்டாள். வாய்த் திறப்பதற்குள் வெங்கி முந்திக்கொண்டு "கணேசா, நேத்து நைட்டு உனக்குக் கொடுக்கச் சொல்லி எங்கம்மா தம்ளர்ல பால் கொடுத்துவுட்டா. உன்னையத் தேடிப் பாத்துட்டு காணம்னு நெனச்சுட்டு நானு அந்தப் பூனைக்கு அதய ஊத்திட்டேன். அப்பறமா அதய நானு பாக்கல" என்றான். "அம்மா" எனத் அலறியபடியே நடுங்கும் கரத்தால் வெங்கியைப் பற்றினேன். "ஏண்டா கணேசா என்னாச்சுடா" என அருகில் வந்தாள். 'ஒன்றுமில்லை' எனத் தலையசைத்துவிட்டு மௌனமாகக் கண்களை மூடிக் கொண்டேன்.

அன்று மீண்டும் விஜயாவின் பின்னால் போய் எதையும் காட்டிக்கொள்ளாமல் "என்ன? இப்பவெல்லாம் நைட் ஷோ கிடையாதா? ஓ! பகல் காட்சியே நடக்கும் போலிருக்கு! நாகுவுக்கு அங்க மச்சம் இருக்குதா?" என இழுத்தேன். அவள் காதைப் பொத்திக்கொண்டு முறைத்தபடியே சென்றாள். விஜயாவுக்குக் கேட்கும் குரலில் "கழுத்த அறுத்துடுவன்டீ நாயே" என்று கத்தினேன். அந்த இறந்துபோன பூனையின் முகத்தை நினைவிலிருந்து என்னால் அகற்றவே முடிய வில்லை. அன்றைய இரவில் நாகு என் சட்டையைப் பற்றி இழுத்துத் "தாயோலி... ஆம்பளயாயிருந்தா! மூடிட்டு வெளியில போடா... எங்கப்பன் ஊர்ல இருக்கற அனாதைகளையெல்லாம் கூட்டிட்டு வருவான்... நானு அந்த எச்சக்கலைகளுக்குச் சோறு போடணுமா?" என்றான். நான் அவன் கையைத் தட்டிவிட்டு "யாரியச் சொல்ற? விஜயாவையா?" என்றேன் சிரித்தபடி. மடமடவென்று அடிகள் புறங்கன்னத்தில் விழுந்தன. பின்னால் கிடந்த குளவிக்கல்லை ஒற்றைக் கையால் தூக்கி "மூஞ்சிய பேத்துருவன்" என்றவாறே செயற்கையான சிரிப்புடன் "விஜயா... விஜயா... உன்னைய நாகு கூப்பிடுறான்" என்றேன். அந்த நொடியே உள்ளே தொலைக்காட்சியின் ஒலி அதிகப்படுத்தப்பட்டு வார்த்தைகள் உள்சென்று நுழையாதவாறு விஜயாவால் தடுக்கப்பட்டன. அம்மாவின் நிழல் கண்டு நாகு அப்படியே வெளியேறிச் சென்றான். கீறல்களில் இரத்தம் கசிவது கண்டு என்னை நோக்கி விஜயாவின் உதடுகள் கேலியாகப் புன்னகைப்பது தெரிந்தது.

அப்பாவின் நிலை அலமேலு அம்மாவிற்கு நிரப்ப முடியாத வெற்றிடத்தை ஆழமாக உருவாக்கிவிட்டிருந்தது. ஓங்குத்தாங்காக அவர் வந்து கையாட்டியவாறு பேசும்

சித்திரம் அவளிடமிருந்து அகல மறுத்தது. நாகு மூச்சுத் திணறலிலிருந்து விடுபட்டவன்போல ஆசுவாசமடைந்தான். தன்னிடம் விஜயா கூறியவற்றை அச்சத்துடன் நாகு நினைவுக்குக் கொண்டு வந்தான். அவனுக்கு உள்ளூற அம்மா இவ்வுறவை அறிவாளோ? என்ற ஐயம் இருந்தது. விஜயாவை எவ்வளவு வற்புறுத்தியும் அக்கருவைக் கலைக்கச் சம்மதிக்க வைக்க முடியவில்லை. கணேசனை எண்ணியதும் ஆத்திரமும் பயமும் தோன்றியது. அவனை வெளியேற்ற போட்ட திட்டமும் கைகூடாமல் போயிற்று. இந்தக் கிழவனும் போய்ச்சேராமல் கிடக்கிறான். வயிறு மேடிடத் தொடங்கும் முன்னர் ஏதாவது செய்யச் சொல்லி விஜயா நச்சியபடியிருக்கிறாள். இந்த வெங்கியையும் கணேசனோடு ஓட்டிவிட வேண்டும். அவனும் விஜயாவோடு ஒட்டாமல்தான் அலைகிறான். விஜயாவும் இதற்குச் சம்மதித்துவிட்டிருந்தாள். அம்மாவுக்குப் பின் தனக்கு வந்து சேரும் சொத்துக்களுக்காக எவ்வளவு வருடம் காத்திருக்க முடியும்? சில தினங்களுக்குள் விஜயாவின் திட்டப்படி அவளைக் கூட்டிக்கொண்டு சென்றுவிட்டாலென்ன எனத் தோன்றியது. வேறு வழியேயில்லை! இந்த அரிப்பெடுத்த கிழவன் போய்ச் சேர்ந்த பின் வந்து ஓட்டிக்கொண்டுவிடலாம் என நாகு முடிவெடுத்தவனைப் போல விஜயாவைக் காணச் சென்றான்.

விஜயாவின் முகத்தில் ஒருவித மினுமினுப்பு கூடி உடம்பும் பூசினாற்போல ஆனதும் அம்மாவுக்குச் சந்தேகம் தட்டியது. உணவு கசந்து அவள் எக்கியெடுத்த வாந்தியை அம்மா குறுக்கு விசாரணை செய்தாள். நாகு உள்ளே புகுந்து அவர்களின் பேச்சை நிறுத்தி அம்மாவை வேறெங்கோ கூட்டிப் போனான். விஜயா பெரும் நிம்மதியோடு கண்களை மூடிக் கொண்டாள். அன்று வெங்கியை விஜயா அழைத்து முத்தங்கள் தந்தபடியேயிருந்தாள். மறுநாள் இரவு இரண்டாம் ஜாமம் முடியும் தறுவாயில் அவர்கள் இருவரும் வெளியேறி விட்டிருந்தனர். சூன்யம் மட்டுமே மிஞ்சிய இடம்போல வீடு ஆனது. அலமேலு அம்மா தன் நிர்கதியையும் குடும்பத்தின் அவமானத்தையும் எண்ணி எண்ணி மறுகிக் கிடந்தாள். புரியாமல் நிற்கும் வெங்கியை நீண்ட நாட்களுக்குப் பிறகு கட்டிக்கொண்டு அழுதாள். நாகுவை அவள் சபித்தபோது பெரும் ஆனந்தத்தை மறைத்தபடி அம்மாவைத் தேற்றினேன். “எங்கய்யும் போய்த் தேடாதடா கணேசா” என்றாள் உறுதியான குரலில். சொந்த வீட்டில் அவன் எடுத்துப்போன பணத்தை யும் அம்மாவின் நகைகளையும் மனதிற்குள் கணக்கிட்ட போது அது அவர்களுக்குப் பல மாதங்களைக் கழிக்கப்

போதுமானதாகயிருக்கும் என எண்ணினேன். தெருவெல்லாம் பேசி ஓய்ந்தபோது கூட அம்மா அப்பாவின் அறையைப் பார்த்தபடியே கூனிக் குறுகிப் படுத்துக்கிடந்தாள். வெங்கி "என்ன கணேசா?" என விசாரித்தபோது "ஒண்ணுமில்லை" என்ற பதிலிலேயே சமாதானமடைந்து விட்டிருந்தான்.

நானும் வெங்கியும் தோட்டத்திலிருந்து வந்ததும் அந்த நாற்காலியில் போய்க் கம்பீரமாக அமர்ந்து கால் மேல் கால்போட்டு வெங்கியை என் மடியில் இருத்தி "உடம்பெல்லாம் கசகசங்குது! கொஞ்சம் தண்ணிய காயவெய்மா குளிக்கறதுக்கு" என்றேன். அம்மா உள்ளிருந்து வந்து நாங்கள் அமர்ந்திருப்பது கண்டு ஒருகணம் திடுக்கிட்டு உடம்பெல்லாம் நடுக்கமுற நின்றாள். பின் எதுவும் பேசாமல் பின்வாசலுக்குச் சென்றாள். அங்குத் திகுதிகுவென வெந்நீருக்காக அடுப்பு எரியத் தொடங்கியது. நான் அதையே பார்த்துக்கொண்டு அமர்ந்திருந்தேன்.

உயிர்மை, டிசம்பர் 2010

வெஞ்சினம்

நான் வேவு பார்ப்பதில் வல்லவனாக யிருந்தேன். எங்கே குழைய வேண்டும், எங்கே நிமிர்ந்து அடிக்க வேண்டும் என்பது துல்லிய மாகத் தெரிந்திருந்தது. ஆனால் ஒருபோதும் அதைக் கற்றவனிடமே பிரயோகிப்பேன் என எண்ணிப் பார்த்திருக்கவேயில்லை. என்னை நன்றி கெட்டவன் என எண்ணக்கூடும். என்னை அழிக்க நினைப்பவன் எப்பேர்ப்பட்ட கொம்பனாக இருந்தாலும் அது ஒரு பொருட்டல்ல. அவன் உடலைக் கிழிக்க வேண்டும் அல்லது அவன் சாம்பலாக எஞ்ச வேண்டும். அவ்வளவு தான். என்னைக் கண்ணப்பன் பாவாவிடம் கூட்டி வந்தபோது அவர் ஓங்குதாங்கான என் உடம்பின் மேல், திரண்டு இறுகிய சதையின் மேல் பார்வையை ஒட்டியபடியே வந்து என் கண்களை அம்பின் நுனி போன்ற கூர்மையுடன் பார்த்த போது, அதை அலட்சியம் செய்தவனாக அந்த வீட்டில் ஓடித் திரியும் கோழிகளை, அதன் ஓயாத கழுத்து அசைவுகளைக் கண்டுகொண் டிருந்தேன். பாவாவுக்கு அருகிலிருந்தவன் சுள்ளி போன்ற குச்சியை உருவி என் கெண்டைச் சதையில் பளீரென அடித்தான். வாயிலிருந்த வெற்றிலைச் சாறைத் துப்பினான். அது என் முழங்காலில் பட்டு வழிந்து சொட்டியது. எரியும் முகத்துடன் சீண்டப்பட்ட சர்ப்பம் போலச் சரேலெனப் பளபளக்கும் கண்களுடன் திரும்பி முறைத்தேன். அவன் வெற்றிலையைத் துப்புவது போலப் பின்னால் திரும்பிக்கொண்டான்.

கே.என். செந்தில்

அவன் அஞ்சியது அவன் தொண்டைக்குள் இறங்கும் வெற்றிலைச் சாற்றின் அளவை வைத்தே கணித்துவிட்டேன். பின்னணியேதுமின்றித் திரிந்ததால் போதும் போதுமெனப் போலீஸிடம் மிதிபட்டிருக்கிறேன். பாதுகாப்பு வளையத்தைத் தேடிக்கொண்டிருந்தபோது கண்ணப்பன்தான் இங்கு அழைத்து வந்தான். நாயின் குரைப்பொலி எங்கோ தூரத்தில் கேட்டது. பதட்டத்துடன் திரும்பினேன். அந்தச் சத்தத்தின் அதிர்வு என் இதயத்தின் துடிப்பை எகிறச் செய்தது. அதன் குரைப் பொலியை மட்டும் என் செவிப்புலன் கூர்மையாக எவ்வளவு களேபரத்துக்கிடையிலும் கண்டுகொள்வதை எண்ணிப் பலமுறை வியந்ததுண்டு. இந்தப் பலவீனம் ஒருபோதும் அம்பலப்பட்டு விடக்கூடாதென்பதில் உறுதியாக இருந்தேன். விடைத்து விரிந்த செவியுடன் நின்ற என்னைப் பாவா உள்ளே கூட்டிப் போகச் சொன்னார். அந்தச் சுருள்முடிக்காரனின் பெயர் சடையன் என்றும், அவன் முகத்தில் வெற்றிலையைத் துப்பாமல் திரும்பிக்கொண்டது என்னைக் கண்டுதான் என்றும் கண்ணப்பன் சொன்னான். நான் விக்கல் எடுப்பது போல உடலை ஒரு சிறிய குலுக்கலுக்குத் தந்து மெல்லச் சிரித்தேன்.

பாவா உள்ளேயிருந்த குடிசைக்கு நான்தான் தீ வைத்தேன். அவன் எரிந்த சாம்பல் கிட்டுமென்றால் அதைக்கண்டு ஆனந்தம் கொள்ள வேண்டுமென்றுதான் காத்திருக்கிறேன். என் பானுவை இனி எப்போது காணப்போகிறேன்? ஒரு பெண்ணின்றி ஆண் மலர முடியாது என உணர்த்தியவள் அவள். தலையைச் சுவரில் மோசமாக முட்டிக்கொண்டேன். பல்லைக் கறுவிய படி தலைதூக்கிப் பார்த்தேன். பாவா ஒரு ஸ்த்ரீலோலன். ‘சீல் உடைக்காத புதிய சரக்கு’ எனக் கண்ணப்பன் பாவாவை இங்குக் கூட்டி வந்ததுமே என் மனம் பரபரக்க ஆரம்பித்து விட்டது. குடிசை நன்றாக எரியத் தொடங்கியது. கதவை வெளியே தாழ்ப்பாள் போட்டிருந்தேன். பாவா தப்பித்து வெளியே வந்தால் அவன் உடலைக் கிழிக்கக் காத்திருக்கிறேன். ஒருவேளை பாவா உயிருடன் மீண்டுவிட்டால்? பாவாவைப் பகைத்துக்கொண்டு எங்குமே வாழ முடியாது. அஞ்சுகிறேனா, நிச்சயமாக இல்லை. அதன் நிழல்கூட என்னை அண்ட முடியாது. என் பன்னிரெண்டாவது வயதில் தெருவில் நின்று கண்டபடி என்னை ஏசிக்கொண்டிருந்த என் தகப்பனை அப்படியே கீழே தள்ளி அவன் வாயினுள் குச்சியை விட்டுக் குத்தியிருப்பவன் நான். அவன் குடிக்கும் நூர்சேட் பீடிக்குப் பதிலாகச் செய்யது பீடியை வாங்கி வந்தது ஒரு குற்றமா? “எல்லாத்துலேயும் ஒரே புகைதானே வருது?” எனக் கேட்ட தற்கு அடிக்கப் பாய்ந்தான். பின்னர் அவன் வாயெல்லாம் ரத்தமாகக் கதறியபோதுகூட அவனுக்கு நீர் தரவில்லை.

என் அம்மாவை அடித்துக் கொன்று கயிற்றில் கட்டித் தூக்கி ஏற்றிவிட்டுத் தற்கொலை எனக் கதறித் தெருவை நம்ப வைத்தவனை என்ன செய்யவேண்டும்? அதன் பிறகும் வழக்கம் போலத்தான் இருந்தேன். தெருவில் ஒரு சிறிய கைகலப்பு ஏற்பட்டபோது நான் ஊடே புகுந்து ஒருவனைத் தூக்கி எறிந்து கோபத்தில் குத்தியதில் அவன் நிலைகுலைந்து வீழ்ந்தான். பின்னர் மிகச் சாதாரணமாக ஒருவனை விசாரித்தால்கூட அவன் பயந்தபடியே பதில் சொல்வதைக் கண்டேன். எங்கிருந்து வருகிறார்கள் என்பது தெரியாமல் மெல்ல என்னைச் சுற்றி அடிப்பொடிகள் உருவாகத் தொடங்கியிருந்தனர். அம்மாவிடம் நான்கு வயது வரை முலைப்பால் குடித்தவன் நான். அப்பாவின் திடகாத்திரமான உடல்வாகு எனக்கு. இரண்டும் சேர்ந்து எப்போதும் என்னைச் சோர்விழக்கச் செய்ததேயில்லை. எவ்வளவு தூரம் என்றாலும் என்னால் சுற்ற முடியும். அப்போது சில்லரை ரகளைகள் செய்வதே போதுமானதாக இருந்தது. எனவே உணவிடங்களின் கதவுகள் என் ஜேபியின் எடையைக் கண்டுகொள்ளாமல் அகலத் திறந்தன. சாதாரண மனிதனின் சுபாவத்திலிருந்து விலகி நிற்பவனையே இந்த உலகம் வணங்கும், தூற்றும், பயங்கொள்ளும் என அப்போதே உணர்ந்து விட்டிருந்தேன். உண்மையில் அது ஒன்றும் சாதாரணமானது அல்ல. உள்ளிருந்து ஊறி வர வேண்டும். இதற்கு உடல் பலம் இரண்டாம் பட்சம்தான். ஏனெனில் சதை திரண்ட எவ்வளவோ கோழைகளைக் கண்டிருக்கிறேன். கண்களும் குரலும்தான் ஆக அடிப்படையான விஷயங்கள். ஒருவனைப் பார்வையினாலேயே சிறுநீர் கழித்துவிடச் செய்துவிட முடியும். செய்திருக்கிறேன். நான் உருவாகத் தொடங்கிய நாளில் ஒருவனை மிரட்டுவது உற்சாகம் அளிக்கும் விளையாட்டாக இருந்தது. நாயின் வால் அதன் கால்களினிடையே சுருண்டு கொள்வது போல அவனும் உள்ளூர சுருண்டுவிடுவான். கன்னத்தசைகள் இளகி அவன் தலையை மட்டும் அசைப்பது, பேசத் திணறி உளறுவது போன்ற அபத்தங்களின் முன் நின்று குரலில் கடுமையை ஏற்றி அதட்டும்போது பலரும் அழுதுவிடுவதுண்டு. சிலர் திருப்பி எகிறத் தொடங்குவார்கள். அவனுக்கு முதல் அடியிலேயே நம் பலத்தைக் காட்டிவிட வேண்டும். அவ்வளவுதான். பணிந்துவிடுவான்.

பாவாவிடம் வந்து சேர்ந்தவர்களிலேயே குறுகிய காலத்தில் அவருக்கு மிக அருகில் சென்றவன் நான்தான். “என் ஜாதிக் காரன்டா கண்ணப்பா” என அவர் முகத்தில் பெருமிதம் வழியச் சொன்னது நேற்று நடந்தது போல இருக்கிறது. இங்கு தான் பல வெள்ளையுடை மனிதர்களின் மோசமான கறுப்புப் பக்கங்களைக் கண்டேன். பெரும்பாலும் சொத்து வழக்குகள்,

பெண்கள், வியாபார மோதல்கள், பழி தீர்த்தல்கள் போன்றவை அவரது இரக்கமற்ற பைசல்களால் முடிவுக்கு வரும். அதற்குத் தகுந்த நபர்களைச் சடையன்தான் தேர்வுசெய்து அனுப்புவான். ஆனால் எவ்வளவு ஆட்கள் அவரிடம் இருக்கிறார்கள் எனப் பாவாவுக்குத் துல்லியமாகத் தெரியும். நான்கு கிரிமினல் வக்கீல்களும் ஆறு சிவில் வக்கீல்களும் பாவாவின் ஆட்களின் மீதுள்ள வழக்குகளால் வாழ்ந்து வந்தனர். பாவா முதற்பார்வை யில் அனைவரையும் நம்புவது போலத் தோன்றும். ஆனால் அவர் தன் நிழலையே அடிக்கொருதரம் திரும்பிப் பார்த்துக் கொள்ளுமளவிற்குச் சந்தேகம் கொண்டவர். சடையனை வெளித் தோற்றத்தில் அவர் எவ்வளவு நம்புகிறாரோ அதை விடவும் மேலாகக் கண்காணித்துக்கொண்டே இருக்கிறார் என அறிந்தேன். எந்த நிமிடத்திலும் அவன் தன்னைத் தட்டி விட்டு மேலேறி விடுவான் என ஆழமாக ஐயமுற்றிருந்தார். மேலும் பாவாவிடம் அபூர்வமாகவேனும் காணக்கூடிய கருணையைச் சடையனிடம் அறவே காணமுடியாது. சடையன் மீதிருந்த வழக்குகளின் பட்டியல் அதைச் சொல்லும். எந்தச் சாட்சியையும் அவன் குரலற்ற சாட்சியாக அடக்கி வைத்த போது, அதே சாட்சிகளைப் பிறழ்சாட்சிகளாக மாற்றும் வித்தையை அங்கு அரங்கேற்றியவன் நான்தான். அதுமுதலே இருவருக்குமிடையே புலப்படாத பகைமை உருவாகத் தொடங்கிவிட்டிருந்தது. தேவையெனில் ஒருவனின் கழுத்தைக் கட்டிக்கொள்ளவும் அவன் மசியவில்லையென்றால் அதே கழுத்தை நெரிக்கவுமான சூட்சுமத்தைச் சடையன் அறிய மாட்டான். அவன் ரத்தத்தின் மூலம் செய்து காட்டியதை அதே ஆட்களிடம் அவர்கள் வழியிலேயே போய் அவர்களை மடக்கி, நான் செய்து காட்டியபோது பாவா எனை இறுக அணைத்துக்கொண்டார். “இவன் ஒரு கோழப்பய பாவா” என இளக்காரமாக உதடு சுழித்துச் சடையன் சொன்னான். மறுநாள் அதையே அவனது சீடன் மேலும் கேலியாக்கிச் சொன்னபோது தன் கடைவாய்ப் பற்களைத் தவழ்ந்தபடியே பொறுக்கிச் செல்லும்படிக்கு அவனை வீழ்த்தினேன். அப்போது ‘சடையனுக்கு எதிராகப் பாவா என்னைக் கொம்பு சீவி விடுகிறாரோ?’ என ஐயமுற்றிருந்தது ஊர்ஜிதம் ஆவது போல அவனைக் கண்காணிக்கச் சொன்னார். பாவாவின் முகத்தைப் பார்த்தேன். அதில் எந்தக் குறிப்பையும் படிக்க முடியவில்லை. சடையன் உஷாராவது போலப் பட்டது. மேலும் அவனுக்குத் தங்கத்தின் மீது கொள்ளை ஆசையிருந்தது. அவனது கறுத்த கழுத்தில் தேர்வடம் போல நான்கைந்து சங்கிலிகள் மின்னும். அதற்காகவே அவன் சட்டையின் முதல் பொத்தானைப் போட்டுக்கொள்ளமாட்டான். சடையன் குடிப்பவன்தான்

அரூப நெருப்பு ✱ 61 ✱

என்றாலும் எவ்வளவு உள்ளே சென்றாலும் தொழில் சார்ந்து ஒரு சொல்லைக்கூட வெளியே விடமாட்டான். சடையன் அடங்கிப் போவதும் பயப்படுவதும் அவனுடைய முதல் மனைவிக்குத்தான். அவள் தெருவில் நின்று சேலையைத் தூக்கிச் சொருகி எச்சில் தெறிக்க தெரு முழுக்கப் பாத்திரங்களைப் பரப்பி வைத்துக்கொண்டு வசவு வைக்கும்போது அந்தச் சந்திற்குள் காற்றுகூடப் புக கூச்சப்படும். அவள் சடையனை 'அவனே', 'இவனே' என ஏகத்திற்கும் அழைப்பாள். அவன் அவளருகில் குத்தவைத்து அமர்ந்து பிரியத்துடன் பேசிக் கொண்டிருப்பான். ஒருமுறை அவளுக்கு உடல் சுகமில்லாது போனபோது அவனே உடனிருந்து பார்த்துக்கொண்டான். சடையன் இல்லாத சமயத்தில் அப்பக்கமாகச் சென்றிருக்கிறேன். அவள் அடையாளம் கண்டு விடாப்பிடியாக அழைத்துப் போய்ச் சோறிட்டாள். "நல்லா சாப்புடு தம்பி" என எவ்வளவு மறுத்தும் இலையை மீண்டும் மீண்டும் நிரப்பிக்கொண்டே யிருந்தாள். அருகில் வந்து நின்ற சிறு பெண்ணிடம் "உங்கப்ப னோட பிரண்டு" என்றாள். அது என் கழுத்தைக் கட்டிக் கொண்டு முத்தமிட்டது. சடையன் இங்கே தங்கித் தூங்கி எழுந்து வரும்போது மட்டும் ஏன் உற்சாகமாக இருக்கிறான் என அப்போது புரிந்தது.

பாவாவுக்கு வெளியே தெரிந்து நான்கு மனைவிகள் இருந்தனர். அவராக விரும்பிக் கட்டிக்கொண்டது இரண்டு தான். மற்றவை பாவா இளமையில் கோலோச்சிய காலத்தில் வந்து ஒட்டிக்கொண்டவர்கள். பாவா ஒரு முஸ்லிமாக இல்லாத போது எதற்கு இப்பெயர் என குழம்பியிருக்கிறேன். அவர் மிக விரும்பிச் சேர்த்துக்கொண்ட தெலுங்குக்காரி அவரை அழைக்கும் பெயர் அது எனக் கண்ணப்பன் சொல்லி அறிந்தேன். சடையனுக்கே மூன்றுக்கும் மேற்பட்ட மனைவிகள் இருப்பதாகப் பையன்கள் சொல்வார்கள். அந்த ஆந்திரக்கிளி (அவள் அதிகமும் பச்சை நிற உடைகள்தான் அணிவாளாம்) – அப்படித்தான் பாவா சொல்வாராம் – ஆக்கும் குழம்பிற்கு அரைக்கும் மசாலா வின் வாசமே அந்தக் காரத்தின் வீரியத்தை உரக்கச் சொல்லும். 'தலைமுடி நட்டுக்க நிக்கும் மாப்ளே' என ஆரம்பத்திலிருந்தே அங்கு எடுபிடிகள் செய்து வருபவனும், இப்போது என்னுடன் இருக்க ஆசைப்படுபவனுமான தம்பித்துரை சொன்னான். மூக்கு ஒழுக, காது அடைத்துக்கொள்ள நாக்கில் காரம் தாங்காமல் சுரக்கும் நீரை விழுங்கியபடியே எதுவும் பேசாமல் உண்டுவிட்டு எழுந்துவிடுவார்களாம். காலையில் தாழிடப் பட்ட கழிவறைக் கதவின் பின்னால் அமர்ந்து பட்டாசு வெடிப்பது போன்ற சத்தத்துடன் ரத்தம் பீச்சி அடிக்கும்போது கண்டபடி கெட்ட வார்த்தைகளைக் கதவுகளைப் பார்த்துக்

கத்தியபடி வலியை ஆற்றிக்கொள்வார்கள். அது பழகிப் போய் அவள் வைத்த சர்க்கரைப் பொங்கலைப் பாவா விழுங்கி விட்டு "காரம் கம்மியா இருக்குல்ல?" எனப் பையன்களைப் பார்த்துக் கேட்டபோது அவள் அவர் மேல் நீரை ஊற்றிச் சிரித்தாளாம். பாவாவுக்கு அவளை மிகவும் பிடித்துப் போயிற்று. (அவள் அங்குச் சமைத்துப் போடவெனக் கண்ணப்பனால் கூட்டிக் கொண்டு வரப்பட்டவள். மிகுந்த பரோபகாரி. சில சமயம் அவளுக்கிருந்த உணவைக்கூடப் பையன்களுக்கு இட்டு விடுவாள்). கொஞ்சிக் கொஞ்சி அவள் பேசும் தமிழைக் கேட்டு அவளைப் பாவா மட்டும் "சரோஜா"வெனச் செல்லமாக அழைத்தார். அவளை அவர் மணம் முடிக்க எண்ணிய அன்று பாவா தப்பமுடியாது என எண்ணியிருந்த வழக்கில் அவர் விடுதலையடைந்த செய்தி வந்தது. அவ்வளவு பேர் சூழ இருந்தபோது பாவா அவளை அலேக்காகத் தூக்கிச் சுற்றினார். அன்றிரவு காதில் புகை கிளம்பும் அளவு காரத்துடன் ஆட்டுக்கறி விருந்து நடந்தது.

சடையனுக்கும் எனக்கும் ஒத்துப் போகாமல் இருந்ததை மோப்பம் பிடித்த பாவா சடையனைக் கண்காணிக்கும்படி தனியாக அழைத்துச் சொன்னார். அப்போதே நான் விழிப் படைந்திருக்கலாம். மாறாக, பாவாவை முழுமையாக நம்பினேன். ஆனால் பாவா நம்பிய ஒரே மனித ஜீவன் அவரேதான். சரோஜா அக்கா அவரை விட்டுச் சென்றபின் யார்மீதும் பிரியமோ நம்பிக்கையோ அவர் வைப்பதேயில்லை எனத் தம்பித்துரை சொன்னான். அந்நாளில் அவரது இருப்பு அவளது வீட்டிலேயே நங்கூரம் இட்டிருந்தது. அவரின் சந்திப்பு ஸ்தலம் அதுவென்றே ஆகியது. அப்போதிருந்துதான் மின்னும் சட்டை களைப் பாவா அணிய ஆரம்பித்தார். பின்னொரு நாள் புதிதாகக் காதலிக்கத் தொடங்கிய இளைஞனைப் போல அவளுக்குக் கொலுசு வாங்கித் தந்தார். அதன் ஓசையைக் கேட்குந்தோறும் அவர் சில வினாடிகள் மௌனத்தின் ஆழத்துக்குச் சென்று திரும்பி வருவார். தலைக்குக் கறுப்புச் சாயம் அடித்து மாவு போன்ற வெள்ளைக் களிம்பை முகத்தில் பூசி, சிறிய மீசையுடன் ஜவ்வாது சென்ட் வாசனையோடு வந்து நின்ற பாவாவைக் கண்டு, அவரைத் தூக்கித் தோளில் வைத்துச் சுற்றி வந்ததைத் தம்பித்துரை இன்றும் சொல்வான். "எல்லா வகையிலேயும் அவரு சந்தோஷமா இருந்த காலம்" தம்பித்துரை சொன்னான். "செப்புச்சிலைடா அவ" எனக் கூறி இருபுறத்துக் கடைவாய்ப்பற்கள் தெரியுமளவிற்கு உதடு விரித்துப் பாவா சிரிப்பாராம். "அவ மனசு இருக்கே, இந்தா இந்தத் தண்ணி மாதிரி" எனப் பெய்துகொண்டிருந்த மழையைக் காட்டி "அவ்வளவு சுத்தம்" என்பாராம். ஒரு அதிகாலையில்

அவள் காணாமற்போன சேதி கேட்டுப் பாவா பதறி வந்து சேர்ந்து துழாவியபோது, சுருட்டப்படாத படுக்கையில் தலையணைக்கடியில் கொலுசு இருப்பதைக் கண்டார். அவர் உடைந்து அழுதார். பாவாவால் அழ முடியுமா? எனச் சடையன் மூச்சடைத்து நின்றுவிட்டான். முந்தைய இரவு ஒரு சண்டையில் தன் நிழலில் அவள் அண்டியிருப்பதைக் காது கூசும் பச்சை வசவைச் சொல்லிக் குத்திக் காட்டி யிருந்தது அவர் நினைவில் வந்து மேலும் உடைந்து போனார். அதற்குப் பின் பாவா எவ்வளவோ பெண்களுடன் கூடிய போதும் அவர்களிடம் அவளைத் தேடிக்கொண்டே இருந்தார். கண்ணப்பன், அந்தக் கொலுசை அணிந்த பிறகே அப்பெண்களை அவரது அறைக்குள் செல்ல அனுமதித்தான்.

பாவா கூறிய பின் சடையனை வேவு பார்க்க நெருங்கிய போது அவன் பாவாவைவிடவும் திறமைசாலி என அறிந்தேன். அவன் நாள் முழுக்க வெறும் டீயை மட்டுமே குடித்துவிட்டு எந்தச் சோர்வுமில்லாமல் இருந்தான். பணியின் தராதரம் சார்ந்து ஆட்களை அனுப்புவதில் அவன் கொண்டிருந்த தேர்ச்சி வியக்க வைப்பது. அவனுடைய அசைவுகளுக்குப் பின்னால் இருப்பது பயம் அல்ல. அடுத்து எடுத்துவைக்க வேண்டிய அடி பற்றிய யோசனைகள்தான். பாவாவுக்கும் அவனுக்குமுள்ள ஆகப் பெரிய வேறுபாடு இதுதான். இவனைக் கண்டு பாவா அஞ்சாமல் இருந்தால்தான் ஆச்சரியம். மிகச் சாதாரணமாக அவனைக் காணச் சென்றபோது அவனைச் சுற்றியிருந்தவர்கள் எழுந்து நின்றனர். சடையனுக்கு அடுத்து நான்தான் என ஆகியிருந்தது. அவன் அவர்களைக் கடுமையாக முறைத்தான். 'குப்'பெனப் பரவிய வியர்வையைத் துடைத்த படியே அவர்கள் அமர்ந்தனர். சடையன் கேரம் விளையாடிக் கொண்டிருந்தான். உத்திரக் கட்டையிலிருந்து இறங்கிய ஒயரில் தொங்கிய குண்டு பல்பின் வெளிச்சம் அந்தப் பலகையை மட்டும் வட்டமிட்டிருந்தது. மிக உயர்ந்த கேரம் பலகை அது. அதன் மேல் கேரம் பவுடர் வெள்ளைத்துணியில் சுற்றப் பட்டு வைக்கப்பட்டிருந்தது. பூப்பெய்திய பெண்ணின் சிறிய முலை போல அது இருந்தது. அவனுக்குக் கறுப்புக் காய்கள்.

ஸ்ட்ரைக்கரின் மேல் விளிம்பைப் பிடித்து அசைத்த படியே இனி அவை இருக்க வேண்டிய இடத்தை அவன் மனக்கண்ணில் கண்டு அடித்ததும் மெல்லச் சிரித்தான். கணித்த இடத்தில் காய்கள் அமர்ந்துவிட்ட பெருமிதம் அவன் முகத்தில் தெரிந்தது. காய்களை அடிக்கும் முன் பலகையைச் சுற்றிச் சுழன்ற அவனது கருவிழிகளின் அசைவு அச்சமூட்டக் கூடியதாயிருந்தது. மூன்று நான்கு விதங்களில் அவன் விரல்களை

மாற்றி மாற்றிப் பயன்படுத்தினான். அவை வழுக்கிக்கொண்டு குழியில் சென்று விழுந்தன. அவனது விசுவாசிகளாக அவை நடந்துகொண்டன. எதிரே அமர்ந்திருந்தவனின் வெள்ளைக் காய்கள் பரிதாபமாக விழித்தபடி சடையனால் பேஸ் வைக்கப் பட்டிருந்தன. சடையன் ஆட்டத்தை முடித்துக் கைதட்டி எழுந்தபோது உதிர்ந்த பவுடர், விளக்கு வெளிச்சத்தில் தூசி போலப் பறந்து ஆடின. "சபாஷ்ண்ணா" என்ற குரலுடன் எழுந்தேன். ஒருகணம் அவன் முகம் உறைந்து பின் வழக்கத் திற்கு வந்தது. அந்த "ண்ணா" எவ்வளவு முயன்றும் அவனிடம் கிண்டலாகவே ஒலித்தது. "ஆடத் தெரியுமா?" எனக் கிண்டலாகக் கேட்டான். "இல்லீண்ணா, நீ கத்துக் கொடுத்தா பழகிக்கறேன்" என்றேன். சடையன் மற்ற ஆட்களைப் பார்த்தான். அவர்கள் கேரம் பலகையை, விளக்கை, அவனது புறங்கையை என எங்கெங்கோ பார்த்துக்கொண்டிருந்தனர். பல்லைக் கறுவியபடி "லொள்ளுக் கூதியா உனக்கு" என்று கத்தினான். உசுப்பப்பட்ட மிருகம் போல வெறியேறிய கண்களோடு அவனைப் பார்த்தேன். அவன் முன்னோக்கி வந்தான். அதில் இருந்த துணிச்சலை, திமிரைக் கண்டு பின்வாங்கி "நெஜமாத்தாண்ணா சொல்றேன்" என்றேன். இம்முறை வேண்டுமென்றே "ண்ணா"வை நக்கலாக ஒலிக்கவிட்டேன். அவனை யாரோ அழைப்பது கேட்டது. அவன் கோபத்தோடு வெளியேறுகையில் அவன் ஆட்களும் கொத்தாக அவன் பின்னால் சென்றனர். சடையன் அமர்ந்த பெஞ்சில் போய் அமர்ந்து அந்தப் பலகையை நோக்கினேன். அப்போது அந்த இருக்கையின் சூட்டை என் பிருஷ்டத்தில் உணர்ந்தேன். அவர்கள் விட்டுச்சென்ற இடங்களில் காய்கள் வெளிச்சத்தில் சூடேறிக் கிடந்தன. சடையனை வீழ்த்தினால் பாவாவிற்குப் பின் நான்தான். இந்த எண்ணம் தலைதூக்கியதுமே சடையனைக் குழியில் தள்ளி அவனது கறுப்புக்காய்களாக அங்கிங்கொன்றாக நின்று கொண்டிருந்த ஆட்களை எப்படி வளைத்து என் பக்கம் இழுப்பதென யோசிக்கத் தொடங்கினேன். பாவாவை, சடையனை உடனிருந்து அறிந்து வைத்திருக்கும் சிவப்புக்காய் போன்ற மதிப்புடைய தம்பித்துரை என்னோடு இருக்கையில் அந்தக் கனவு சுயசாத்தியம் என்று பட்டது. முழங்காலில் வழிந்த அந்த அவமானத்தை நினைத்து, "உன்னைச் சாக அடிக்கிறன்டா தாயோலி" எனக் கறுவினேன். பின் குஷியோடு எழுந்து கேரம் காய்களை மேலே தூக்கிப் போட்டுப் பிடித்து நெடுநேரம் சிறுவனைப் போல விளையாடிக் கொண்டிருந்தேன்.

சடையனின் நிழல் விழும் இடம் என் வழியென ஆனது. அவனைவிடவும் உயரமும் சதைத்திரட்சியும் கொண்டிருப்ப தோடல்லாமல் பாவா சடையன் இருக்கும்போதே "நான்

சொல்றதை மட்டும் செஞ்சாப் போதும்" எனக் கூறியிருந்ததும் அவனைச் சினம் கொள்ளச் செய்திருந்தது. பாவாவின் அரசியல் தொடர்புகள் சடையனுக்கோ எனக்கோ தெரியும்படி காட்டிக் கொள்ளவே மாட்டார். அப்போது மட்டும் தம்பித்துரை அவர் பின்னாலேயே போவதுண்டு. சடையன், கட்சிப் பிரமுகரின் கையை வெட்டிய வழக்கில் ஜாமீன் கிடைத்த போதுங்கூட உடன்வந்த வக்கீலின் உதவியாளன் சொல்லித்தான் அதன் காரணமே அவனுக்குப் புரிந்தது. அவர்களுடன் அறிமுகம் நேரும்படி சந்தர்ப்பம் வாய்க்குமெனில் இருவரையுமே ஒன்றுக் கும் உதவாத பணிக்கு அனுப்பி விடுகிறார் என அறிந்தேன். மேலும் அவர் வக்கீல்களை விடவும் கரைவேட்டிகளைத்தான் அதிகமும் நம்பினார். அவர்கள் அடங்கிப் போகச் சொல்லும் இடங்களில் பாவா இம்மி அளவுகூட அடியெடுத்து வைக்க மாட்டார். கட்சிகளின் இடைமட்டத் தலைவர்களோடு அவர்களுக்கு இணையாகக் கூடி, குடிக்கும் அளவு பாவாவுக்கு நட்பிருந்தது. இத்தொழிலின் எதிர்முகாம் ஆட்களைப் பாவா கவனித்துக் கொண்டேயிருப்பார். மூன்று நான்கு கும்பல்கள் இருந்தபோதும் பாவாவைப்போல அவர்களால் மேலே வரவே முடியவில்லை. அவ்வப்போது எங்களுக்குள் சண்டை மூளும். அதிலொருமுறை கத்தியைப் பிடிக்கத் தெரியாமல் வந்து என்னிடம் சிக்கியவனின் தொடையை அதே கத்தியால் கிழித்திருக்கிறேன்.

சில ஆட்களை ரத்தம் வழியும் காயத்தோடு திருப்பி விட்டிருக்கிறேன். மிக இயல்பாகச் சடையனைப் பின்தொடர்ந்த படி இருந்தாலும் உள்ளே அபாயத்தின் மணி என்னை எச்சரித்தபடியேயிருந்தது. இதில் பலருக்குமுள்ள பலவீனம் போலவே சடையனும் குடியிலும் பெண்களிலும் மோகம் கொண்டிருந்தான். பெண்களை மிரட்டிப் பணியவைப்பதில் ஆர்வமற்றவன் அவன். அவன் ஆசை கொள்ளும் பெண்கள் சாதாரணமாகவே அவன் மடியில் வந்து தானாகவே விழுந்தனர். அப்பாவின் மேல் நான் கொண்டிருந்த வெறுப்பினால் குடியைத் தூரத்தில் வைத்திருந்தேன். பெண்களின் மீது தீராத விருப்பம் எப்போதும் எனக்கிருந்ததில்லை. உடல் சூடேறி இணைக்கான வேட்கை கொள்கையில் கதவு தட்டப் பத்துக்கும் மேற்பட்ட வீடுகளின் விலாசம் எனக்குத் தெரியும். கண்ணப்பன் ஒருத்தி யிடம் கட்டாயப்படுத்தி அழைத்துப் போய் அங்கு விட்டுச் சென்றான். அதுவரை உடலுறவை ஐந்துநிமிட வெளியேற்றம் என எண்ணிக்கொண்டிருந்தேன். பானுதான் உடல் சம்போகத் தின் மூலம் சொர்க்கத்தைக் காணும்படி செய்தாள். அவள் அழைத்துச் சென்ற படிக்கட்டுகள் ஒவ்வொன்றிலும் நிறுத்திப் பின் ஏற்றியபோது அவள் காட்டிய நிதானம் பரவசமூட்டக்

கூடியதாக இருந்தது. அவளுடைய விரல்களும் இதழும் உடலின் ரகசிய ஊற்றைக் காட்டித்தந்தன. அவளது மென்பற்களால் கடிபட்ட இடங்கள் புல்லரித்து அடங்கின. "கூட வந்தர்யா" என உடை அணியும்போது கேட்டேன். அவள் பர்ஸிலிருந்து பணத்தை உருவியபடி "இங்க வர்ற எல்லாருஞ் சொல்றதுதான். போய்ச் சேரு" என்றாள். "இல்ல" எனத் தொடங்கும்முன் என் இதழை அவள் தன் இதழால் கவ்வியதும் என் கைகள் தானாக இடுப்பைச் சுற்றி வளைத்துக் கீழிறங்கத் தொடங்கின. அவள் சிரித்தபடியே விலகி "பணத்தோட வர்றவங்களுக்கு கதவு எப்பவும் தொறந்துதான் இருக்கும்" என அனுப்பிவைத்தாள். போதும் எனக் கூறுமளவிற்குப் பணம் வருவதால் தினமும் அங்குப் போகத் தொடங்கினேன். சில வாரங்களுக்குப் பின் "இனிமே வராதே" என்றாள். திடுக்கிட்டு விழித்து அவளை அள்ளி என் மடியின் மீது இருத்தி "ஏன்டீ கன்னுக்குட்டீ" என்றேன் செல்லமாக அவள் மோவாயைப் பிடித்தபடி. அவள் விசும்பினாள். அவள் வயிற்றின் மேல் கை வைத்தேன். "இல்ல" என்றாள். "நீ இங்கிருந்து போனதிலிருந்து திரும்ப எப்ப வருவேன்னு ஓயாம வாசலையே பார்த்துட்டு இருக்கறேன். மழ பேஞ்ச அன்னிக்கு நீ வரல. அன்னைக்கு புல்லா நான் தூங்கவேயில்லை" என்றாள். வெறும் உடல்பசிக்கு என்பது மட்டுப்பட்டு இருவரும் பல இரவுகளில் வெறுமனே வெகுநேரமும் பேசிக்கொண்டேயிருந்திருக்கிறோம். அவள் மடியில் தலைவைத்து இப்படிக் கிடக்கத்தான் எங்கெங்கோ அலைந்து இங்கு வந்து சேர்ந்திருக்கிறேன் என எண்ணியிருக்கிறேன். அவள் எனக்குச் சோறுபொங்கிப் போட்ட அன்று இருவரும் தம்பதி போல இரண்டாம் காட்சிக்குப் போய் வந்தோம். அவள் மிக நெருக்கமான உயிராக இருந்தாள். அவளை இழப்பது கற்பனைக்கும் எட்டாததாக இருந்தது. கண்ணப்பன் மட்டும் கலந்துகொண்ட வைபவத்தில் அவளுக்கு மஞ்சள் கயிறைக் கட்டிப் பாவாவிடம் ஆசி வாங்கச் சென்றேன். அவர் வினோதமாக இருவரையும் பார்த்தபின் தன் இருக்கையின் மேல் கிடந்த நான்கு நூறு ரூபாய் நோட்டுக் கட்டுக்களில் இரண்டை எடுத்து என்னிடம் தந்தார். மறுத்தபோது கடுமையாக முறைத்தார். அவர் தரும் எதையும் மறுக்கக்கூடாது. முகத்தில் பரிதாபத்தை வரவழைத்து வாங்கிக்கொண்டேன். சடையன் ரத்தத்தைப் பார்ப்பது போல அவ்வளவு ஆவலோடு அந்தக் கட்டுக்களைப் பார்த்தான். அங்கிருந்த அவளது பழைய வாடிக்கையாளர்களின் நமட்டுச் சிரிப்புகள், என் பார்வை அவர்களை நோக்கித் திரும்பியபோது அப்படியே விழுங்கப்பட்டன. சடையன் "விருந்து எப்போடா?" எனக் கத்தினான். பாவா "அது எஞ்செலவு. நீ போடா" எனத் அனுப்பினார். சடையன் ஓரக்கண்ணால்

எங்கள் இருவரையும் நீண்ட நேரம் முறைத்தான் என தம்பித் துரை சொன்னான். மேலும் சில நிகழ்வுகள் பாவாவை அச்சம் கொள்ளச் செய்தபோது எனை வேவு பார்க்கச் சொன்னார். சடையன் அதை அறிந்தால் அவனை எதிர்க்கும் சக்தி எனக்கு மட்டுமே உண்டு எனப் பாவா நம்பியிருந்தார்.

பாவாவிடம் வந்து சேர்ந்த அன்று சத்திரம் போன்ற அந்த வீட்டினுள் பலத் தோற்றத்தினாலான ஆட்கள் உறங்கிக் கிடப்பதும், தின்று கொண்டிருப்பதும், தரையில் கிறுக்கிய கட்டங்களின் முன் அமர்ந்து வெட்டாட்டம் ஆடிக்கொண்டிருப்பதுமாக ஒரு தான்தோன்றித்தனம் அங்கு நிலவிற்று. பாவா எப்போது வருவார், எங்கிருக்கிறார் என ஒருவருக்கும் தெரியாது. சில அடிமட்ட ஆட்கள் அவரைப் பார்த்ததுகூட இல்லை. சடையனின் விரலசைவே அவர்களது நாளைய வாழ்க்கையைத் தீர்மானிக்கும் சக்தியாக இருந்தது. பெருந் தலைகளுக்கு மாற்றாகத் தானாகப் போய்ச் சரணடைபவர் களுக்குத்தான் அங்கு ராஜ உபசரிப்பு இருந்தது. சிறையின் வெக்கை நாட்களுக்குச் செல்லக் கூடியவர்கள் என்பதால் அவர்கள் கேட்பதற்கும் மேலாகவே அங்குக் கிடைக்கும். நானும் சிறையிலிருந்துதான் இங்கு வந்து சேர்ந்தேன். கண்ணப்பனை அங்கு வைத்துத்தான் பார்த்தேன். கண்ணப்பன் பெண் சப்ளையில் கை தேர்ந்தவன். பல மாநிலங்களை அவன் தன் கைக்குள் வைத்திருந்தான். பல மாதங்கள் போலீசுக்கு அவன் டிமிக்கி கொடுத்துத் திரிந்தான். ஒரு அசைவ ஹோட்டலில் திருப்தியாக உண்டுவிட்டுப் பெரிய ஏப்பத்தோடு வெளியே வருகையில் சிக்கிக்கொண்டான். ஏறக்குறைய ஆறுமாதம் சிறையில் கிடந்தேன். நான் அடித்ததில் ஒருவன் கண்விழிக்காமல் கிடந்தான். பிறகு எப்படியோ மீண்டு வந்தான். ஆறுமாதத் தண்டனை எனத் தீர்ப்பாகியது. போலீஸைப் போன்ற பாவிகளை எங்குமே கண்டதில்லை. எவ்வளவு பெரிய முரடனும் கொடூரனும் ஏதேனுமொருமுறையேனும் கருணையின் நிழலில் ஒதுங்க இடம் தருவார்கள். இவர்களிடம் இரக்கத்தின் சிறு துளியைக்கூடக் காணமுடியாது. ஆசனவாயில் லத்தி சொருகி அடித்த கைதிக்குப் பல நாட்கள் மலம் வராமல் அவன் கத்துவதைக் கேட்பதே கொடூரமாக இருக்கும். எனக்கு விழுந்த அடியில் முதுகுத்தோல் பிய்ந்து பல நாட்கள் உறக்கமேயின்றி அனத்தியபடி கிடந்திருக்கிறேன்.

கைதிகளுக்குள் கைகலப்பு, ரகளை, பழிதீர்த்தல் போன்றவை வாரத்திற்கொருமுறை நடந்துவிடும். சிறையில் அந்தத் தனிமையை ஒருவனாலும் தாங்கிக் கொள்ளவே முடியாது. குளிக்க வெளியே வரும்போதுதான் கைதிகள் சிறிதேனும் ஆசுவாசமடைவார்

கள். அங்குதான் கண்ணப்பனை முதன்முறை கண்டேன். பலருக்கும் வேண்டியது வேண்டும் மட்டும் கிடைக்கும். கண்ணப்பன் சிகரெட் பாக்கெட்டுடன்தான் இருப்பான். அது இன்றி அவனுக்கு எதுவுமே ஓடாது. அவனிடம் ஓசி சிகரெட்டுக் காக அங்குச் செல்வாக்கில்லாத கைதிகள் கெஞ்சுவார்கள். தன்னால் சிகரெட் இல்லாமல் மலம் கழிக்க முடியாதெனக் கண்ணப்பன் சொல்லி யிருக்கிறான். அப்போது தேவையில்லாமல் அடிக்கடி என்னிடம் வம்புக்கிழுத்துக் கொண்டிருந்தவனின் கன்னத்தில் பளீரென அறைந்தேன். காதில் ரத்தம் ஒழுக அவன் விழுந்து எழுந்து சென்ற சில நிமிடங்களுக்குப் பின் அவனுக்கு ஒரு காது கேட்காமல் ஆகிவிட்டதை அறிந்து கண்ணப்பன் எழுந்து நின்று என்னைப் பார்த்தான்.

அவன் எண்ணுவது போல நான் பலசாலிதான். ஆனால் அஞ்சாத வீரன் அல்ல. சிறுவயதிலிருந்தே நாய்களின் மேல் தீராத பயம் எனக்கு இருந்தது. அவை எதிரே வந்தால் ஓடி ஒளிவேன். அவை "உர்ர்ர் . . ." என்ற சத்தத்துடன் நெருங்கி முகர்ந்து நிற்கையில் மூத்திரப்பையின் கனத்தை அறிவேன். அது விலகிச் செல்லும் நிமிடம் மறுபிறவி எடுத்தது போல உணர்வேன். தனியாக எதிர்வரும் நாய்தான் ஆபத்து. கும்பலாக இருந்தால் அவைகளுக்குள்தான் சண்டையிட்டுக் கொள்ளும். பெரும்பாலும் அது பெண் இணையைப் புணர்வது பற்றிய போட்டியாகவோ, புதிதாக எல்லைக்குள் நுழைந்துவிட்ட நாயை விரட்டுவதாகவோ, அவைகளின் உலகில் இருக்கும் தீர்க்கமுடியாத பஞ்சாயத்தாகவோ இருக்கும். மாறாக, மனிதன் தனியாக இருக்கையில் கோழையாகவும் கும்பலாக இருக்கையில் மட்டும் எகிறக்கூடியவனாகவும் இருக்கிறான். குளிர் நிரப்பிய இரவுகளில் மட்டும் மிகத் தைரியமாகத் தெருவில் தனியாக அலைவேன். யாரேனும் இறைச்சியைப் பல்லில் உரித்து இழுக்கும்போது கண்ணைத் திருப்பிக் கொள்வேன்.

எட்டாவது வயதில் என் தொடையைக் கவ்வி இழுத்த நாயையும் அதன் கோரை ஊசி போன்ற பற்களையும் என்னால் மறக்கவே முடியவில்லை. தொப்புளைச் சுற்றி ஊசிகள் குத்தப் பட்டு நாயின் பயத்தில் ஜன்னி கண்டு, உடல் வற்றித் தர்மாஸ்பத்திரியில் கிடந்தபோது என் காலடியில் அம்மா குறுக்காகப் படுத்திருக்கப் பிதற்றியபடியே இருந்தது நன்றாக நினைவிருக்கிறது. இந்தப் பலகீனத்தை எவனுமே அறியா வண்ணம் நுட்பமாக மறைத்து வைத்திருந்தேன். எனைக் கடித்த நாயின் மேல் கண் வைத்துச் சுற்றிக் கொண்டிருந்தேன். நகராட்சியிலிருந்து நாய் பிடிக்கும் வண்டி வந்தபோது பையன் களுடன் சேராமல் ஒளிந்தபடியே ரசித்துப் பார்த்துக்கொண்

டிருந்தேன். அம்மா கொடுத்த சில்லறைகளைச் சேமித்து வைத்திருந்ததில் ஐந்து ரூபாயைக் காக்கி உடையணிந்தவன் கையில் திணித்து மரத்தடிக்குக் கூட்டிச் சென்றேன். சோம்பல் முறித்தபடி எழுந்த அந்த நாயின்மீது அவன் கயிற்றை வீசி இழுத்தான். அது இழுப்புக்கு நகராமல் எனை நோக்கி வர முயன்றது. அவன் அதன் வயிற்றில் ஒரு தடித்த மஞ்சள் ஊசியைக் குத்தினான். அது உடல் சுளுக்க கீழே விழுந்து வாயில் நுரை வழியத் துடித்தது. அதன் கண்கள் எனையே நோக்குவது போலப் பட்டதும் திரும்பி நின்றுகொண்டேன். அதன் இறந்த உடலை இழுத்துச் சென்று வண்டிக்குள் தூக்கி வீசினான். அந்தத் தடத்தைப் பார்த்தபடியே சிறிது நேரம் நின்றுவிட்டு வேகமாக ஓடிப்போய் அம்மா மடியில் படுத்துக் கொண்டேன். வீட்டை விட்டுச் சென்று எங்கெங்கோ அலைந்து திரிந்த பின் என்னைத் தனியாக உணர்ந்த நாளில், அம்மாவின் நினைவு முட்டியது. அன்று அவளின் புகைப்படத்தை எடுக்க வேண்டி வீடு சென்றேன். மேலும் மெலிந்து அப்பன் முன் திண்ணையில் இருந்தான். பார்த்ததும் கண்டபடி திட்டினான். பிராந்தி பாட்டிலை அவன் முன் வைத்ததும் மூச்சிறைக்க அமைதியாகி எச்சிலை விழுங்கினான். அப்பன் எவளையோ கூட்டிக்கொண்டு வந்திருந்ததைக் கேள்விப்பட்டிருந்தேன். அவள் எதிரே வந்தாள். அவ்வளவு மஞ்சளை ஒரு முகத்தில் அப்போதுதான் பார்த்தேன். அங்கிருந்து அம்மாவின் படத்தை இடுப்பில் சொருகியபடி வந்தபோது இருண்ட தெருவின் மூலையில் கருநாய் ஒன்று மண்ணை முகர்ந்து கம்பத்தில் கால்தூக்கிக் கொண்டிருந்தது. மனிதவாடையை முகர்ந்ததும் "இர்ர்" என்றபடி முன்னோக்கி வந்தது. எந்த எதிரியையும் கண்டு சிறிதும் கலங்காமல் நிற்பவனை அதன் வருகை பீதி கொள்ளச் செய்தது. அதன் நடையிலிருந்த உற்சாகம் கோபத்தைத் தூண்டுவதற்குப் பதில் தப்பிக்க ஏதேனும் வழியுண்டா என யோசிக்கச் செய்தது. பதுங்கினேன். வியர்த்து நனைந்து விட்டிருந்தேன். ஒரு சிறுவன் சிறுகல்லை எறிவது போல மிரட்டினான். அது "ப்பவ்வ்" எனக் குறைத்தபடி திரும்பி ஓடிற்று. அதிகமான அலட்டல்களுடன் எழுந்த என்னைக் கண்ட அச்சிறுவன் கேலியாக நகைத்தான். இதே போன்ற அவமானத்தை வெகு நாட்களுக்குப் பின் சடையனிடமும் பட்டேன்.

அம்மாவின் படத்தோடு நடக்கையில் நடையில் துடிப்பும் உற்சாகமும் கூடுவதை உணர்ந்தேன். அம்மாவுக்கு "சுதாகர்" என்ற என் முழுப்பெயரையும் கூற வேண்டும். யாரேனும் பாதிப் பெயர் சொல்லி அழைத்தால் அவர்களைத் திட்டி விட்டு "அப்புறம் அந்தப் பேரே நெலைச்சுப் போயிரும்"

என்பாள். அப்பா ஒருநாளும் என்னைப் பெயர் சொல்லி அழைத்தவரேயல்ல. வசவுதான் அவருக்கு முதலும் கடைசியு மாகத் தெரிந்த பாஷை. அந்தப் பகுதியிலேயே வேறொருவரும் அப்படியொரு பெயரைத் தன் குழந்தைக்கு வைத்ததேயில்லை. “எவனோட பேருடீ” எனக் கேட்டு அம்மாவை வார்த்தை களாலேயே அப்பன் சுட்டிருக்கிறான். அடியும் விழுந்திருக்கிறது. “நாளைக்கி நீ கோட் சூட் போட்டுட்டு சிகரெட் குடிக்கும் போது உன் பேரு என்னன்னு கேட்டா சுதாகர்னு முழுப் பேரையும் சொல்லணும்” என அம்மா சட்டைப் பொத்தானைப் போட்டுவிட்டபடியே சொன்னபோது எண்ணெய் வழியும் நெற்றியைத் துடைத்தபடி தலையசைத்திருக்கிறேன். ஆனால் பானு “எனக்குச் சுதான்னு கூப்பிடுறதுதான் பிடிச்சிருக்கு” என்றபடியே என் விரலை வாயில் வைத்துக் கடித்தாள். அவள் குடிப்பதை எப்போதோ நிறுத்திவிட்டிருந்தாள். பாக்கு மட்டும் அவ்வப்போது நானில்லாத சமயங்களில் போடுவாளாக விருக்கும். நான் அவளோடு கூட முயலும் அந்த நேரத்திலுங் கூடப் பாவா ஆள் அனுப்பி அழைத்து வரச் சொல்லியிருக்கிறார். அவர் தரும் வேலை எதுவாக இருப்பினும் கூட அதை முடித்து விட்டுத்தான் அவர் முன் சென்று நின்றிருக்கிறேன். இதில் ஒருமுறைகூடத் தவறியதோ பிசகியதோயில்லை.

பாவாவின் முன் சடையனிடம் எவ்வளவு சிரித்துப் பேசுகிறேனோ அவ்வளவு பொறாமையும் வன்மமும் என்னிடம் உள்ளே ஓங்கி வளர்ந்து கொண்டிருந்தது. சடையனின் கட்டுப்பாட்டில் இருந்த ஆட்களில் பாதிப்பேர் பொடியன்கள். மீதி அரைக் கிழங்கள். மத்திம வயது கொண்டவர்களை என் பக்கம் இழுக்க வேண்டும் எனத் திட்டமிட்டிருந்தேன். அதற்கேற்றாற்போலச் சடையனும் சோறு மட்டும் போட்டானேயன்றிக் கைகளில் பணம் தரக் கஞ்சப்பட்டான். கச்சிதமாக அந்தக் கயிற்றைப் பிடித்து அவர்களுக்குள் நுழைந்தேன். பிறகு சடையன் அனுப்பிய ஏவல் வேலைகளுக்கு அவர்கள் சடைந்துகொண்டனர். “டேய்... சூத்த அறுத்துடுவன்டா தாயோலிகளா” எனக் கைலியை ஆபாசமாக மடித்துக் கட்டியபடி சடையன் வந்தபோது “செஞ்ச வேலைக்குப் பணங் கொடுங்கண்ணே” என எதிர்த்துப் பேசினர். முடியைப் பற்றி இழுத்துச் சராமாரியாக அடித்து மண்ணில் புரட்டியபோதும் பிற ஆட்கள் பயமேயின்றி “அவங்கேக்கறதுல என்னண்ணே தப்பு” என்றனர். பளீரென அறை விழுந்தது. “சோத்துக்கு ஒவ்வொருத்தனும் ஊம்பீட்டு இருந்தத மறந்துட்டீங்களா? தேவிடியா நாய்களா” என்றான். அறை வாங்கியவன் சிரித்துக்கொண்டே “அதுக்கெல்லாம் எவ்வளவோ செஞ்சாச்சுண்ணே” என்றான். சடையன் பின் ஒன்றும் பேச

வில்லை என்றும் தன் பைக்கில் கட்டுக்கடங்காத வேகத்துடன் சென்றான் என்றும் அவர்கள் சொன்னார்கள். சடையன் பதட்டமடையத் தொடங்கியிருந்தான். சிரித்துக்கொண்டேன். வெவ்வேறு கம்பெனிச் சரக்குகளும் அவர்கள் அதுவரை சுவைத்திராத இறைச்சித் துண்டுகளோடும் அவர்களுக்கு விருந்தளித்தேன். சடையனைச் சபித்தும் எனைப் புகழ்ந்தும் அவர்கள் போதையில் உளறியதைப் பொருட்படுத்தவேயில்லை. இதே நாய்கள் நாளை வேறொருவர் ஆசை காட்டினால் எனை விட்டுவிட்டுச் சென்றுவிடுவார்கள் என்பது எனக்குத் தெரிந்திருந்தது. சடையனின் கிழ வயது ஆட்களை எவ்வளவு முயன்றும் எனை நோக்கித் திருப்பவே முடியவில்லை. பொடியன்களைக் கைக்கு இருவராகத் தூக்கி எறிந்துவிட முடியும். ஆனால் அவனுடைய முக்கியமான கறுப்புக் காய்களை என் பக்கம் கொண்டுவந்து விட்டிருந்தேன்.

சடையன் கடும் ஆத்திரத்துடன் நேராகப் பாவாவைக் காணச் சென்று வீட்டுக்கதவின் முன் நின்று இடைவெளியின்றித் தட்டினான். எவளோ ஒருத்தி வாயைத் துடைத்தபடியே மேல்துண்டு போட்டுவந்து கதவு நீக்கியபின் இவனைக் கண்டதும் உள்ளே ஓடினாள். பாவா உள்ளாடை ஏதுமின்றிப் பழைய வெள்ளை வேட்டியை அலட்சியமாகச் சுற்றி வந்து நின்றார். அவரது குறி பாதி விரைத்த நிலையில் தானாகவே தணிவதைக் கண்டு சடையன் கண்களைத் தாழ்த்திக் கொண்டான். உள்ளே அவள் வாய் கொப்பளிக்கும் ஓசை கேட்டது. “பாவா, என்னையக் கொன்னுருவாங்க போல இருக்கு பாவா . . . அந்தத் தேவிடியாப்பையன் வயித்தைக் கிழிக்கணும் பாவா” எனக் கோபத்தில் கத்தினான். அவர் உள்ளே திரும்பி அவளைப் பார்த்தபின் கடும் ஆத்திரத்துடன் “காலையில் பாத்துக்கலாம். போய் தொலைடா” என்றார். சடையன் அங்கு வருவான் எனத் தெரிந்தே நான்தான் பாவாவை அங்குக் கொண்டு வந்து விஷயத்தைக் கூறி விட்டுவிட்டுச் சென்றிருந்தேன். சடையன் “எனக்கு ரெண்டுல ஒண்ணு இப்பவே தெரிஞ்சாகணும்” என எகிறினான். “சூத்த மூடிட்டுப் போடா முள்ளமாரித் தாயோலி” என அதிர்ந்தார். சடையன் தன் மடியிலிருந்த கத்தியை உருவிச் சொருக வேண்டும் எனக் கையைக் கொண்டு சென்றான். பாவா தனியாக வந்திருக்க மாட்டார் என்றும், ஆட்கள் அவரது குரலுக்கு இருளிலிருந்து வெளிப்பட்டு வருவார்கள் என்றும் அவனுக்குத் தெரியும். சடையன் சத்தமின்றிப் படிகளில் இறங்கிச் செல்கையில் மூன்று நான்கு கங்குகள் அவனை நெருங்கி வந்து அடையாளம் கண்டு சலாம் வைத்து நகர்வதைக் கண்டு அவனுக்கு அடிவயிற்றில் பீதி எழுந்து சுருண்டது.

சடையனுக்குப் போலீஸ்காரர்களோடு இணக்கமான உறவிருந்தது. பல காரியங்களுக்கு அவர்கள் சடையனை நாடி வந்ததை நானே கண்டிருக்கிறேன். அவர்களின் தொப்பி யைத் தலையில் வைத்து எடுத்துக்கொண்ட படத்தை அவன் தன் வீட்டில் மாட்டியிருப்பதைப் பார்த்திருக்கிறேன். அவர் களைக் குஷிப்படுத்த அறைக்கும் பெண்களுக்கும் மட்டும் கண்ணப்பன் துணையைத் தேடி வருவான். மாதக் கவனிப்பு தம்பித்துரை மூலம் போய்க்கொண்டிருந்தது. சடையன் சிகரெட் புகையை அவர்களின் முகத்திற்கெதிரே விடுவதைக் கண்டு நான் அஞ்சியிருக்கிறேன். போலீஸ்காரர்கள் நிறைபோதையில் சென்றபின் ஒவ்வொருவனைப் பற்றியும் அவனது முதல் மனைவியின் களஞ்சியத்திலிருந்து அவன் அள்ளி வைத்திருக்கும் பச்சைபச்சையான வசவுகளை உதிர்ப்பான். அதைச் சம்பந்தப் பட்டவன் கேட்கக்கூடுமெனில் சடையனை வெட்டிப் புதைத்து விட்டுத்தான் அங்கிருந்து நகர்வான். அவர்களைத் ‘தொப்பை’ எனும் அடைமொழியால் கிண்டலாக அவர்களின் முதுகுக்குப் பின்னே அழைக்கும் அளவிற்கு அவனது தொடர்புகள் பிணைந்து கிடந்தது. கண்ணப்பன் மூலம் அந்தச் சங்கிலியை அறுக்க முயன்றேன். சடையனை விடவும் கண்ணப்பனுக்குத்தான் அதிகாரமட்டங்களில் செல்வாக்கிருந்தது. நான்கு இலக்கத்தில் விலை போகும் நாய்களின் கழுத்துச் சங்கிலியைப் பிடித்துக் கொண்டு நடைசெல்லும் சபலப் புத்திக்காரர்களின் தனிப்பட்ட எண்கள் அவனது டயரியில் சிவப்பு மையினால் எழுதப் பட்டிருக்கும். கார் கொண்டையில் சிவப்பு விளக்கு அலற, பிற வாகனங்களைப் புறமொதுக்கி விரைந்து முன்னேறும் பதவி கொண்ட பெண் பித்தர்களுக்குப் பச்சை மை. பச்சை நிற மையினால் எழுதப்பட்டிருக்கும் பெயர்களுக்குப் பக்கத் திலேயே நட்சத்திரம் ஒன்றும் வரைந்து வைத்திருப்பான். அந்த நட்சத்திரத்தின் எண்ணிக்கை கூடக்கூட அது அந்தப் பதவியின் அதிகார அடுக்குநிலையைச் சுட்டும். கண்ணப்பன் மூலம் சில காக்கி உடைகளின் தொடர்புகள் கிட்டியபோது பதட்டத்துடன் கைகுலுக்கி அவர்களை நெருங்க முயன்றேன். என்னை அறிந்திருந்தார்கள். அவர்கள் கைகளுக்குள் செல்லும் பிரச்சினைகள் தீர்வை நோக்கிச் செல்லும் முன்னர் அவர்களின் பாக்கெட்டுகள் நோட்டுக்கட்டுகளால் நிரம்புவதைக் கண்டேன். எல்லாவற்றிற்கும் ஒருவிலை அவர்களது உலகில் எங்களது உலகை விடவும் கச்சிதமாக வகுக்கப்பட்டிருந்தது. அதனூடே புகுந்து சடையனை வீழ்த்த முடியும் என்று கணக்கிட்டேன். புதிய நபர்களை உடனடியாக அவர்கள் நம்புவதில்லை எனக் கண்ணப்பன் சொன்னதை நான் பொருட்படுத்தவில்லை. ஆனால் உள்ளூர ஒரு நடுக்கம் அவர்கள் மீது இருந்து

கொண்டேயிருந்தது. தம்பித்துரை "அகலக்கால் வைக்காதே" என்றபோது "அந்தத் தாயோலிய பொளந்து எறிஞ்சாதான் ஆத்திரம் தீரும்" எனக் கத்தியபோது கண்ணப்பன் எனை இழுத்துக்கொண்டு போனான். முழங்காலில் வழிந்த அந்த அவமானம், அவனது ஏளனச் சிரிப்பு போன்றவை விடாமல் கடுமையாகத் துன்புறுத்திக் கொண்டிருந்தது. பெரிய தொகை கிட்டும்படியான காரியமொன்று வந்திருக்கிறது என்றும், அதற்குக் காக்கி உடைகளின் உதவி வேண்டுமென்றும் அவர் களின் உதவியைக் கோரியதற்கு மறுநாளே அது பாவாவின் காதுக்கு எட்டிவிட்டது. பாவா அழைப்பதாகத் தம்பித்துரை வந்து கூட்டிச் சென்றான். பாவா சுருட்டுப் புகைத்துக் கருத்த உதடுகளை விகாரமாகத் திறந்து கொட்டாவி விட்டபின் வசவைப் பொழிந்தார்.

காலையில் பாவாவின் முன்னால் சடையனும் நானும் வார்த்தைகளாலேயே மோதிக் கொண்டோம். பாவா கூர்மை யாகப் பார்த்தபடியே எழுந்துவந்து இருவரையும் ஓங்கி இரண்டு அறைகள் தந்தபின் அந்த அறையே நிசப்தத்தில் ஆழ்ந்தது. "உக்கார்ந்திருக்கிறவன் சும்பக்கூதின்னு நெனச்சீங்களாடா? இருக்கிற இடம் தெரியாமல் அழிச்சுருவேன், நாய்களா" என்றார். சுதாரித்து "அதுக்கில்ல பாவா" என்பதற்குள் "மூட்றா" என்றார். "இந்தத் தேவிடியாப்பையன் முன்னாலே என்னய எப்படி அடிக்கலாம்" எனச் சடையன் எதிர்த்தான். அந்த வசவால் சீண்டப்பட்டு நான் ஓங்கி அவன் முகத்தில் குத்தினேன். மூக்கிலும் வாயிலும் ரத்தம் கசிந்தது. பாவாவுக்கு முன் அவர் பேசிக்கொண்டிருக்கும்போது ஒருவனை அடிப்பதென்றால்?! "பரதேசித் தாயோலி" என்றபடி என் குரல்வளையைப் பிடித்தார். அம்மாவின் நடத்தை சார்ந்த அந்த வசவு எனை மிருகமாக மாற்றியது. கையை ஓங்கி காட்டுமிருகம் போல வன்மத்துடன் முன்னேறினேன். பாவா என் கண்களில் தெரிந்த ஆவேசத்துக்கு அஞ்சிப் பின்வாங்கினார். சுற்றி நின்றவர்கள் நெருங்குவது தெரிந்ததும் அப்படியே முழங்கால்போட்டு அமர்ந்து அவர் கையைப் பற்றி, "என்னயப் பார்த்து ஏன் பாவா அப்படிச் சொன்னீங்க?" என்று கெஞ்சினேன். என் முதுகில் பலமான ஒரு உதை விழுந்தது. சடையன் பல்லைக் கறுவிக்கொண்டு நின்றான். நாயின் பற்கள் போல ஒரு கணம் அது என்னை அச்சமூட்டியது. எழுந்து புறங்கையால் ஓங்கி அறைந்தேன்.

அவன் நிலைகுலைந்துபோய் விழுந்தான். தலைக்குள் பூச்சிகள் பறப்பது போலவும் அதை விரட்டுவது போலவும் குனிந்து நின்று தலையை வேகமாகக் குலுக்கிக்கொண்டான். பாவா பெருத்த குரலில் "எங்கிட்ட சாகத்தான் வந்து சேர்ந்தியா?

ஆசைதான்டா உனக்குக் கேனக்கூதி ... ஆரம்பத்திலிருந்தே உன் கண்ணு சரியில்லடா" என என் கழுத்தில் காலை வைத்து அழுத்தினார். "நீ போ பாவா" எனச் சடையன் சொன்னபோது, "நீ போடா அந்தப் பக்கம்" என அவனைத் தள்ளினார். இரை மறுக்கப்பட்ட விலங்குபோலக் கண்களில் நெருப்பு எரிய உடலை ஒருவாறாக வளைத்தபடி அப்பக்கம் சென்றான். எதுவும் பேசாமல் எழுந்து போனேன். அன்றிரவு நெடுநேரம் காத்திருந்து போதையில் வரும் சடையனை மறித்து ஓயாமல் அடித்தேன். "யார் மேல கைய வைக்கற" என்றபடி மூர்க்கமாகத் தாக்கினேன். மறைத்து வைத்திருந்த இரும்பு உருளையை எடுத்து அடிக்க ஓங்கியபோது உடன் வந்த தம்பித்துரை எனை இழுத்துக் கொண்டு போனான். எவ்வளவு திமிறியும் அவனுடைய பிடியிலிருந்து வெளியே வரவே முடியவில்லை.

தம்பித்துரை மட்டும் தடுக்கவில்லையென்றால் அன்றே சடையனைக் கொன்றிருப்பேன். அவனை உயிருடன் விட்டது தான் பெருந்தவறெனப்பட்டது. அவனது ஆட்களில் பாதியை என் பக்கம் இழுத்த பின்னும் அவன் பழைய பலத்துடனேயே அலைகிறான். அச்சம் என்னும் கயிற்றின் மீது நின்று தான் பாவா வாள் வீசிக் கொண்டிருந்தார். சடையன் அதிலொரு அபூர்வ விதிவிலக்கு. பயத்தை அவனிடம் ஒரு கணம்கூடக் கண்டதேயில்லை. அவன் மீது அச்சத்தின் நிழல் விழுந்ததே யில்லை. பாவாவிடம் சென்றிருக்க வேண்டிய வேலை என்னிடம் வந்தபோது அதைத் தயங்கி அவரிடம் சொன்னதும் "அவ்வளவு பெரிய புடுங்கி ஆயிட்டியா? மயிறு" என்றார். புதிய முகங்கள் அதுவும் கண்ணப்பன் கூட்டிவரும் ஆட்களுக்கு மட்டும் மறுகாதுக்கு விஷயம் எட்டாமல் சிறிய வேலைகளை முடித்துக் கொடுத்திருக்கிறேன்.

கண்ணப்பன் தனியாகப் பங்களா எடுத்துத் தொழில் செய்ய ஆரம்பித்திருந்தான். பானுவை எனக்குக் காட்டித் தந்ததற்காக அவன் கேட்கும் போதெல்லாம் உதவினேன். அவன் மூலம் சில அரசியல் புள்ளிகளின் தொடர்புகள் கிட்டின. ஆனால் அவர்களைப் பாவாவிடம் கூட்டிப்போயே நிறுத்தினேன். பாவா எழுந்து நான் கொண்டு நிறுத்திய ஆளிடம், "சின்னாபின்னப்பட்டுப் போயிருவே ... அடிச்சன்னா கொட்ட வெளியே வந்திரும்டா தாயோலி" எனச் சிவந்த முகத்துடன் அவன் முடியைப் பற்றி அறைந்தார். என்னிடம், "இதுவே மொதலும் கடைசியுமா இருக்கட்டும். எனக்கு நீ தொழில் புடிச்சித் தர்றியா? காலி பண்ணிடுவேன். ஜாக்கிரதை" என்றார். மௌனமாக நின்றேன். பின்னர் கண்ணப்பன் வழிக் கிடைத்த

தொடர்புகள் மூலம் கிட்டியவைகளைச் சடையனின் பழைய ஆட்களைக்கொண்டே செய்து முடித்தேன். அது பாவாவுக்குத் தெரியவந்தாலும் அதுபற்றிக் கவலைப்பட வேண்டாம் என முடிவு செய்திருந்தேன். அப்போது தம்பித்துரை சிரிப்பது நூதனமாக இருக்கும். என்னை வெட்டிச் சாய்க்க நடந்த முயற்சியிலிருந்து கண்ணப்பன் மூலம் தப்பி, பானுமதியைக் காணச் சிராய்ப்புகளுடன் வந்துகொண்டிருந்தேன்.

இது நிச்சயம் சடையனின் யோசனையாக இருக்காது. அவன் ஒருபோதும் மறைந்திருந்து அல்லது சூழ்ச்சி செய்து கணக்கை முடிப்பவன் அல்ல. நெஞ்சு பதைக்க வீடு நோக்கி ஓடியபோது அந்தத் தெருமுனையிலேயே எவனெனத் தெரியாத ஒருவனால் தடுக்கப்பட்டேன். பாவாவின் ஆட்களின் மீதுள்ள வழக்குகள் அனைத்தும் என் பெயருக்கு மாற்றப்பட்டு விட்டதாகவும், அதற்குரிய பெருந்தொகையைப் போலீசுக்குப் பாவா கொடுத்திருப்பதாகவும் சொல்லிவிட்டு முகம் காட்டாமல் ஓடினான். வீட்டைச் சுற்றிலும் போலீஸ்காரர்கள் மஃப்டியில் சுற்றுகிறார்கள் என்றும் அவன் சொன்னான்.

நான் பழைய நிலைக்குத் திரும்பச் சில கணங்கள் பிடித்தன. இந்தப் பொறியிலிருந்து மீள்வது பற்றி நெடுநேரம் அமர்ந்து நிதானமாக யோசித்தேன். பாவா இருக்கும் வரை உயிருடன் வெளியே உலவ முடியாது என உறுதியாகத் தோன்றிற்று. என் மனதிற்குள் பாவாவைக் கொன்று அவரை நாயை இழுப்பது போல இழுத்துச் சென்றேன். பாவா எங்குத் தங்குவார் எனக் கண்ணப்பன் அறிவான். முடிவு செய்தவனாக அந்தக் குடிசைக்குப் புதிய குட்டியின் புகைப்படத்தைக் காட்டிப் பாவாவை வரவழைத்தேன்.

குடிசை முற்றாக எரிந்துவிட்டிருந்தது. அது செம்மண்ணால் சுவர் எழுப்பப்பட்டு மேலே ஓலை வேய்ந்த குடிசை. பங்குனி வெயிலில் ஓலைத்தடுக்குகள் நன்றாகக் காய்ந்திருந்தன. பாவாவின் உடன்வந்த ஆட்கள் போதையில் தலை தொங்கத் தொடங்கியதும்தான் நெருப்பு வைத்தேன். இரண்டாவது சுற்றிலேயே கால் துவண்டுவிடும் வீர்யமான சரக்கை அவர் களுக்குக் கண்ணப்பன் மூலம் ஏற்பாடு செய்திருந்தேன். நாய்களின் குரைப்பொலி எங்கிருந்தோ கேட்டுக்கொண்டே யிருந்தது. யாரோ தொலைவிலிருந்து ஓடிவருவது தெரிந்தது அவனது அசைவைப் பார்த்தால் சடையனைப் போலவே இருக்கிறதே! அவன் ஊரில் இல்லை எனத் தம்பித்துரை தானே சொன்னான். சடையன் நிறைபோதையில் இருப்பது மண்ணைக் கிளறும் அவன் நடையின் மூலம் புரிந்தது. அப்போது

தொலைவில் புள்ளிகளாகத் தெரிந்தவர்கள் அருகில் ஆட்களாக வந்து சேர்ந்தனர்.

அக்குடிசையிலிருந்து கரிக்கட்டை போன்ற உடல் வெளியே கொண்டு செல்லப்பட்டது. அது யாருடையது என அறிய எழுந்தபோது தூக்கிச் செல்பவர்களில் ஒருவன் யார்? என்ன? என்ன? தம்பித்துரைதானா? "தாயோலி டேய்" எனக் கத்தினேன். தம்பித்துரை என்னோடு சம்பந்தப்பட்ட காட்சிகள் ஒருகணம் தாறுமாறாக மனதில் ஓடியது. "ங்கொம்மாள ஒக்க" என்றபடி பதுக்கி வைத்திருந்த ஆயுதங்களை வெளியே எடுத்தேன். அப்படி யென்றால்? ஆட்களைக் கூட்டிக் கொண்டு வரச் சொன்னதைத் தம்பித்துரை நிச்சயம் செய்திருக்க மாட்டான். வனமிருகம் போல அவர்களைச் சூறையாட மனமும் உடலும் துடித்தது. சடையன் ஆட்களைக் கூட்டி வந்து துழாவினான். இன்று சடையனின் ரத்தத்தை அவன் காணும்படிச் செய்ய வேண்டும் எனத் தீர்மானித்தவனாக மேலும் பதுங்கினேன். ஒரு வீட்டின் மேல் அமர்ந்தபடி அவர்களைப் பார்த்துக்கொண்டேயிருந்தேன். திடுமென எழுந்த ஒரு நாயின் குரைப்பொலியில் பயந்து கால் பிசகி, பற்றியிருந்த கை விடுபட்டது. சரசரவென ஓடுகளில் வழுக்கியபடி அதையும் இழுத்துக்கொண்டு கீழே வந்து விழுந்தேன். இடுப்பில் கத்தியைச் சரிபார்த்தபின் அதை உருவிய படி திரும்பியபோது கையின் மேல் வெட்டு விழுந்தது. அவனைக் கீழே தள்ளினேன். மீண்டும் அவன் எழுந்து "அண்ணேய்ய் . . ." என்று குரலை எழுப்பியபின் என்னைச் சரமாரியாக வெட்டி னான். அக்குரலுக்குச் சடையனும் தம்பிதுரையும் ஓடிவந்தனர். வெட்டியவனை அடையாளம் கண்டேன்.

சடையனின் சீடன். முன்பொருமுறை என் மூலம் அவன் பற்களைப் பொறுக்கிச் சென்றவன். ஓட்டை வாயைத் திறந்து மூச்சுவிட்டான். "கொல்லுடா தாயோலிய" என்றபடி அவன் தோளைச் சடையன் தட்டிக் கொடுத்தான். அவர்கள் நகர்ந்த பின்னும் எழமுடியாமல் பெருகிய ரத்தத்தினுள் கிடந்தேன். நினைவு தப்புவது போலப்பட்டது. அம்மாவும் பானுவும் அவர்களுக்குப் பிடித்த பெயரில் எனை அழைப்பது காதில் விழுந்தது. மெல்லச் சிரித்தேன். சிறிது கழுத்தைத் திருப்பிய போது அப்படியே உறைந்துபோனேன். மூக்குவிரிய கொழுத்த உடலை அசைத்தபடி செம்பட்டை நாயொன்று நிலத்தில் கால் பட்டும் படாமல் எனை நோக்கி ஓடி வந்துகொண் டிருந்தது. நெஞ்சில் பயம் கவ்விக்கொள்ள நடுங்கியபடி எழுவதற்குக் கடுமையாகப் போராடினேன். முடியவேயில்லை.

***உயிர்மை*, அக்டோபர் 2011**

வாசனை

குத்த வைத்து அமர்ந்து மூன்றாவது பாட்டிலின் மூடியைத் திருகும்போதும் என் கண்களில் நீர் உலர்ந்திருக்கவில்லை. குமட்டல் போல ஏறி வந்த எச்சிலைக் காறித் துப்பினேன். எவ்வளவுமுறை துப்பினாலும் அதை மறக்கவே முடியாது என்று பட்டது. முடிகளை விரல்களால் அளைந்தும் பிசைந்தும் பற்றி இழுத்தும் உடல் அதிர இடைவெளியின்றிக் கெட்ட வார்த்தைகளை மனம் ஓயும்வரை பேசியதில் சற்றே ஆசுவாசம் ஏற்பட்டது. நாயொன்று எட்டி வைத்த காலை வசவுகளின் உச்சாடனத்தால் பின்னுக்கிழுத்து ஓடிற்று. தலையில் ஓங்கி ஓங்கி அடித்துக்கொண்ட போது புறங்கையின் வழியே கண்ணீர் இறங்கிற்று. மாமா இருந்திருந் தால் ஏதேனும் கூறித் தேற்றி யிருப்பார். காரணம், பச்சை என அறிந்தால் வேறொன்றை நோக்கிப் பேச்சைத் திருப்பிவிடுவார். அவர் அமைத்துத் தந்த வாழ்வல்லவா? கொந்தளிக் கும் மனதை அடக்கத் தெரியாமல் கரித்துண்டு களால் கிறுக்கப்பட்டிருக்கும் சுவரில் பாட்டில்களை எறிந்தேன். அது உடைந்து விழும் ஒலிகேட்டு மீண்டும் வார்த்தைகள் வெள்ளம்போல வந்தன. அக்கோபத்தோடு உள்ளே போய் பிணங்களை அங்குமிங்கும் இழுத்துப் போட்டு அவைகளை நோக்கிக் கண்டபடி மூர்க்கமாகத் திட்டிய பின் மூச்சுவாங்க நடந்து கதவு நீக்கி மீண்டும் குத்த வைத்து அமர்ந்துகொண்டேன்.

"இன்னைக்கு எத்தன மூட்டை?" கைலியி லிருந்து சுருக்கங்கள் கொண்ட சாக்கு போன்ற

காக்கி அரைநிஜாருக்கு மாறியபடியே அவிநாசியைப் பார்த்துக் கேட்டேன். சிவப்பு ஈரிழைத் துண்டைத் தோளில் போட்டுக் கொண்டதும் வழக்கம்போல மாமாவின் நினைவினுள் விழுந்து மீண்டேன். வராண்டா முழுக்க பினாயிலை ஊற்றிக் கழுவிக் கொண்டிருந்த பூவாத்தாள் வெடுக்கெனத் தலையைத் திருப்பிக் கொண்டாள். "பூவு கோவிச்சுக்குது" என்றான் அவிநாசி சிணுங்கலுடன் கூடிய அடிக்குரலில். அவள் இருவரையும் பார்த்து விளக்குமாறைக் காட்டினாள். "யேன் விளக்குமாத்துக்கு குஞ்சம் கட்டணுமா?" எனக் கொஞ்சும் குரலில் கேட்டேன். அவிநாசி சிரித்துக்கொண்டே "வரத்துக் கம்மிதான். நாலு" என விரல்களால் காட்டி உதட்டைப் பிதுக்கினான். "எளசா? முத்துனதா . . ." என்றேன். பூவாத்தா "நீங்கெல்லாம் அழுகித் தாண்டா சாவீங்க" என்று கத்தினாள். "ஐய்யய்யோ. இவ ஏண்டா சாமி வந்தவ மாதிரி கத்தறா?" என்றேன் முகத்தைத் துடைத்தவாறு. பச்சையுடனான பிணக்குகளுடனும் மனக்காயங் களுடனும் சோர்ந்து வருகையில் பூவுதான் அந்தப் புண்களுக்குத் தன் சொற்களால் மருந்திட்டு ஒத்தடம் வைப்பாள். எங்களுக்குள் பெயர் கூறமுடியாத ஒரு உறவிருந்தது. எனக்கு இறைச்சி மிகப்பிடிக்கும் என்பதால் அவள் கோழி சமைக்கும்போது மட்டும் அவள் வீட்டிற்குச் சென்று போதையில் அவளது மகனுடன் சேர்ந்து கழுத்துவரை உண்டுவிட்டு அங்கேயே திண்ணையில் உருண்டு உறங்கி எழுந்து வருவேன். பிற பொழுது களில் அவளைச் சீண்டுவதும் அதற்கு அவள் அறைந்தாற் போலப் பதில் சொல்வதையும் ரசித்துக் கிடப்பேன். பூவு பார்வையிலிருந்து மறைந்ததும் கால்களால் தள்ளிக் கதவைத் திறந்தேன். அவள் "போடா மயிறு" என அவிநாசியைத் திட்டுவது காதில் கேட்டது.

உள்ளே நுழைந்ததும் உடலைத் துளைக்கும் அந்த வீச்சம்! எவ்வளவு வருடங்கள்! எத்தனை பிணங்கள்! ஆனாலும் முதல் சில வினாடிகள் அந்த வீச்சம் கடுமையாகத் தாக்குவதி லிருந்து இன்றுவரை தப்ப முடிந்ததேயில்லை. போதையின் துணையில்லாத நேரங்களில் மட்டுமே அவற்றைக் கையாள்வது பற்றிய யோசனைகள் நீண்டு செல்லும். அவற்றில் ஒன்று பச்சையைப் போலக் கால்கள் அகட்டி ஈறு தெரியக் கிடந்தது. பச்சை என்றால் பயந்து சும்மா இருந்துவிடுவேன். இது பிணம். மிதமான போதையிலிருந்ததால் என் கால்களாலேயே அதைச் சரி செய்தேன். பணிக்குச் சேர்ந்த முதல் வாரம் முழுக்க அந்த அறை தந்த பீதியை மறக்கவே முடியவில்லை. சுற்றுவட்ட ஊர்களில் எதிலும் மார்ச்சுவரி இல்லாததால் அனைத்தும் இங்குதான் வரும். விபத்துக்களால் வந்த பிணங்களைக் காட்டிலும்

தற்கொலை செய்துகொண்டதால் வரும் பிணங்களைக் காண்பது தான் பெரும் அச்சமூட்டக்கூடியதாக இருந்திருக்கிறது. என்னை உள்ளே இழுத்துக்கொண்டு போய் நிறுத்திய பழனி மாமா எப்போதும் போதை ஏறிய கண்களுடனும், நிதானமிழக்காத நடையுடனும் இருப்பதைக் கண்டேன். அனாயாசமாக அவரது கைகள் துடுப்புப் போலப் பிணங்களைப் புரட்டிப் போடுவது கண்டு எக்கி எக்கி வாந்தியெடுத்திருக்கிறேன். ஒன்றுக்கும் ஆகாதவனாகப் பன்றி பிடித்துக்கொண்டு திரிந்தது கண்டு மாமா சொல்லி, பெயர் பதிந்தபின் இந்தப் பணி கிடைத்தது. பன்றி பிடிப்பதில் நான் பெற்றிருந்த அனுபவம் ஆட்களை எனை நோக்கி இழுத்தபடியிருக்கும். கண் வைத்த பன்றியைச் சாக்கடையின் முட்புதர்களுக்குள் பன்றிக் கும்பலின் உறுமல் களுக்கிடையே நீந்திப் போய் அதன் கழுத்தில் கயிறு போட்டு இறுக்கி, பிற பன்றிகளின் கத்தல்களுக்குச் செவிமடுக்காமல் அதன் சிறிய வால் மண்ணில் புரண்டு அடங்குவதையே பார்த்தபடியிருப்பேன். அப்போது தோன்றியிராத அச்சம் இந்தப் பிரேதங்களைக் கண்டதும் பிடித்துக்கொண்டது. நான் ஒழுங்கு செய்த முதல் பிணம் ஒரு பெண்ணுடையது. சுருக்கிட்டு நாக்கு வெளித்தள்ளிப் பிதுங்கிய கண்களுடன் அது விரைத்துக் கிடந்தது. கண்களை இறுக மூடிக்கொண்டேன். எப்போதுமே பன்றியின் கண்களையெல்லாம் நான் கண்ட தில்லை. அதன் ஓடும் கால்களையும் கழுத்து அசைவுகளையும் மட்டுமே கண்டு அவற்றைப் பிடிப்பேன். ஆச்சரியமாக அந்தப் பிரேதத்தைக் கண்டதும் மல்லாந்து கிடக்க, நான் இழுத்துக் கொன்ற முதல் பன்றியின் நினைவு வந்தது. அதை ஒரு சாகசத்தின் இறுமாப்போடு விலை பேசினேன். “பாருடா . . . நல்லாப் பாரு . . . பாக்க பாக்கத்தான் பயம் போகும்” என மாமா சொன்னார். அதனைத் தூக்கிப் படுக்க வைத்தபோது அதன் மீதிருந்த ஈக்கள் ஒருமுறை சுழன்று தரையில் கோடு போல ஒழுகிக் கிடக்கும் திரவத்தின் மீது அமர்ந்தது. “ஐயோ” என அலறிப் பின்னால் போய்ச் சுவரில் முட்டி, கால்கள் தொளதொளவென்று ஆட அப்படியே நின்றேன்.

என் மயிரைக் கொத்தாகப் பற்றி இழுத்துப் போய் “தூக்குடா பேடி மயிராண்டி” என்றார். அவர் கையைத் தட்டிவிட முயன்றபோது காதில் வண்டின் ரீங்காரம் போலச் சில வினாடிகள் ஒலி அலை தோன்ற பலமாக அறைந்தார். அப்போது கதவு தட்டப்பட்டது. மாமா எனைப் பார்ப்பதற்குள், போய்த் திறக்கும் முன்னரே எனக்குத் தெரிந்து விட்டிருந்தது. பழைய துருவேறின ஸ்ட்ரெச்சரில் ஒரு உடல் வந்திருந்தது. ரயில் அடித்துச் சிதறிய உடல் அது. பழைய கிழிந்த துணியில் பாதி

மூடியிருந்தார்கள். அதன் மேல் அமர்ந்திருந்த ஈக்கள் என் முகத்தில் வந்திறங்குவதைக் கண்டு தலையை உதறி மனம் நடுங்க இறக்கி வைத்தேன். கைகள் முழுக்க ரத்தத்தோடு தலை தொங்க பயத்தை மறைத்து நின்றபோது "போடா அங்க, சோப்பு இருக்கு. கழுவிட்டு வா. மணி ரெண்டாச்சு. சாப்புடுலாம்" என்றார். என் வயிற்றில் குடல்கள் புரண்டு சத்தமிட்டன. அப்போது "தாஸ்ஸ்சு" என்றார் மாமா அன்பாக. தண்ணீர்த் தொட்டியை நோக்கிச் சென்ற அந்த நிமிடத்திற்கும், கை கழுவி முடித்த கணத்திற்கும் இடையே என் கண்கள் மீண்டும் ஏதேனும் பிணங்கள் வருகிறதா? எனப் பார்க்கத் திரும்பிற்று. அந்த நொடியிலேயே என் மனம் இந்தத் தொழிலுக்கு இசைந்து விட்டிருந்ததை உணர்ந்துகொண்டேன். மாமா தூணோரம் சாய்ந்து தூக்குச் சட்டியிலிருந்து சோறள்ளித் தின்றபோது பசி தாங்காத பேய் போல அவர் முகம் மாறுவதைக் கண்டேன்.

வந்திருந்தவைகளில் நகைகள் ஏதேனும் இருக்கிறதா என வழக்கம்போல உற்று நோக்கினேன். பெரும்பாலும் இருக்காது. அபூர்வமாக ஒருமுறை கிடைத்து இன்று பச்சை வயிறார அவளே சோறிடுவாள் எனக் குதூகலத்துடன் விற்கச் சென்ற போது கடைக்காரன் ஒற்றைப் புருவத்தை மட்டும் தூக்கிச் சந்தேகமாகப் பார்த்துப் படிக்கட்டிற்குக் கீழே ஓரத்தில் நிற்க வைத்துவிட்டு உரசிப் பார்த்த பின் தெருவில் வீசி, "உன்னோட பித்தளய பொறுக்கிட்டுப் போடா, கேப்மாரி . . ." என்றான். அதைச் சாக்கடையில் தள்ளிவிட்டு ஒரு சிறிய சந்திற்குள் சென்று மூடித் திருகி சரக்கை அப்படியே கவிழ்த்துக் கொண்டு அந்தச் சடலத்தை மனதில் கொண்டுவந்து "தேவிடியாமுண்ட" என்று கத்தினேன். ஒன்றுக்கிருக்க உள்ளே வந்தவன் திடுக்கிட்டு மிரண்ட விழிகளால் எனைப் பார்த்ததும் "கும்புடுறேன் சாமி" என்றேன். அவன் முகத்தைத் திருப்பிக்கொண்டான். பசியால் கண்கள் சோர்ந்து கால்கள் பலகீனமாகின. எப்போதும் பச்சையின் அம்மாதான் எனக்குச் சோறிடுவாள். மணமான முதல் இரு தினங்களில்தான் பச்சை பரிமாற உண்டிருக்கிறேன். பச்சை சோம்பலின் மொத்த உருவாக இருந்தாள். என் மாமியார் இரண்டு மூன்று வீடுகளுக்கு வேலைக்குச் சென்று திரும்பி மாகாளி கோவில் பூசாரியும் ஜோசியக்காரனுமான அவளது தூரத்து அண்ணனிடம் கடந்த காலப் பெருமைகளை அடுக்கிக் கொண்டிருப்பாள். திடுமென அவிநாசி உள்ளே நுழைந்து "உன்னய டாக்டர் கூட்டீட்டு வரச் சொன்னாரு" என்றான். கதவு நீக்கி வெளியே வந்ததும் அந்த வேப்பமரத்தைக் கண்டேன். எப்போதும் போல அலறலும், கத்தலும் சண்டையு

மாக அந்த விரிந்த நிழலில் வேப்பம்பூக்களும் வேப்பம்பழங்களும் சருகுகளுமாகக் கிடக்கும் இடத்தில் உடலைப் பெற வந்தவர்கள் ஒப்பாரி வைத்துக் கிடந்தார்கள். அழுது அழுது மயக்கமானவர் களுக்கு டீயும் பன்னும் வருவதைப் பார்த்தபடியே டாக்டரின் அறையை நோக்கி ஓடினேன்.

நான் திருமணமே செய்துகொள்ளாமல் இருந்திருக்கலாம் என நூற்றுக்கணக்கான முறை எண்ணியதுண்டு. பழனி மாமா வற்புறுத்தலில்தான் பெண் பார்க்கச் சென்றேன். அதற்கு முன்வரை பெண்களை மறைவில் நின்று வெறித்திருக்கிறேன். அவ்வளவுதான். தலைகுனிந்து அமர்ந்திருந்தேன். எனை நெருங்கி வந்து நிற்கும் பெண்ணின் கால்களை மட்டும் அப்போது கண்டேன். அந்தப் புடவையின் சரசரப்பொலியை மட்டும் கேட்டபடி கூச்சம் பிடுங்கித்தின்ன அந்தச் சாணம் மொழுகப் பட்ட மேடுபள்ளமான தரையையே பார்த்துக்கொண்டிருந்தேன். காபி தம்ளரை வாங்கும்போது அந்தத் தடித்த குள்ளமான விரல்களின் ஸ்பரிசமே நூதன உணர்வைத் தந்தது. மாமா என் தொடையைத் தட்டி “முகத்தைப் பாருடா மாப்ள . . .” என அதட்டியபோது அந்தத் தம்ளரில் இருந்தவை கீழே சிந்தின. “அக்க் . . .” எனச் சிரித்தவாறு திரும்பிச் சென்றாள். அவளைப் பெண் பார்த்துவிட்டு இருண்டு கிடந்த சந்தினுள் வந்தபோது ஒரு சிறுபெண் பின்னாலிருந்து அழைத்தபடி ஓடிவந்து மாமாவின் பொடி டப்பியை என்னிடம் கொடுத்து விட்டு ஓடிற்று. ஆர்வம் பொங்கத் திரும்பினேன். வெளித் தெரிந்த முகம் சட்டென உள்ளிழுத்துக்கொண்டது. பின் அவளையே எண்ணிக்கொண்டிருந்தேன். அவளுடைய அந்தக் கால்களையும் விரலையும் அந்தச் சிரிப்பையும் நினைவு கூர்ந்தபடி கிடந்தேன். வேலையில் கவனம் கூடவேயில்லை. அந்தச் சந்திற்குள் இரண்டு மூன்று முறை சென்றும் அவளைக் காண வாய்க்கவில்லை. சில வாரங்கள் கழிந்தபின் பழனி மாமாவிடம் தயங்கிச் சென்று கேட்டபோது “அட பயித்திக் காரப் பயலே, அவளுக்கு நேத்துத்தானே கண்ணாலம் முடிஞ்சுது” என்றார் வெகு சாதாரணமாக. நீண்டநேரம் அங்கிருந்து நகராமல் அப்படியே நிற்கும் எனை உலுக்கி “டேய் டேய்” எனக் கத்தியபோது பெரும் வீறிடலுடன் கண்ணீர் கொட்டியது. அவர் மேலும் கூட்டிச்சென்ற பெண்வீடுகளில் எதையுமே தொடாமல் வெறித்துப் பார்த்தபின் எழுந்துவந்தேன். மாமா எனை நேர் நிறுத்திப் பார்த்தபிறகு மெல்ல விம்மி, கண்களைத் துடைத்து அரைநிஜாரிலிருந்து பிராந்தி புட்டியை எடுத்து மடமடவென உள்ளே தள்ளினார். நான் அவரிடமிருந்து பிடுங்கி வாயினுள் கவிழ்த்தேன். தொண்டை எரிய வயிற்றுக்குள்

குடல்கள் அந்த வீரியத்தைத் தாங்க முடியாமல் வெளியே தள்ளின. ஓங்கரித்து வாந்தி எடுத்தேன். அந்த இரவு மாமாவும் நானும் உண்பதும் குடிப்பதும், மீண்டும் குடிப்பதுமாக ஒருவர் மேல் ஒருவர் விழுந்து கிடந்தோம்.

சிறுவயது முதலே உணவிற்காக ஏங்கியவன் நான். ஒரு கூரையின்கீழ் பிறர்போலக் குடித்தனம் நடத்த மிகுந்த ஆசை கொண்டிருந்தவன். அம்மா சவுரிகளை ஒரு கையின் விரல் களிடையே பற்றியபடி விற்பதற்கு வெற்றிலை குதப்பிய வாயுடன் ஊருக்குள் வேகமாகச் செல்வாள். சட்டைப் போடாத வெற்றுடம்புடன் அம்மாவை ஏறக்குறைய துரத்தியபடியே ஓடுவேன். தெருவில் என் வயதொத்தவர்கள் விளையாடு கையில் அதைப் பராக்குப் பார்த்தபடி நின்றால் முதுகில் பளீரென அடி விழும். ஏதேனும் பெரிய வீட்டின் பின் வாசலுக்குக் கூட்டிப் போய் அவர்கள் தரும் மீந்தச் சோற்றில் அவள் ஏதும் தின்னாமல் என் வட்டிலுக்கே அனைத்தையும் கொட்டிவிடுவாள். மாமிசத்தின் மீது எனக்கு அலாதி விருப்பம் உண்டு. தெருவில் போகையில் மணம் பிடித்து நின்றுவிட்டால் அவள் திரும்பி வந்து “வா சாமி . . . உனக்கு அம்மா ஆக்கிப் போடறேன்” என்பாள். “மயித்த ஆக்கிப் போட்ட . . . போடீ” எனச் சீறினால் வேகமாக நடக்கத் தொடங்கிவிடுவாள். தூரமாகப் போய் நின்று “எஞ்ஞாமி . . . வாடா” என இறைஞ்சுவாள். கற்களைப் பொறுக்கி அவள் மேல் வீசி அழுதபடியே ஓடிப்போய் அவள் முழங்காலைக் கட்டிக் கொள்வேன். அவள் பசி மறந்து சிரித்து எனைத் தூக்கி இடுப்பில் போட்டுக் கொள்வாள. இரவில் மட்டும் வந்துபோகும் ஆளிடம் ஒருமுறை அம்மா சண்டையிட்டாள். உடம்பைச் சொறிந்து கொண்டு சிகரெட் பிடிக்கும் அவனைக் கண்டாலே ஆத்திரம் மூளும். அம்மாவை அவன் அடித்தது கண்டு எதிர்க் குடிசைகளை எழுப்பிக் கூட்டி வந்தபோது அம்மா வெளியே வந்து அவர்களைக் கடுமையாகத் திட்டிய வாறே எனை வெறிகொண்டு அடித்தாள். அந்த ஆள் முறைத்த படியே திருப்தியுடன் சைக்கிளில் அமர்ந்து தெரு முனை மறைவது வரை அம்மாவைத் திரும்பித் திரும்பிப் பார்த்த படியே செல்வதைக் கண்டேன். அதற்குச் சில நாட்களுக்குப் பின் அம்மா காணாமல் ஆனாள். பற்றிக்கொள்ள ஏதுமின்றித் தினுசான வேலைகள் பல செய்து எதிலும் ஒட்டாமல் அங்கிங்காக அலைந்து காட்டுச்செடி மரமாக ஆவது போல ஆளானேன். பெருந்தலைகளுக்குக் கைத்தடியாக இருப்பது போலச் சிலாக்கியமான வேலை பிறிதொன்றில்லை. சாயம் இழந்து போன கரைவேட்டி என் பிசகான நடத்தையில்

ஐயப்பட்டு வேலையிலிருந்து விலக்கியபின் வேறு வேலை எதுவுமே கிடைக்கவில்லை. பன்றிபிடித்துக் காலம் ஓட்டிக் கிடக்கையில் எங்கும் போகாமல் வெற்று வெயிலைப் பார்த்துக் கொண்டிருந்த நாளொன்றில் முயல் பிடிக்க எனைக் கூட்டிச் சென்றனர். குளத்தின் முட்செடிகளுக்குப் பின்னால் மறைவில் அமர்ந்து புதரைக் கண் எடுக்காமல் பார்த்துக்கொண் டிருக்கையில்தான் பழனி மாமா எனை விசாரித்து முகம் மலர்ந்து "மாப்ள" எனத் தோளில் பலமாக அடித்து "நட்றா . . . எங்கூட" என்றார். அவரது மீசையில் மிரண்டு விழித்து நின்றபோது "வக்காளோலி! என்றா யோசன மயிறு, மூடிட்டு வா" என்றார். வேட்டை முடிந்து மாமாவை யாரோ உண்ண அழைக்கையில் "வூட்ல இன்னேரம் கறி வெந்திருக்கும்டா கூளையா" எனப் பொடியை மூக்கில் உறிஞ்சிக் கொண்டார். அதைக் கேட்டதும் நாக்கில் நீர் வடிய அவர் பின்னாலேயே சென்றேன். அதற்குப் பின் அவர் நிழலில்தான் நடை பழகினேன்.

பெண் தகையாமல் தள்ளிப் போய்க்கொண்டேயிருந்த வேளையில் மாமா எனை இழுத்துச் சென்று நிறுத்திய வீட்டிலிருந்து வரும்போது ஏறக்குறைய இரு பக்கமும் முடிவாகிவிட்டிருந்தது. மாமாவின் பொய்யும் அதைச் சாதித்துக் காட்டிய சாதுர்யமும் முடிவைச் சுலபமாக்கின. கண்களைச் சுற்றிக் கருவளையமும் கன்னங்களில் மங்கும் படரத் தொடங்கி விட்டிருந்த வயதில்கூட அவளுக்கு வரும்படி மிகுந்த, காலர் மட்டும் அழுக்காகும் அரசு ஊழியன் வேண்டுமாம். கூரையின் மேல் பூச்சிக்கு இரண்டடி தள்ளி நிற்கும் பல்லியைப் பார்த்துக் கொண்டிருந்தவனை அதட்டி "உட்கார்றா" என்றபடியே உள்ளே போனார். சிறு காத்திருப்புக்குப் பின் வந்து நின்ற பச்சையம்மாவைக் கண்டதும் அவள் உயரத்தை எண்ணி மனம் நாணிற்று. நான் சராசரிக்கும் குள்ளமாக இருப்பேன். முகச்சுளிப்பும் அதிருப்தியும் வெளிப்படும் பாவத்தில் அவள் கரப்பானைக் காண்பதுபோல எனைக் கண்டாள். மணநாளில் மாலையை அவள் கழுத்திற்கு மாற்றுவதற்குக் கணுக்காலில் உந்தி நிற்க அவள் குனிய வேண்டியிருந்தது. அன்றைய இரவு அவளது வீட்டிற்குப் பின்னால் மாமாவின் ஏற்பாட்டில் பரிமாறப்பட்ட இறைச்சியும் சாராயமும் குடித்து ஆட்கள் முன்வாசலில் போடப்பட்ட பந்தலின் அடியில் நாற்காலிகளிலும் மண்ணிலும் விழுந்து கிடந்தார்கள். பச்சையம்மாளின் அந்தத் திறந்த உடலைக் கண்ட இரவிலிருந்து காணும் பெண்களில் மனம் செல்லும் பெண்களிடம் மனப்புணர்ச்சி செய்திருக்கிறேன். பிணங்களை அறுக்கும்போதோ அல்லது மூடையாகக் கட்டும் போதோ வேறெந்த நினைவும் வராது. அசையாமல் கிடக்கும்

ஒரு வஸ்து என்பதைத் தாண்டி அவைகளைப் பற்றி வேறு நினைவுகள் ஓடினால் உடனேயே பாட்டிலின் மூடியைத் திறந்து நீர்கூட கலக்காமல்அப்படியே குடித்துவிடுவேன். ஒரு நாளைக்கு நான்கு குவாட்டர் வரை என் உடல் தாங்கும். பழனி மாமாவுக்கு பட்டைச் சாராயம்தான் பிடிக்கும் என்றாலும் கடைக்குச் சென்றால் விரும்பிக் குடிப்பது மானிட்டர்தான். பணமும் குறைவு. போதையும் கன்னாபின்னாவென்று ஏறும். மூக்கு இல்லாதவர்கள் அல்லது மூக்கை மறந்தவர்கள் தான் அதைக் குடிக்க முடியும். அந்தக் கறுப்பு நிறத்தைக் கண்டாலே அவரது கண்கள் விரியும். உடன் முட்டைப் பொரியல் இருந்தால் சிரித்துக்கொண்டேயிருப்பார். சரக்கின் உள்ளே நீர்ஊற்றி விற்கும் டூப்ளிகேட்டை நாக்கில் பட்டதுமே சொல்லிவிடுவார். நான் குடி பழகியபோது அவர் அந்தச் சரக்கை அடித்தபின் விட்ட ஏப்பத்திலேயே மூச்சுத்திணறி ஒருவிதக் குமட்டல் வந்திருக்கிறது. அவ்வளவு நாற்றம் கொண்டது அது. ஆரம்பத்தில் அதைக் குடித்து எழுந்ததும் மண்டைப் பிளந்து மயிர்கள் மூளையைக் குத்துவது போலவும் கால்களை யாரோயிருவர் ஆளுக்கு ஒரு பக்கம் இழுக்க, தரையோ விலகிச் செல்வது போலவும் இருந்தது. குடிக்கையில் தலையைத் தொங்கப் போட்டால் வாந்தி வரும் என மாமாதான் சொல்லிக் கொடுத்திருந்தார். அதைக் குடித்து நானும் மாமாவும் இரண்டடி தள்ளி ரோட்டிலேயே விழுந்து மண்ணில் புரண்டு எழமுடியா மல் அங்கேயே எச்சில் ஒழுகத் தூங்கியிருக்கிறோம். பின்னர் நான் ரோட்டில் தள்ளாத, வீடுவரை ஆளைக் கொண்டுபோய்ச் சேர்க்கும் சரக்குக்கு மாறிக்கொண்டேன். அதற்காகும் செலவை வந்து சேரும் பிணங்களின் உறவுக்காரர்களிடம் ஏதோவென்று சொல்லிச் சம்பாதித்துக் கொள்வேன்.

மழை பெய்யும் இரவுகளில் உள்ளே பிணங்கள் கிடக்க வராந்தாவில் வாய்ப்பிளந்து குறட்டையிட்டுக் கிடப்பேன். ஆம்புலன்ஸின் ஒலியைக் கேட்டதும் எழுந்து அந்தச் சவத்தின் முகத்தைப் பார்த்த பின்னேதான் உறங்கப் போவேன். எவ்வளவு முறை முயன்றபோதும் அந்தப் பழக்கத்தை மட்டும் கைவிடவே முடியவில்லை. ஆரம்பத்தில் கண்மூடப்படாத இறந்த உடல்களைக் கண்டால் உடல் ஒருமுறை சொடுக்கிப் பின் மீளும். பின்னர் அச்சத்தால் பீடிக்கப்பட்டு உதடு உலர்ந்து காரியங்களில் ஒருவிதப் பதட்டம் எனையறியாமலேயே கூடி விடும். மூடாமல் நிலைத்த கண்கள் எதையோ வேண்டுகின்றன. கூற முற்படுகின்றன. முக்கியமாகப் பெண்களின் கண்கள். அப்போது பழனி மாமாவின் பின்னால் போய் நின்று கொள்வேன். ஒரு குழந்தையின் முகத்தைத் தடவுவதுபோல்

அவர் அந்தக் கண்களை மூடுவார். அந்தச் சாவை மௌனமாக ஏற்றுக்கொள்வதுபோல அம்முகம் சாந்தம் கொண்டுவிடும். ஆனால் பச்சை எப்போதும் சாந்தம் கொண்டதில்லை. அரக்கி போல அகோரப் பசி கொண்டவள் அவள். பச்சை விடும் ஏப்பத்தைக் கேட்பவர்கள் அதை மிருகத்தின் முரட்டுத் தனமான மிரட்டல் எனக் கருதுமளவிற்கு லஜ்ஜையின்றிப் பெரிய சத்தம் இடுவாள். அப்போது நான் கொன்று சைக்கிள் கேரியரில் கட்டி எடுத்துப் போய் விற்ற பன்றிகளின் நினைவு தலைதூக்கும். பச்சையம்மாளுக்கு எனைக் கண்டால் நரகலைக் காண்பது போலத்தான் இருக்கும்போலும். அருவருப்புடன் முகத்தைத் திருப்பிக்கொள்வாள். நான் குள்ளமாக இருப்பதால் அவள் நிற்கும்போது அருகிலேயே செல்ல மாட்டேன். பச்சைக்குப் பூனையிடம் கூடுதல் நெருக்கமிருந்தது. அது அங்குச் சிறிய கூடைக்குள் குட்டிப் போட்டு நடுவீட்டில் நின்று நாக்கைச் சுழட்டி வாய்த் துடைத்துக் கொட்டாவி விட்டுச் சாவகாசமாக நடந்துசெல்லும்போது அவளிடம் அதற்கிருந்த சுதந்திரத்தில் ஒரு சிறு பகுதிகூட எனக்குக் கிடைக்கவில்லை என அறிந்தேன். அதுவும் கூட என்னிடம் வரத் தயங்கிற்று. என் கையை நக்கிய பூனைக்கு அவள் உணவிட மறுத்து அது அழுவது போல ஓயாமல் குரல் எழுப்பும் ஒலி கேட்டுக் கண்ணீர் விட்டிருக்கிறேன்.

அப்பூனை இரவில் வீட்டுக்கூரை மேல் உடல் வேட்கைக்கென வால் செங்குத்தாக நிமிர்ந்திருக்க உடம்பைப் பறப்பது போலத் தூக்கிக் குழந்தை அழுவதுபோலச் சத்தமிடு கையில் பச்சை முழங்காலளவு சேலை ஏறியிருக்க உறங்குவது கண்டு அவளைத் தொடாமல் போய் அவள் கை படாதவாறு அருகில் படுத்துக்கொண்டு ஸ்கலிதம் வெளியேறக் கனவு காண்பேன். அவளுக்குப் பயந்து பல நாட்கள் வீட்டின் குறுகிய வெளித் திண்ணையில் கொசுக்கள் பிடுங்க உறங்கிக் கிடப்பேன். அவ்வாறு மழைபெய்த இரவொன்றில் உறங்கிப் போன என்னை யாரோ உசுப்ப, எழுந்தபோது வாசலை மறைத்தபடி பச்சை நிற்பதைக் கண்டேன். உள்ளே போய்த் தயக்கமும் பயமுமாக அவளையொட்டிப் படுத்தேன். ஒன்றும் கூறவில்லை. மிக நீண்ட நாட்களுக்குப் பின் – ஏறக்குறைய மணமான இந்தப் பத்து மாதங்களில் இதுதான் நான்காவது முறை பச்சையோடு கூடினேன். ஆவேசமும் வெறியும் கூடிய முயக்கம் அது. மூன்று முறையும் அவள் வெல்ல நான் விட்டுத்தந்தேன். அவள் விடும் மூச்சுக்காற்றின் சத்தத்திலும் முனகலுடன் கூடிய பேச்சிலும் சிரிப்பிலும் அவளது அம்மா விழித்துக் கொள்வாளோ என அஞ்சினேன். திடுமென அவள்

கே.என். செந்தில்

என்னைக் கீழே தள்ளி "போதும் போ" என்றாள். விளையாட்டாக அவள் கையைப் பற்றி என் பக்கம் இழுத்தேன். "ம்ம்ம் . . ." என்றாள் கண்களை அகல விரித்து. ராட்சச முரசு அதிர்ந்து பின் அடங்கும் ஒலி போல அது இருந்தது. எதுவும் பேசாமல் மூலையில் போய்த் தொடைகளுக்கு நடுவில் கையைச் சொருகி சுருண்டு படுத்துக்கொண்டேன். காலையில் ஆசையுடன் பற்கள் தெரிய "பச்சை" என்றேன். "அட, நாத்தம் பிடிச்சவனே! சோத்தத் தானே திங்கற?" எனத் தொடங்கினாள். விடுவிடுவென இறங்கி நேராகக் கடையில் போய் நின்று "நெப்போலியன் ஆஃப் குடு" என்றேன்.

பச்சை சிலசமயம் எனை அடித்துவிடுவாள். அவள் அருகில் வரும்போதே எனக்குத் தெரிந்துவிடும். இரு கைகளையும் முறம் போல விரித்து வைத்து முதுகில் ஓங்கி ஓங்கி அறைவாள். எதற்குமே அவளை எதிர்க்கத் துணிய வேண்டாம். தானாக வழிக்கு வருவாள் என்ற மாமாவின் அறிவுரை என் கைகளையும் வாயையும் கட்டிப் போட்டிருந்தது. அன்று மட்டும் பிணங்களை மூர்க்கமாகக் கையாள்வேன். அவளை நினைத்த படி அந்த இறந்த உடலை அங்குமிங்கும் இழுத்து எறிவேன். பழனி மாமாவுக்குக் கோபம் இருந்தால் பிரேதங்களை நோக்கி வசவைப் பொழிந்து அமைதியாகிவிடுவார். ஒருமுறை அருகருகாகக் கிடந்த இரண்டு உடல்களைக் காட்டி, "இந்தப் புழுத்தி பெரிய ஜாதிமான். தாயோலி, எப்படிக் கிடக்கறான் பாத்தியா! வாய்க்குள்ள ஈ போய்ட்டு வருது. பக்கத்துல கிடக்கறவன் நம்மாளு. நிழல் பட்டாலே குத்தம் சொல்றவன் நம்ம பையனோட கையக் கோத்துட்டுக் கிடக்கிறான் பாததியா . . . த்தூ" என வெடித்துச் சிரித்துக் கண்கள் ஒளிர என்னைக் கண்டார். மாமாவின் மகன்கள் அவரைக் கைவிட்டபின் அவர் போக்கிடமின்றி ஆனார். பல நாட்கள் என் வீட்டுச் சிறிய திண்ணையில் படுத்துறங்குவார். வேண்டுமென்றே பச்சை அவர் மேல் எச்சில் நீரை எறிந்ததிலிருந்து அவர் வீட்டுப் பக்கமே வருவதில்லை. மாகாளி கோவிலின் முற்றத்தில் நாய்களோடு படுத்துறங்கி எழுந்து செல்வதாகக் காலையில் கோவிலில் நீர்தெளித்துக் கோலமிடச் செல்லும் பச்சையின் அம்மா சொல்லி அறிந்தேன். அதை அவரிடம் கடிந்து பேசிய பிறகு எங்கெங்கோ விழுந்து கிடக்கும் செய்தியைக் கம்பெனிக்குச் செல்லும் பெண்கள் வந்து சொல்வார்கள்.

குடிவெறி கொண்ட, குடும்பம் இல்லாதவன் என்ன ஆவான் என்பதற்கு மாமாதான் நேர்சாட்சியாக இருந்தார். அவரைக் காணாமல் எங்கெங்கோ தேடி அலைந்தபோது மாமா சாலையில் கடைப்படிக்கட்டிற்குக் கீழே ஒற்றை வார்

செருப்பு மட்டும் அருகில் இருக்க வானம் பார்த்துக் கிடந்தார். நான் மீண்டும் மீண்டும் அவரை முன்னும் பின்னும் இழுத்து எழுப்ப முயன்றேன். குளிர்ந்து போயிருந்தார். அவரைப் புரட்டியபோது காக்கி அரைநிஜாரில் குடிக்கவென வாங்கி வைத்திருந்த பாட்டிலைக் கண்டேன். அதை அங்கேயே மடமடவெனக் குடித்தபின் அவரை ஒற்றை ஆளாகத் தோளில் போட்டுச் சென்றேன்.

பிணங்களோடு கிடப்பவனுக்குக் கட்டிவைக்கப்படுவேனெனக் கனவிலும் எண்ணியிருக்கவில்லை. குடிக்கவேண்டும், உண்ண வேண்டும், புணர வேண்டும். இம்மூன்றையும் தவிர பிறிதொன்றை அறியாதவன் அவன். அதையும் அவன் ஆண்மை யோடு இன்றளவும் அணுகியிருக்கவில்லை. பிச்சைக்காரனைப் போல இரந்து பெற்று நிறைவடையக் கூடியவன். படிக்கும் நாட்களில் நோட்டுகளை இறுக அணைத்துச் செல்கையில் பறவைகளின் எச்சங்கள் காய்ந்த மதில் மேல் அமர்ந்திருக்கும் பையன்களைப் பார்வையாலேயே சீண்டுவேன். வெகுசிலர் தவிர பதின்பருவத்துப் பையன்கள் அப்பாவிகள். ஒரே தூண்டிலில் துள்ளத் துடிக்க வந்து நம் காலடியில் விழுவார்கள். அவர்களுக்கு இரையே போடாமல் ஆட்டம் காட்டுகையில் உதடு உலர்ந்து வெளிறிய முகத்துடன் வெவ்வேறு சந்துகளின் ஊடே புகுந்து நான்கைந்து முறை எதிரே வருவார்கள். சில சமயங்களில் அவர்களுக்குக் கோபம்கூட வந்துவிடும். ஒரேயொரு முறை திரும்பிப் பார்த்துவிட்டால் போதும் – சிரிக்கக்கூடத் தேவையில்லை – அவர்களது வீராப்புகள் காற்றிறங்கிய பலூன் போல இருந்த இடம் தெரியாமல் போகும். அவர்களில் ஒருவன் எனை அலட்சியம் செய்தாலும் இரவெல்லாம் அவனைச் சபித்துக்கொண்டே கிடப்பேன் என்பதும் மீண்டும் அவனை என் வட்டத்துள் கொண்டுவந்த பின்பே என் மனம் ஆறும் என்பதும் அவர்கள் அறியமாட்டார்கள்.

பையன்களுக்கு அவர்கள் வட்டத்தில் காலரைத் தூக்கி விட்டுக்கொள்ளவும் உருகவும் ஒரு பெண் வேண்டும். பெண்களோடு பேசும் பையன்களின் முகமே அலாதியான சந்தோஷத்துடன் மிளிர்வதைக் கண்டிருக்கிறேன். பழகத் தொடங்கிய மூன்றாவது நாளில் தன் உயிர் நண்பனைப் பற்றிய கீழான புகார்களை என்னிடம் அடுக்கியவனை ஒரு போதும் என்னால் மறக்க முடியாது. இதை ஒரு பெண் எக்கணத்திலும் செய்வதில்லை. அப்பா எனை அம்மாவின் கண்டிப்புகளை அலட்சியம் செய்து ஆண்களுக்குள் சுதந்திரமாக

கே.என். செந்தில்

வளரவிட்டார். ஆனால் எங்கள் ஜாதிக்காரர்களுடன் பேசுவதே அவருக்குப் பிடிக்காது. "சூரயனுக" என்பார். எங்களையும் ஒட்டவிடவே மாட்டார். அவர்களுக்குத் தொலைவில் தள்ளியே வசிப்பிடத்தை வாங்கினார். அம்மா மட்டும் அவளது ஆட்களைக் கண்டால் முறை சொல்லி விளித்து வீடு கூட்டி வருகையில் அப்பாவை நினைத்து வேறொரு அறையில் தாழிட்டுக் கொள்வோம். தாசில்தார் அலுவலகத்தின் செங்கற்சுவர்கள் அனைத்தும் அப்பாவின் பெயரை எதிரொலித்திருக்கும். பெல் அடித்தால் அவர் வரத் தாமதிப்பார். பெயர் சொன்னால் தான் ஓடி வருவார். வரும்படியில் அவர் மிதமான போதையில் சுமைபோலத் தீனிகளை வாங்கி வருவார். அவர் எனைப் புகழுந்தோறும் மீண்டும் அவரை உசுப்புவேன். அவர் ஒரு பேதை. மேலும் மேலும் புகழ்வார். பன்னிரெண்டில் தோற்று டுட்டோரியலில் திரியும் அண்ணாவை வேண்டுமென்றே நினைவுபடுத்துவேன். அவன் எதுவும் பேசத் திராணியற்று அப்பாவின் சுடுசொல்லால் துவள்கையில் அவன் பங்கையும் விழுங்கிக் கொண்டிருப்பேன்.

இரண்டாவது இருதய அடைப்பில் அப்பா போய்ச் சேர்ந்ததும் ஒரே வருடத்திற்குள்ளாகவே அப்பாவின் வேலை அவனுக்கு வந்தது. சில மாதங்களிலேயே முழுக்க எங்களைக் கை கழுவிவிட்டு அவன் சேகரமானான். பின் அவன் எங்களைத் திரும்பிப் பார்க்கவேயில்லை. ஏளனமும் அவமதிப்பும் கலந்த ஒரு பார்வையை வீசிச் சென்றவனின் வீட்டுப் படியேறக் கூடாது என அம்மாவிடம் ஆணையிட்டேன்.

நொடிந்து போயப் பருவங்கள் கழிந்த பின்னர் யார் என் வருகைக்காகத் தவம் கிடந்தார்களோ அவர்களே எனைக் கண்டும் காணாதது போலச் செல்வதைக் கண்டேன். எலிகளுக்கும் மூஞ்சூறுகளுக்கும் மணமாகித் தன் குட்டிகளை இடுப்பில் சுமந்து இளித்தபடி பாதைகளில் நலம் விசாரிக்கையில் இறந்துபோன என் அப்பனைச் சபித்தேன். நித்தமும் என் வயதை நினைவூட்டிப் புலம்பித்தவிக்கும் அம்மா என் மன உறுதியைச் சிதைத்தாள். ஜாதகத்தின் கோளாறான பலன்களை, கிரகங்களின் பாதகமான பார்வைகளைக் காட்டி இரண்டாம் தாரத்திற்கு எனை அம்மா முயன்ற போது தற்கொலை மிரட்டலில் அதை முறித்தேன். பழனி வீட்டிற்கு வருவதும் எனைப் புன்னகையில் எதிர்கொள்வதும் வினோதமாக இருந்தும்கூட எதுவும் கேட்கவில்லை. வீழ்ந்துபோன அம்மாவிடம் எதையும் கேட்கும் துணிவு எனக்கிருக்கவில்லை. அவள் சதாநேரமும் எதையோ எண்ணி அழுவதும் எனைக் கண்டு பெருமூச்சு விடுவதுமாகக் கிடந்தாள்.

தாஸைக் கண்டபோது நீர் வாங்கிக் குடிக்கத் திண்ணையில் பம்மும் ஒரு அன்னியன் என்றே நினைத்தேன். மணநாளின் போது மட்டும்தான் அவன் சிறிதேனும் காணும்படியிருந்தான். அவனது பணி பற்றி அவ்விருவர்களால் விளம்பப்பட்ட பொய்யிற்கு இலை விரித்தவளாக அம்மாதான் இருந்திருக்கிறாள் எனப் பின்னர் அறிந்தேன். அவன் காக்கி அரைநிஜாரில் பொத்தான்கள் கழன்ற சட்டையுடன் வேலையிலிருந்து பினாயில் நாற்றத்துடன் திரும்பி வந்தது கண்டு எதனுடனும் ஒப்பிட முடியாத அளவிற்குக் கடும் அதிர்ச்சிக்கு ஆளாகி, ஆங்காரத்துடன் போய் அம்மாவின் தலை முடியைப் பற்றி இழுத்து அடித்தேன். பின்னர் ஒருபோதும் அவனிடம் மனமுவந்து ஒரு சொல்கூடப் பேசியிருக்கவில்லை. அவன் பின்னணி அறிந்ததும் பன்றிகளோடும் பிணங்களோடும் கிடந்தவனோடு கூடுவதை எண்ணிப்பார்க்கவே முடியவில்லை. அவன் பணி பற்றித் தெரிந்த பின்னர் ஒரேயொருமுறை உடல்தினவைக் கட்டுப்படுத்த முடியாமல் வலிந்து கூடினேன். அவனைத் தொடர்ந்து அவமானப் படுத்துவேன். அவன் எகிறுவான் என்றும் சண்டை மூளும் என்றும் காத்திருப்பேன். பணிந்து போகப் பிறந்தவன் போல நடந்துகொள்வான். அதன்பின் திருத்தமாக அவன்முன் சென்றதேயில்லை. அழுக்கும் அலங்கோலமுமாக அவன் அரூயை கொள்ளும்படி நடந்து கொள்ளும்போதும் அவன் நாய் போலப் பல்லைக் காட்டி இளிப்பான். பல நாட்களுக்குப் பின் எனைக் கண்ணாடியில் கண்டபோது சுடுமண்ணில் நிற்பது போலத் துடித்தேன். அது நானல்ல எனும்படி உருமாறியிருந்தேன். அக்கோபத்தில் அவனை அடித்தபோதுகூட அவன் தலைகுனிந்து பெற்றுக் கொண்டான்.

மாமா அனாதை போலச் செத்துக் கிடந்ததைக் கண்டபின் பச்சையை எந்தச் சொல்லாலும் தீண்ட மனம் நடுங்கிற்று. பச்சைக்குத் தின்பதில் இருந்த ஆசையில் சிறுதுளியைக்கூட என் மீது கொண்டதேயில்லை. என்னால் அவளது நிர்வாணத்தைக் கண்ட அந்த இரவை மறக்கவே முடியவில்லை. அதற்கு முன் உயிர்அசைவு இல்லாத நிர்வாணங்களைப் பல நூறு கண்டிருக்கிறேன். குறிப்பாகப் பெண்களை. தொடக்க நாட்களில் சில உடல்கள் கிளர்ச்சி அடையச் செய்திருக்கின்றன. வாயில் பச்சைத்துணி கட்டி மருத்துவர்கள் அந்த உடலைக் கிழிக்க (பல சமயம் அதை நான்தான் செய்திருக்கிறேன். அவர்கள் கட்டளையிடுவதோடு சரி) அந்த ஆசையின் மீது காறித் துப்பியிருக்கிறேன். அந்தப் பிரேதத்தின் தலையை

நான்தான் அடித்துப் பிளப்பேன். இருப்பதிலேயே அச்சத்தம் தான் ஆகக் கொடூரமானது. வர்ணம் இழந்த சுவர்களின் மீது இற்று விழும் நிலையிலிருக்கும் உத்திரக் கட்டைகளின் மீது அந்த ஒலி பட்டுத் தெறிக்கும். போதையின் துணையுடன் தான் எப்போதுமே அதைச் செய்ய முடிந்திருக்கிறது. அந்த வாசத்தைச் சகித்துக் கொள்ளவே முடியாது. நான் பச்சையை ஒரு விலங்கைப் போல முகர்ந்து முன்னேறிச் சென்ற, அவள் வலிந்து அழைத்த அந்த மழைநாள் இரவில் அவள் பழத்தைத் தொலித்துத் தின்று கொண்டிருந்தாள். என் மூச்சு அவள் முகத்தின் மீது படர அவளை நோக்குகையில் எனைத் தன்னோடு அழுத்திக் கொண்டாள். பச்சையோடு முயங்குவது இயலாத தாகவே இருந்திருக்கிறது. அவள் மரக்கட்டை போலக் கூரையை நோக்கிக் கிடக்கும்போது ஒரு பிணத்தைத் தவறுதலாக வீட்டினுள் யாரோ போட்டுவிட்டுப் போய்விட்டார்கள் எனப் பயந்து அவளைப் பார்த்தால் அவள் வாய் மட்டும் அசைந்து கொண்டிருக்கும். எப்போதுமே பச்சை உடை மாற்றிக்கொள் வதைக் காண்பதுதான் பெரும் கிளர்ச்சியை அளிக்கக்கூடியதாக இருந்திருக்கிறது. பல சமயங்களில் அதை மனதில் கண்டு மருத்துவமனைக் கழிவறைக்குச் சென்று கை, கால்கள் மெல்ல நடுங்க வந்து பீடி பற்ற வைத்துத் தூணோரம் கண்மூடி அமர்ந்து கொள்வேன்.

பச்சையை மாமாவோடு போய் கண்ட நாளில் அவள் கால்களைத்தான் முதலில் கண்டேன். பல வருடங்களுக்குப் பின்னும் அந்த முதல் பெண்ணின் கால்களை என் கண்களி லிருந்து அகற்றவே முடியவில்லை. பச்சையின் கால்விரல்கள் இடைவெளிவிட்டு நன்றாக நீண்டு வளர்ந்திருந்தது. பாதங்களின் அகலம் நடக்கும்போது தரையின் தூசியை அதிரச் செய்தது. மாமாவின் காலடியில் விழுந்து எழுந்தபோது இடுப்புச் சதையின் பிதுக்கத்தைக் கண்டு கண்களைத் தாழ்த்திக் கொண்டேன். அவள் அம்மா ஓடிவந்து இடுப்பில் கிள்ளியதும் தன் உயரத்தைக் குறைத்துக் காட்ட சற்றே ஒடிந்து நின்றாள். நான் வேஷ்டியின் பிசிறுகளை நீவியபடியே பச்சையை நன்றாகப் பார்த்தேன். வெள்ளையில் கறுப்பைத் தோய்த்து எடுத்தது போல நிறம் அவளுக்கு. அவள் பெரிய கண்களை உருட்டி எனக்கு வைத்திருந்த பலகாரங்களில் பார்வை குத்தி நின்றாள். அந்தக் கண்களால்தான் பின்னாளில் துன்பப்படப் போகிறேன் என அப்போது எண்ணியிருக்கவில்லை. மாமா சிரித்து வெளியே வந்து “அவனப் பார்த்தது போதும். உள்ள போ அம்மிணி” என்றார். அன்றிரவு நாங்கள் நிறைபோதையில் பேருந்தில் ஏறி அமர்ந்தோம். அடுத்த மாதத்தின் முதல் வாரத்தில் அவள் வீட்டில் ஸ்பீக்கர்கள் முரட்டுத்தனமாக அலற, பட்டத்தரசி

யம்மன் கோவிலில் திருமணம் நடந்தது. அந்த நாள் மட்டும் தான் பிணங்களைப் பற்றி நினைக்காமல் இருந்திருக்கிறேன். ஆனால் பச்சையைக் கூடிய பின் தளர்ந்து உறங்கிய கனவில் என்னையே அறுப்பதாகக் கனவு கண்டு பீதியுடன் எழுந்தேன். திருமணம் முடித்து இரண்டு நாட்களில் அவளை இங்கே கொண்டு வந்தேன். அதற்குப் பிறகு என் மேல் பினாயில் நாற்றம் அடிப்பதாகவும் சகிக்க முடியாத வாடை வீசுவதாகவும் இன்றுவரை சொல்லிக்கொண்டிருக்கிறாள். ஆனால் அவள் மேல் எனக்கிருக்கும் பராதிகளை ஒருமுறைகூடக் கூற வாய் திறந்தவன் அல்ல நான். சிலமுறை எரிச்சலில் வசவை உதிர்ந் திருக்கிறேன். அவள் மௌனமாக உறங்கி எழுந்து அவளது அம்மா வேலைக்குச் சென்ற பின் லீப்பர் கட்டையாலேயே எனை அடித்திருக்கிறாள். எதுவும் பேசாமல் எழுந்துபோய் எனக்குச் சோறள்ளிப் போட்டு உண்டுவிட்டு அவளுக்குச் செலவுக்குப் பணத்தை டி.வி. பெட்டியின் மேல் வைத்துவிட்டுப் பணிக்குச் செல்வேன்.

கேட்பாரற்ற, மரணத்தில் ஐயமில்லாத பிணங்களைப் பெரும்பாலும் மாமாவோ நானோதான் கிழித்திருக்கிறோம். மருத்துவர்கள் இடங்களைச் சுட்டிவிட்டு நின்று விடுவார்கள். எவ்விதப் பதட்டமுமின்றி மாமா முடிதிருத்துபவனைப் போலச் சுற்றிச் சுற்றி வந்து அதைச் செய்வதைத் தொடக்க நாட்களில் விலகி நின்று கண்டிருக்கிறேன்.

பின் ஓடிப்போய் அவருக்கருகாக நின்று பயந்தவாறே தேவையானதை எடுத்துத் தந்து அந்த நாற்றமெடுக்கும் உடலை அவருக்குத் தோதான வாக்கில் திருப்புவேன். அறுத்து முடித்த பின் சற்றே மஞ்சள் கலந்த வெள்ளைத் துணியில் கட்டத் தொடங்குவார். வெறும் மூட்டை என்று அப்போதுதான் மனதில் பதிந்தது. சாவு பற்றி ஐயம் உள்ள பிணங்களை, டாக்டர்கள் கையாள வேண்டிய பிரேதத்தை அவர்களிடம் தந்துவிட்டு வெளியே வந்துவிடுவோம். டாக்டர்களின் அனுமதி யின்றிப் பிணத்தின் சுட்டுவிரலைக் கூடத் தொடக் கூடாதென மாமா ஆரம்ப நாட்களிலேயே கடுமையான குரலில் எச்சரித் திருந்தார். வேலை சீக்கிரம் முடிந்துவிடுகிற நாட்களில் மாமா எங்கெங்கோ முடுக்குச் சந்துகளுக்குக் கூட்டிப் போய் வறுத்த கறியும் பிளாஸ்டிக் தம்ளரில் பட்டைச் சாராயமும் வாங்கித் தருவார். நான் அந்தக் கறியை மட்டும் மீண்டும் மீண்டும் வாங்கிச் சுவைப்பதை மாமா நான்காவது தம்ளரை நிரப்பிய படியே பார்த்துச் சிரிப்பார். நான் இறைச்சியின் மேல் கொண்டிருந்த அடங்காத விருப்பத்தை அம்மாவுக்குப் பின் நன்கு அறிந்தவர் மாமா மட்டும்தான்.

அம்மா நன்றாகக் கறிக்குழம்பு சமைப்பாள். மிக அபூர்வமாக ஆக்கிப் போட்டிருக்கிறாள். கைகளிலிருக்கும் பருக்கையும் விரல்களில் ஒட்டிக்கொண்டிருக்கும் குழம்பின் தாரையைக் கூட நக்கிச் சுவைக்கும் அளவிற்குக் கைப்பக்குவம் அபாரமாக இருக்கும். கடையின் ஓரத்தில் ஒதுங்கி நின்று, கசாப்புக் கடைக்காரனின் வீட்டுப் பின்வாசலில் அவள் துலக்கி வைத்த பாத்திரங்களுக்கும் ஆடு அறுக்க அவள் பிடித்து ஊற்றிய நீருக்கும் அவன் மனம் இரங்கி, சிறிதளவு கறிவெட்டிக் கூடவே கடையில் எஞ்சிய எலும்புகளை இனாமாக வாங்கி வந்து எலும்புக் குழம்பு வைப்பாள். கசப்பைத் தாண்டி அந்த மணம் நாசியில் ஏறியதும் உண்பதற்குள்ளாகவே நாவில் நீர்ச் சுரந்து மேலெல்லாம் வழிந்துவிடும். அதை விழுங்கியபடி எலும்புகளை அடித்தொண்டை வரைவிட்டு உறிஞ்சுகையில் அவள் தனக்காக வென்று ஒன்றைக்கூட ருசிக்காமல் கண்ணீர் வடியும் சிரித்த முகத்துடன் "சாப்புடு சாமி... நல்லாச் சாப்பிடு கண்ணு" என்பாள்.

பச்சை அடுப்படி என்பதையே அறியாமல் வளர்ந்தவள் எனக் கண்டேன். அவளது அம்மா வந்து நிலைமையைச் சீர் செய்யும் வரையில் பஞ்சத்தில் அடிபட்ட சம்சாரி போல அலைந்து கொண்டிருந்தேன். அவளுக்குள் அவ்வளவு உக்கிரம் குடி கொண்டிருக்கும் என எண்ணவேயில்லை என அவளது அம்மா சொல்லியிருக்கிறாள். அசூயை நிரம்பிய பார்வையைத் தொடர்ந்து எதிர்கொள்ள மனம் மரத்துப் போயிருக்க வேண்டும். குடியில்லையென்றால் எப்போதோ தொலைந்து போயிருப்பேன். அவளுக்காகப் பணியைக்கூட விட்டுவிட முயன்றிருக்கிறேன். மாமாதான் விடாப்பிடியாக இதிலேயே நிலை நிறுத்தினார். பெரும்பாலான நாட்களில் பூவு எடுத்து வரும் ரேஷன் அரிசிக் கொட்டைச் சோற்றில்தான் வயிறாறியிருக்கிறேன். இவ்வளவு கசப்புகளுக்கிடையில் காலத்தை ஓட்டுவது பற்றிக் கழிவிரக்கத் தோடு பலமுறை எண்ணியதுண்டு. அவிநாசியிடம் திருமணமே செய்துகொள்ள வேண்டாம் என அறிவுறுத்துந்தோறும் பூவு எனை வார்த்தைகளினாலேயே சுட்டிருக்கிறாள். வெட்கமின்றி நித்தமும் ஏளனமான வாழ்வை ஒருவன் கழிப்பது பற்றிக் கூறிப் புரியவைக்க முடியாது.

இரண்டு தினங்களாகவே வெறுமையின் நிழல் என் மனதை வெளிச்சமின்றி மூடுவதையும் முன்னறிவிப்பு போல வந்து சேரும் சகுனங்களாலும் நிமித்தங்களாலும் மனதில் பதைபதைப்பு கூடுவதையும் எண்ணிக் கண்மூடாமல் கிடந்தேன். நீண்ட குழாய் ஸ்பீக்கரின் அலறல் கேட்டு விழித்து, சோர்ந்த மனதை நிமிர்த்த தெருவை ஒருமுறை சுற்றி வந்தபோது வேப்பிலைத்

தோரணங்களும் கோலங்களும் ஈரம் உலராத கூந்தலுமாகத் தெருவே புதிதாகயிருந்தது. மாகாளி கோவிலில் இரவெல்லாம் கேட்ட உடுக்கைச் சத்தமும் சாமியாட்டமும் மங்கலாக நினைவுக்கு வந்தன. இதிலெல்லாம் எப்போதுமே பட்டுக் கொள்வதில்லை. பச்சையின் அம்மா தன் பெரிய உடலைத் தூக்கிக் கொண்டு உருட்டிவிடப்பட்ட பித்தளைக் குடம் போலக் குதித்தபடி கோவிலுக்குள் ஓடுவது தெரிந்தது. பச்சையின் அம்மாவுக்குச் சந்நதம் வந்தால் கண்கள் பிதுங்க பூமி அதிரக் குதித்து நாக்குத் துண்டாகிவிடுமோ என்பதுபோலக் கடித்து ஆடுவாள். அவளை அடக்கப் பெரும்பாடு பட வேண்டிய திருக்கும். பழைய சோக்காளிகளைக் கண்டு பேசிச் சற்று தாமதித்து வீடு நுழைகையில் வெங்காயம் மலைபோல அரிந்து வைக்கப்பட்டிருந்ததைக் கண்டேன். பச்சை நன்றாக உடுத்திக் கொண்டு வெளியே சிரித்துப் பேசுவது கேட்டு நீர் வடிந்த வாயைத் துடைத்தபடி அவளருகே நீண்டு சென்று தொட்ட என் நிழலைத் திரும்பி அவள் முறைத்ததும் பின்வாசலில் போய் வெறும் வயிற்றுடன் அமர்ந்தேன். அவளது பூனை காலை ஆகாரத்திற்காக மீசை வளர்ந்த வாய் திறந்து மெல்ல முனகுவதைக் கேட்டு அதைக் குழந்தை போலத் தூக்கி உள்ளே செல்வது தெரிந்தது. வெட்டிய கிடாயின் கறியின் கூறு பூசாரியால் கொடுத்தனுப்பப்பட்டதைப் பார்த்து உள்ளே நுழைகையில் அதைத் திருப்பி எடுத்துச் செல்லும்படி பச்சை கறுவியதையும் அந்த ஆள் செவிட்டூமை போல உற்றுப் பார்த்துவிட்டு வெளியே சென்றான். எனைக் கண்டதும் "போய் எங்கீயாவது நக்கீட்டு வர வேண்டியதுதானே?" என்றாள். சற்றே குரலை உயர்த்தி "என்ன?" என்றேன்.

அவள் கண்களால் படமெடுத்து "ம்ம்..." என்றாள். அப்படியே அடங்கி "அதுக்கில்ல" என்றது வெளியே ஒலிக்கவே யில்லை. அவளைக் கண்டு கொள்ளாதது போலச் செல்கையில், "ஏதாவது நாய்க்கித் தூக்கிப் போட்டுருவன்" என்றது காதில் விழுந்தது. எங்கேயோ விழப் போகிறவனைப் போல அவ்வளவு வேகமாக நடந்தேன்.

அம்மாவின் கடவுள் பித்தைச் சிறுவயதில் அப்பாவுடன் சேர்ந்து கேலி பேசியிருந்தேன் என்றாலும் அதை மறுக்கும் அளவுக்கு நெஞ்சுரம் எனக்கிருந்ததில்லை. அந்த நாட்களில் பையன்கள் யாரேனும் அலட்சியம் செய்தால் ரகசியமாகக் கடவுளிடம்தான் முறையிடுவேன். இந்தப் பையன்கள்தான் எவ்வளவு சுயநலமிகள்! பின்னாலேயே நாய் போல அலைந்து

விட்டுப் பன்னிரெண்டுக்குப் பின் திடுமெனக் காணாமல் ஆனார்கள். மதிப்பெண் அட்டை வாங்கிய நாளில் கூட என்னிடம் பேச எவ்வளவு முயன்றார்கள்! அது சந்தோஷத்தின் இறுதிக் கணமல்லவா? சராசரிக்கும் கூடுதலாகப் பெற்றிருந்த மதிப்பெண்ணுக்கே ஊருக்கே டமாரம் அடித்துவிட்டு நல்ல போதையில் வந்து படுத்துறங்கி எழுந்த சில நிமிடங்களில் அப்பாவின் உயிர் பிரிந்தது. கண்ணெரிச்சலில் நினைவு கலைந்த போது அம்மா வேறொரு கிழவியுடன் கதைகள் பேசியபடி வெங்காயத்தை அரிந்து கொண்டிருந்தாள். தாசுக்குப் பிடிக்கும் எனத் தோன்றியதும் குமட்டல் எழுந்தது. பூனையை மூர்க்க மாகத் தள்ளிவிட்டேன். இந்தப் பத்து மாதங்களில் அவனும் எவ்வளவோ முறை முயன்றிருக்கிறான். அம்மா இல்லாத வேளைகளில் பசியோடு சுணங்கியபடியே வந்து அமர்ந் திருக்கிறான். சோறிட மனம் வந்ததேயில்லை. சில சமயங்களில் அவன் முகத்தைக் காணவே பரிதாபமாக இருக்கும். ஆனால் எவ்வளவு முறை விரட்டியபோதும் மனம் அங்கிருந்து நகரவே விடாது. வெளியே யாரோ அழைக்கும் குரல் கேட்டு எழுந்தேன்.

மனம் வீடெங்கும் பூனையுடன் ஒன்றாக அலைந்தது. அப்போது இருந்த என் முகத்தின் கடுமை கண்டு அம்மாவே அமைதியானாள். சற்றுமுன் கோவிலின் முகப்பில் அகஸ்மாத் தாகச் சுந்தரியைக் கண்டேன். நெற்றியெங்கும் சந்தனத்தோடு அவள் பெரிய பைக்கில் இறங்கி ஒயிலாக என்னருகே வருவது வரை அவளை அடையாளமே தெரிந்திருக்கவில்லை. பதுங்கு வதற்குள் கை பற்றி இறுக்கினாள். வறட்சியாகப் புன்னகை செய்தேன். குதூகலத்துடன் வெயிலில் பற்கள் மின்னச் சிரித்து அவளது கணவனை அருகில் வரச் செய்தபோது அவன் உயரமும் நாசூக்கும் எனைக் கொன்றது. அதே கணக்கில் தாஸப்பனின் வசக்கேடான தோற்றம் துல்லியத்துடன் மேலெழுந்து வந்தது. மனம் முழுக்க அவளைத் துவேசித்து, அவள் காண்கையில் மட்டும் சிரித்து வீடு நோக்கி நடக்கை யில் அந்தத் தெருவின் வீடுகள் அனைத்திலிருந்தும் குழம்பின் மணம் காற்றிலேறி வருவதை உணர்ந்து தாயை நினைத்துக் கடும் கரிப்பு நாவில் படியக் காறித் துப்பினேன்.

எவ்விதக் குழப்பமுமின்றி நிதானமாக வேலை செய்ய முடிந்தது. அங்கு வெந்து கொண்டிருக்கும் இறைச்சியை நினைத்தவாறே அவிநாசியைச் செல்லமாகக் கடிந்து ஒருவித உற்சாக மனநிலை யில் இருந்தேன். ஜமாய்த்துவிட்டு முடிந்தால் எப்படியாவது பச்சையுடன் கூட வேண்டும் என எண்ணிக்கொண்டேன்.

மிக நீண்ட நாட்களுக்குப் பின் சீழ்க்கையொலி எழுப்பினேன். அந்தச் சூழலில் அவ்வாறான மனநிலை காணக் கிடைக்காத நாள் போல மிக அபூர்வமாகக் கூடிவரும். பச்சைக்கு எனைப் பிடிக்கவில்லையென அவளைக் கூடிய முதல் மணி நேரத் திலேயே உணர்ந்துகொண்டுவிட்டேன். நான்கு வருடங்களுக்கும் மேலாக அலைந்தும் எதுவும் கைகூடாமல் போனதால் இதை முடித்துவிட வேண்டுமென மாமா உறுதியாக இருந்தார். முப்பத்தியாறாவது வயதில் பச்சையை மாலை போட்டு நிமிர்கையில் எனை உற்றுப் பார்ப்பதைக் கண்டு வேறெங்கோ பார்வையைத் திருப்பிக் கொண்டேன். முலை மறைக்காத கிழவிகள் கேலி பேசியதைக் கேட்டு முகம் கறுத்து அவளது அம்மாவையும் எனையும் முறைப்பதை அலட்சியம் செய்தேன். எனைவிடவும் மூன்று வயது மட்டுமே இளையவளாகப் பச்சையிருந்தாள். மாமா அங்குமிங்கும் ஓடியபடியிருக்க அவளது அம்மா பட்டத்தரசியம்மனைத் தன் இரு கைகளையும் இறுகப் பற்றியபடி வேண்டியவாறே இருந்தாள். அன்றிரவு வீட்டில் நடந்த விருந்தில் நல்ல காரம் கூடின ரத்தப் பொறியலும் குடல் கறியும் மெதுமெதுவென்ற பன்றித் துண்டங்களும் உண்டுவிட்டிருந்ததால் தூக்கம் சொக்க உள்ளே பார்த்த போது பச்சை தலைநிமிராமல் சோற்றையள்ளி வாயினுள் அடைத்துக் கொண்டிருந்தாள். நடுநிசியில் எழுந்து பச்சையைப் புரட்டிக் கூடினேன்.

இன்றும் அதை நிகழ்த்திவிட ஆவல் கொண்டு மாலை, நேரமே வீடு திரும்பி வந்தபோது தெருமுனையில் நாயொன்று எலும்பைக் கவ்வி வானம் நோக்கித் தலை உயர்த்திக் கடிக்கப் போராடுவதைக் கண்டு நடையில் துள்ளல் கூடிற்று. தெருவில் பல்குத்தி நிற்பவர்களிடம் கேலி பேசியவாறே வீட்டினுள் நுழைந்தபோது வெறிச்சென்று கிடந்தது. பச்சையின் முகத்தில் ஆற்றாமையும் கோபமும் கலந்த ரேகைகள் ஓடிக் கடந்தன. பூனையைவிடவும் நிதானமாக நடந்து மூலையில் போய் குத்த வைத்து அமர்ந்துகொண்டேன். அந்தச் சட்டியைத் திறந்ததும் என் மூக்கில் அடித்த அந்தக் குழம்பின் வாசனையை எண்ணி நீர்ச் சுரக்கும் நாவை அடக்கினேன். பச்சை ஏதோ வொன்றால் உசுப்பப்பட்டவளைப் போல எழுந்து சட்டியைத் தூக்கியபடி வெளியே ஓடுவதைக் கண்டு அவள் பின்னாலேயே ஓடினேன். பச்சைக்குச் சுந்தரியின் முகத்தை மறந்திருக்கவே முடியவில்லை. அவள் கையைக் காட்டியதும் அந்த நாய் பாய்ந்து வந்தது. அவள் அப்படியே அதற்குக் கொட்டினாள். அது மூச்சிரைக்க நக்கி எலும்பையும் சதையையும் கண் முன்னேயே காலி செய்துகொண்டிருந்தது. என் வயிறு ஒருமுறை

சுருங்கி விரிந்தது. அவள் அலட்சியமாக எனைக் கடந்து எதையோ கூறியபின் காறித் துப்பிவிட்டு உள்ளே போனாள். எனைப் பார்த்ததும் “யேன் இப்புடி ராப்பிச்சக்காரன் மாதிரி முழிக்கிற? போயி அந்த நாயி மிச்ச வைச்சத தின்னு” என்று கத்தினாள். வேகமாக எழுந்துபோய் அவள் முகத்தின் மேல் எட்டி உதைத்தேன். அவள் கொண்டை அவிழ விழுந்தாள். அவள் ஒருகணம் அதிர்ந்து என் முகத்தைப் பார்த்தபிறகு கூப்பாடு போட்டாள். அதைக் கேளாமல் அந்த லீப்பர் கட்டையால் அவளைச் சாத்தினேன். கத்தியபடி எழ முயன்ற போது முழங்காலில் அடித்தேன். அவள் சத்தமிட்டவாறே அப்படியே படுத்து என் கால்களை வெறிகொள்ளக் கடித்தாள். உயிரே போய்விடுவது போல ஓலம் எழுப்பிக் கீழே விழுந்தேன். முடியைப் பற்றி இழுத்துக் காது கூசத் திட்டினாள். மௌனமாக ஆனேன். “என்னயவே அடிக்கறயாடா பன்னிப் புடிக்கிற பொணந்தின்னி நாயி” என்றாள். “கறி கேட்குதா தொரைக்கு?” என்றபடி அங்குமிங்கும் ஓடி அவளது செருப்பைக் கொண்டு வந்து வாயினுள் திணித்தாள். அருகில் உள்ளவர்கள் அவளை இழுத்துச் சென்றபோதும் அவர்களது இழுப்புக்குப் பணியாமல் திமிறியபடி குதித்தாள். “தாஸ்சு . . . தாஸ்சு . . .” என உசுப்பிய போது நான் பெருங்குரலெடுத்து அழுதேன். பச்சையை இழுத்துப்போன வீட்டிலிருந்து எனை நோக்கி வந்த கெட்ட வார்த்தைகளைக் கேட்டுப் பிறர் தலை கவிழ நின்றனர். அருகில் வந்த நாய், கூட்டத்தை எட்டிப் பார்த்துவிட்டு விலகி ஓடியது. வாயைக் கொப்பளித்தபோதும் எவ்வளவு முறை துப்பியபோதும் அவள் சொருகிய அந்த நிமிடம் உயிர் பிளக்கும் அந்த வேதனையிலிருந்து மீளவே முடியவில்லை. எழுந்து நேராகக் கடைக்குச் சென்று குடித்துக் குடித்து அதை அழிக்க நினைத்த போதும் அது மேலும் மேலும் பெருகியபடியே எனைக் கொன்றது. மேலும் இரண்டு பாட்டில்களை வாங்கி உள்ளே போட்டுக் கொண்டு ஆஸ்பத்திரிக்குச் சென்றேன்.

பீடியைப் பற்ற வைத்ததும் பச்சையை வெட்டிச் சாய்த்து இந்தப் பிணங்களோடு ஒன்றாகப் போட வேண்டும் எனும் வெறி எழுந்தது. அடுத்த கணமே அப்படியொரு எண்ணம் என் மனதில் தோன்றிவிட்டதை எண்ணி நெஞ்சிலும் தலையி லும் அடித்துக்கொண்டேன். ஓய்ந்த மழைக் காற்றில் ஏறியிருந்த குளிர்ச்சி என் தலைமுடியின் ஊடே புகுந்து முதுகெலும்பு வழியாகச் சென்று பாதத்தில் முட்டிநின்றது, போதையை ரசம் கொண்டதாக ஆக்கிற்று.

பீடியை அணைத்து எழுந்து பிணவறையின் மின்விளக்கைப் போட்டதும் தலை சுற்றிற்று. அங்குப் பச்சை ரத்தம் ஒழுகக்

அரூப நெருப்பு ☙ 97 ☙

கிடந்தாள். பதறி அருகில் சென்றதும் எழுந்து என் முடியைப் பற்றி முகத்தில் அறைந்தாள். "வேணாம் பச்சை ... வேணாம் பச்சை" எனக் கத்தியது கேட்காமல் என் சட்டையை உருவினாள். படுத்துக் கிடந்த பிணங்கள் எழுந்து கை தட்டி அவளை உற்சாகப்படுத்தி நடனமிட்டன. மாமா அருகில் வந்து என் அரைநிஜாரில் கைவிட்டுப் பாட்டிலைப் பிடுங்கினார். "மாமா ... பசிக்குது மாமா" என்றேன். அவர் காது கேட்காதவர் போலக் குடித்து முடித்து "தாஸப்பா, என் வூட்டுக்கு வாப்பா ... கறிக்கொழம்பு வேகுது" என்றார். "செரிங்க மாமா" என முகம் மலர்ந்து அவரது ஒற்றைச் செருப்பைக் கண்டதும் அதைப் பிடுங்கி என் தலையில் நானே அடித்துக்கொண்டு கதறினேன். அப்போது கையிலிருந்த வெற்றுப்பாட்டில் நழுவிக் கீழே விழுந்து நொறுங்கியதும் பேரமைதி எனைச் சூழ்ந்தது. அப்போது அங்கு ஆறு பிணங்கள் கோணல்மாணலாகக் கிடப்பதைக் கண்டேன். திடுமெனப் பச்சையும் மாமாவும் மறைந்து போயினர். திரும்பித் திரும்பிப் பார்த்தபோது என் நிழல் பூதாகாரமாகச் சுவரில் அசைந்தது. அந்தப் பிரேதங் களையே உற்றுப் பார்த்தபடி செயலற்று நிற்கையில் ஆம்புலன்ஸின் ஒலி கேட்டது. மேலும் ஒரு சவம் வருவது தெரிந்தது. அந்த டிரைவர் "ஏன் தாசு ... சட்டை போடாம நிக்கற? ஃபுல் மப்பா ..." என்றார் உடைந்த கண்ணாடித் துண்டுகளைப் பார்த்தபடி. அந்த முகத்தை ஒருமுறை பார்த்து விட்டு வெளியே வந்தபோது வண்டி கிளம்பிவிட்டிருந்தது. கடந்த காலம் மனதில் தாறுமாறாக ஓடிற்று. சுய கழிவிரக்கத்தால் மெல்லிய விசும்பல் அடிவயிற்றிலிருந்து எழுந்தது. அணைத்திருந்த பீடியை மீண்டும் பற்றவைத்து நன்றாக உள்ளிழுத்து அது நெஞ்சுக்கூடு முழுக்கப் பரவிய பின் புகையை நிதானமாக வெளியேற்றி அப்படியே அமர்ந்து மெல்லக் கண்மூடினேன்.

உயிர்மை, ஜூன் 2012

மாறாட்டம்

வானம் மேலும் இருண்டு கொண்டிருப்பதைக் கருத்த மேகங்கள் திரள்வதைக் கூரையில்லாத கப்பிக்கல்லால் சுவர் எழுப்பப்பட்டுக் கெண்டி கழண்டு போன குளியலறைக் கதவைத் திறக்கும் முன் பரமேஸ்வரன் தலைதூக்கிப் பார்த்தான். அதிகாலையிலிருந்தே தூறல்கள் விழுவதும் நிற்பது மாகப் போக்குக் காட்டிக்கொண்டிருந்த மழையை எண்ணிப் பரமு பல்லைக் கடித்து முகத்தைச் சுழித்துக்கொண்டான். "புவனா . . . யேய்" எனக் கால்களால் எக்கிக் குரல் கொடுத்தான். வெந்நீர் தீர்ந்துபோய்க் குளிரில் வெடவெடவென நடுங்கிய படி நின்றான். காய்ந்து கிடந்த சட்டியைத் நன் இற்றுப்போன சேலையின் கிழிந்த துண்டினால் தூக்கி வந்து கொட்டியதும் அவன் முகத்தைப் பார்த்தாள். உடம்பெல்லாம் தேய்த்த சோப்பு, காய்ந்து மாவைப் பூசிக்கொண்டது போலத் திட்டுத் திட்டாக இருப்பதைக் கண்டதும் சிரித்துவிட்டாள். "ஏன்டீ பல்லக் காட்டற? என்று எரிச்சலில் சீறினான். அந்தக் கோபத்துடன் நீர்த் தெளிக்காமல் எடுத்து மேலே ஊற்றிக்கொண்டு சூடு தாங்காமல் கால்கள் குதிக்க "உஸ்ஸ் . . . உஸ்ஸ்" என அலறி அவளை அடிக்கப் போனபோது அவள் விலகி 'நல்லா வேணும்' என ஜாடையில் சுட்டிவிட்டு உள்ளே ஓடினாள். மகன் சந்தோஷ் நோட்டின் மேல் ஏறக்குறைய குப்புற விழுந்து வீட்டுப்பாடத்தை உரக்கச் சொல்லியபடியே எழுதிக்கொண்டிருந்தான். அதை ஓரக்கண்ணால் பார்த்தவாறு கடந்து வருகை யில் பாப்பா வீறிடுவதைப் பரமு கேட்டான்.

“இந்தக் கெரகத்தை அடக்கி வைக்காம அப்படியென்ன நொட்டீட்டு இருக்க?” என்று சுவர்கள் அதிரக் கத்தினான். அவன் விற்ற லாட்டரிகளில் இந்தப் பத்து நாட்களில் ஒருமுறை கூடச் சிறு பரிசுகூட விழுந்திருக்கவில்லை. “நாளைக்கு உங்களுக்குத்தானுங்கன்னா” எனச் சொல்லி விற்பதும் அது பொய்த்துப் போவதும் பரமுவின் சுபாவத்தில் கடுமையை ஏற்றியிருந்தது. நேற்று அதைக் கூறி பாபு பலர் முன்னிலையில் கிண்டல் செய்தபோதுகூடப் பரமுவால் விவஸ்தையின்றிச் சிரிக்கத்தான் முடிந்தது. பரமு முறையிடாத தெய்வம் இல்லை. அது தன்னைக் கைவிட்ட பொழுதுகளில் அதை நிந்திக்கவும் அவன் தயங்குவதில்லை. புவனா குழந்தையை இடுப்பில் போட்டு ஒரு கையில் தட்டில் இட்லி கொண்டுவந்து வைத்து “இதையத்தான் நொட்டீட்டு இருந்தேன். தின்னு” என்றாள். அவனுக்குக் கோபம் பிய்த்துக்கொண்டு வந்தது. எட்டி அவள் முதுகில் ஓங்கி இரண்டு அடிகள் போட்டதும் புவனா எதையோ முணுமுணுத்தாள். “சத்தமா பேசுடி” என மேலும் ஒரு அடி வைத்தபோது குழந்தைச் சிணுங்கத் தொடங்கிற்று. அவள் பாப்பாவை ஒரு கையை மட்டும் பிடித்துக் கோபத்தோடு கீழே இறங்கி “வேதாளம் மாதிரி எப்பப் பார்த்தாலும் தொத்திக் கிட்டே . . .” என்றவாறு தள்ளினாள். அது வறண்ட குரலில் பெரிய சத்தத்தோடு அழத் தொடங்கியது. பரமு பாப்பாவை அள்ளி எடுத்து “ராட்சசி” என்றபடி புவனாவை நோக்கிச் சென்றபோது இட்லியில் அமர்ந்திருந்த ஈக்கள் பதறி மீண்டும் அமர்ந்தன. அவளை நெருங்கியபோது “பரமண்ணா” என்று அழைத்தக் குரல் பாபுவாக வந்து நிலைப்படியில் நிற்பது தெரிந்ததும் அவளை ஓரக்கண்ணால் முறைத்தவாறு அவனிடம் சென்றான். “கோபிக்கு எத்தன மணிக்கு பஸ்சு?” எனக் கேட்டு விட்டுச் சில நொடிகள் புவனாவின் மேல் நிலைத்து நின்ற அவனது கண்கள் அவள் கட்டியிருந்த சேலையின் சிறு கிழிசலையும் வலது தோளில் தெரிந்த உள்ளாடையின் வெண்பட்டையையும் மாறி மாறிப் பார்த்தபடியிருந்தன. சில வினாடிகள் பரமுவிடம் பேசுவதற்குள் அவன் கண்கள் பலமுறை அவளைத் தொட்டுத் தொட்டுத் திரும்பி வந்தன. புவனா இன்னும் அங்கேயே நிற்பது கண்டு பரமுவின் மனம் நிலைகொள்ளாது ஆத்திரத்தில் துடித்தது. பாப்பாவின் முகத்தைக் கண்டு அதைத் தணியவைத்த பின் பாபுவின் கழுத்தில் கை போட்டு நைச்சியமாகப் பேசி வெளியே கூட்டிப் போனான்.

பேருந்து நிலையத்திற்குள் நுழைந்ததும் உறுமிக்கொண் டிருந்த வண்டியின் நடத்துநருக்கு ஒரு சலாம் போட்டுவிட்டு நேராக வாசுதேவன் கடைக்குப் போய் லாட்டரிக்கட்டுகளை

டீ.சி. போட்டு வாங்கித் தோள்பையில் போட்டுத் *தினபூமி*யை எடுத்துக் கக்கத்தில் சொருகியபடி அந்தக் கொடிக் கம்பத்தின் கீழே போய் அமர்ந்தான். தேனீர்க் கடைகளில் இருந்தவர்கள் முகம் விரிய அவனை நெருங்கித் தந்த லாட்டரிகளுக்கு நிமிடத்தில் முடிவு பார்த்தபின் “செல்லாதுண்ணா” எனத் திருப்பித் தந்தான். சிலவற்றைக் கண்டு உதட்டைப் பிதுக்கியதுமே முகத்தை அழுந்தித் துடைத்தபடி அவர்களின் நிழல்கள் தன்னை விட்டு விலகுவதை உணர்ந்தான். காஜா வந்துவிட்டானா? எனப் அவ்வப்போது பார்த்தபடியிருந்தான். மீசை முளைக்காத பயல். அவன் காட்டில் மழை. ஏதேனும் ஒரு பரிசாவது அவன் விற்பதில் விழுந்துவிடுகிறது. யோகக்காரன் என பரமுவின் காதுபடவே இஞ்சிமரப்பான் விற்கும் தங்கவேலு சொல்லிக் கடுப்பேற்றியிருக்கிறான். மெல்ல அங்குப் பேருந்து களும் ஜனங்களும் கூடத் தொடங்கினர். பரமுவுக்கு முகங்களின் மூலம் மனதைப் படிக்கத் தெரியும். கூசாமல் பொய்களை அடுக்கத் தெரியும். அங்கு ஏதேனும் புதிய முகங்கள் தென்படு கிறதா? என நோட்டமிட்டான்.

காலேஜ்பவனின் பின்புறப் படிக்கட்டில் பீடியை உறிஞ்சியபடி நிற்பவன் பேராசை கொண்டவன் அல்ல என்றும் ஏதேனும் தெய்வம் தன்னைக் கரை ஏற்றாதா? எனக் காத்திருப் பவன்தான் என்றும் அவனுக்குப் பட்டது. “இருங்கண்ணா” என நாளிதழை வேலு கையில் கொடுத்துவிட்டு, அந்நபரை வணங்கியபடியே சென்று லாட்டரிச் சீட்டுகளை நீட்டினான். “வேணாம்” எனத் திருப்பித் தர முயன்றவனைத் தடுத்து “இப்படித்தான் நேத்து நானு கொடுக்கும்போது வேணாம் வேணாம்னு சொன்னான். வேற ஆளுக்கு வழியப் போய் கொடுத்தேன். அதுக்கு ஐயாயிர ரூபா அடிச்சிருக்கு, யோசிக்காம எடுங்கண்ணா” எனக் கூறியவாறு, “பாருண்ணா ... ஃபர்ஸ்ட் போனின்னா ... கடைசி நாலு நம்பர் 1331, 1122 எல்லாமே பேன்ஸி” என்றான். அந்த ஆள் சீட்டு விளையாடுபவர் போல லாட்டரிகளை அடுக்கி எண்களை உற்றுப் பார்த்தபடி “நானு கடைசி ரெண்டு நம்பரத்தான் பாக்கறது வழக்கம்” என்றான். பரமு மனதிற்குள் “அப்படி வா வழிக்கு” என நினைத்து நாலாம் நம்பர் பஸ் டிரைவருக்கு இங்கிருந்தே வணக்கம் வைத்தான். அதில் மூன்றை மட்டும் உருவியெடுத்து, பீடியைக் கடைசியாக ஒருமுறை ஆசைதீர இழுத்துவிட்டு அதை நாய் மேல் கல் எறிவது போல எறிந்தான். அணையாத அந்தப் பீடியின் சிவப்பு ஒற்றைக் கண் தன்னையே பார்ப்பது போலக் கிடப்பதாகப் பரமுக்குத் தோன்றியது. “இன்னைக்கு முக்காவாசி ரிசல்ட் ரெட்டப்படைக்குத்தான் போட்டிருக்கான்,

அப்போ நாளைக்கு ஒத்தப்படைக்குத்தான்" என்றபடி அந்த ஆள் பலவீனமான தன் உடலை ஒருமுறை திருப்பிச் சொடக்கு எடுத்தபின் லாட்டரியின் தலையைப் பிடித்து அதன் உடலைத் தன் உள்ளங்கையில் துவைப்பதுபோல அடித்தான். "அட வக்காளோலீ! எம காதகப் பயலா இருப்பான் போலிருக்கு. ரிசல்ட் போடறவன் என்ன உன்னோட மச்சானா?" என மனதில் நினைத்து "இப்படி வேற ஒண்ணு இருக்கா?" என ஒன்றுமறியாதவன் போல அவரிடம் கேட்டுவிட்டு "ப்ரைஸ் விழுந்தா என்னய கவனிக்கணும்" என மெல்லிய குரலில் அவர் காதுக்கருகாகப் போய்ச் சொன்னான். "அதுக்கென்ன!" என உற்சாகமாகி மேலும் இரு சீட்டுகளை வாங்கினார். விற்றுக் கீழே இறங்கும்போது காஜா தொலைவில் வருவதைப் பார்த்ததும் அந்தப் பீடியின் கங்கைக் காலால் நசுக்கித் தரையோடு தேய்த்துப் பல்லைக் கறுவிக்கொண்டு டீக்கடை நோக்கி நடந்தான்.

அங்கு இனிப்புப் போண்டாக்கள் சூடாகச் சிறு குன்று போல அடுக்கப்பட்டிருப்பதைக் கண்டதும் புவனாவைக் காலையில் அவ்வளவு கோவித்திருக்க வேண்டாமோ? எனத் தோன்றிற்று. இந்தக் கோபத்தை மட்டும் ஏன் தன்னால் கட்டுப்படுத்தவே முடியவில்லை என எண்ணியபோது அவள் சார்ந்து ஒரு முள் தொண்டையில் குத்துவது கண்டு அதை அலட்சியம் செய்தவனாக, எங்கெங்கு இனிச் செல்ல வேண்டும் என மனதிற்குள் ஒரு வரைபடத்தை உருவாக்கிக்கொண்டிருந்த போது மீண்டும் புவனாவின் முகம் மனசுக்குள் தளும்பியது. புவனாவின் அருகாமைக்குப் பிறகே குழம்பிச் சேறாகக் கிடந்த அவனது ஸ்திதி ஒரு தெளிநிலைக்கு வந்தது. அவளது அணைப்புக்குள் கிடக்கையில் அவனது தாழ்வுணர்ச்சி மறைந்து நிகரற்ற செல்வத்தின் அண்மையில் கிடப்பது போல அவளை அள்ளி அவளது ஸ்தனங்களின் மேல் தன் முகத்தை அழுத்திக் கொள்வான். அத்தருணத்தில் புவனாவின் துடுக்குத்தனமான குத்தல் பேச்சுகளையும் வம்புகளில் அவள் கொண்டிருந்த ஆர்வத்தையும் பரமு சுத்தமாக மறந்து தான் எவ்வளவு பெரிய பாக்கியவன் எனப் பிரியம் பொங்க நினைத்துக்கொள்வான். அவ்வாறான இரவுகளில் அவள் கூறுவதற்கெல்லாம் 'உம்' கொட்டிக் கிடக்கையில் அவள் தரும் முத்தங்களுக்கு நிகராக வேறொன்று இவ்வுலகிலில்லை எனத் தோன்றும். மீண்டும் புவனா பற்றிய அந்த முள், நினைவில் இடறியது. "நிச்சயமாக இருக்காது" தலையை உலுக்கிக்கொண்டான்.

மணமான புதிதில் புவனாவைக் கூட்டிக்கொண்டு அவனால் வெளியே போகவே முடியாது. பாதைகளிலுள்ள

எல்லாக் கண்களும் அவளை நோக்கியே திரும்பும். தொடக்கத்தில் பரமுவுக்கு அது பெருமையாக இருந்தது. உள்ளுக்குள் “எம் பொண்டாட்டியப் பாத்துச் சாகுங்கடா” எனச் சொல்லிக் கொள்ளும்போது அவன் கடைவாயோரம் முடியாத ஒரு சிரிப்பு தேங்கி நிற்கும். அவற்றில் சில கண்கள் வேறு சில கண்களோடு அர்த்தப்பூர்வமான ஜாடையில் பேசிக்கொள்வதைக் கண்டு அவளைத் தன் பக்கவாட்டில் நடக்கவிட்டு மறைத்துக்கொள்வான். வீட்டிற்கு வந்ததும் வேண்டுமென்றே பல தடவைகள் அவளை முத்துவான். புவனாவுக்கு அவனது ஆவேசம் சிரிப்பைக் கொண்டுவரும். “போதும் மாமா . . . நாளைக்கு கொஞ்சம் பாக்கி வைய்யி” என்பாள். ஆனால் பரமுவுக்கு மூச்சுவாங்கும்போதுதான் முத்துவதை நிறுத்துவான். அவளும் சோர்ந்து போய்விடுவாள். அவளை ஏறெடுத்து நோக்கிய அத்தனை நபர்களையும் பழி வாங்கிய திருப்தியுடன் அவன் உறங்கச் செல்வான். சில வேளைகளில் எரிச்சலோடு வீட்டிற்கு அவன் வருகையில் அவள் பக்கத்து வீட்டிலிருந்து வந்தால் கோபம் தலைக்கேறிவிடும். புவனாவுக்குப் பேச்சில் பெரும் விருப்பமிருந்தது. பக்கத்து வீடுகளில்தான் எப்போதும் இருப்பாள். பரமு போய் நின்றதும் முந்தானையின் முடியை அவிழ்த்துச் சாவியை எடுத்தபடி வெளியே வருவாள். அவர்களுக்குக் கீரையை ஆய்ந்து தந்தபடி, அவர்கள் பூக்கள் கட்டும் போது இரண்டிரண்டாக அடுக்கி வைத்தபடி பேசிப் பரஸ்பரம் தம்ளர்களில் குழம்பு ரசங்களைப் பரிமாறிக்கொள்வார்கள். பரமுவிடம் தெருக்கதைகளை அவிழ்த்து வைக்கையில் அவன் எதையும் கேளாமல் வேகுவேகுவென்று தின்பதில்தான் கவனமாக இருப்பான். அவனுடைய தலைக்குள் விற்காத லாட்டரிகளின் நம்பர்களும் ஆட்களின் முகங்களும் ஓடியபடியிருக்கும். “தொணதொணக்காம கிட” என்று அதட்டியதும் “ம்ம் . . .” என்றபின் ஏதோவொன்றை முணுமுணுப்பாள். அப்போது அவன் உண்ணுவதை நிறுத்திப் பலமுறை அந்த உதடுகளைக் கூர்ந்து நோக்கியிருக்கிறான். அந்த உதடுகளின் ரகசியத்தை இன்றுவரை கண்டுபிடிக்கவே முடிந்திருக்கவில்லை. அப்போது வீடிருக்கும் அலங்கோலத் தோற்றத்தை ஒவ்வொன்றாகச் சுட்டியபடியே வந்து அதை அவளது சுபாவத்தோடு இணைத்துவிடுவான். ஆனாலும் படுக்கையில் அவளது அருகாமையின் வாசனையை உணர்ந்ததும் முரட்டுத்தனமாக இறுக்கி அணைத்துக்கொள்வான். புவனா அவனை அறிவாள். பிரியத்தையும் கோபத்தையும் அவனுக்கு அப்படித்தான் காட்டத் தெரியும். அவனது முடியைக் கோதிவிடுவாள். நாட்கள் ஓட ஓடப் பரமுவுக்கு அவளுடன் நடப்பது மனநெருக்கடியை அளிக்கும் காரியமாக ஆகிவிட்டிருந்தது. குழந்தை அவன்

தோள் மேல் கிடக்கப் புவனா பையைத் தூக்கியபடி அவனை ஏறக்குறையத் துரத்துவாள். "மெதுவா நட மாமா" என்பாள் மூச்சிறைத்தபடி. அப்போது சாலையில் வைத்தே சுருக்கென்று ஏதேனும் சொல்லிவிடுவான். அவள் அக்கோபத்தை வீடு வந்து பாத்திரங்களிடம் காட்டும்போது பட்டென்று கை நீட்டிவிடுவான். அவள் அழுதுகொண்டே கிடப்பாள். காலையில் எழுந்ததும் எதுவுமே நிகழாததுபோல அவளிடம் சகஜமாகப் பேசுவான். அவளும் சிறிது நேரம் முகத்தைத் தூக்கியபடி அங்குமிங்கும் நின்றுகொள்வாள். அவன் நாய்க்குட்டி போல "புவனா . . . புவனா . . ." எனப் பின்னாலேயே செல்வான். அவள் மனம் சட்டென இளகிவிடும்.

பேருந்தில் ஏறியதும் முகங்களைப் பாராமல் அனைவரின் மடியிலும் பாரபட்சமின்றி மாநிலங்களை எறிந்து அவர்களைத் தன்வழிக்குக் கொண்டுவர முயல்வான். அப்போது இருக்கையில் அமர்ந்திருப்பவர்களில், பேருந்துக்குக் காத்திருப்பவர்களில் பெண்களைக் கண்டால் "புவனாவுக்கு இப்படியொரு சேலைய எடுத்துத் தரணும்" என்றோ அவர்கள் மடியிலிருக்கும் குழந்தை யின் நல்ல உடைகளைப் பார்த்துவிட்டால் "நம்ம பாப்பாவுக்கு இப்படிப் போட்டா ராஜாத்தி மாதிரியிருப்பா" என்றோ எண்ணிக்கொள்வான். எண்ணுவதோடு சரி. எப்படி அது தோன்றிற்றோ அப்படியே காற்றில் போய்விடும். பரமு எல்லா தீபாவளிக்கும் அதற்கு முந்தைய இரவில் கடைகள் அடைப் பதற்குச் சில மணி நேரங்களுக்கு முன்தான் துணிகள் எடுத்துத் தந்திருக்கிறான். அப்படித்தான் அவனுக்கு விதிக்கப்பட்டிருந்தது. புவனா அதற்குச் சிறு எதிர்ப்பைக்கூடக் காட்டாமல் ஒரு சொல் பேசாமல் உடன் வந்து துணிகள் எடுத்துக் கட்டிக் கொண்டு அதுபற்றிப் பெருமையாகச் சொல்வாள். அவன் தரும் பணத்தில் மிச்சம் பிடித்து அவனுக்காகவென்று அவள் வெள்ளைக் கோடு போட்ட நீலச் சட்டையைத் தந்த அன்று பரமு அதை ஒவ்வொருவரிடமும் சொன்னான் என்றும் அந்தச் சட்டையைச் சிலாகித்தவர்களுக்கு எல்லாம் டீ வாங்கித் தந்தான் என்றும் புவனா கேள்விப்பட்டாள். அன்றைய இரவு புவனாவுடையதாகயிருந்தது. பிரியத்தின் நதியில் மூழ்கி மனித உடல் கொண்ட இரு மீன்கள் துள்ளி ஆடி அடங்கியபின் முத்தங்களாலும் கள்ளச் சிரிப்புகளாலும் அணைப்புகளாலும் தாபத்தின் கரையில் ஒதுங்கிக் கிடந்தனர். அன்று பரமு, தன் போக்கில் விட்டுத் தன்னோடு இயைந்து போனதைப் புவனா வாசலில் நீர்த் தெளிக்கும்போது புன்னகையுடன் எண்ணிக்கொண்டாள். பேருந்திலிருந்து இறங்கி நோட்டுக் கட்டுகளை எண்ணுவது போல லாட்டரிகளை எண்ணினான். இன்னும் எட்டொன்பது மிச்சமிருந்தது. மணி ஆறைத்

தொட்டிருந்தது. சீட்டுகள் விற்கவில்லையென்றால் பரமுவுக்குத் காணும் மனிதர்கள் மீதெல்லாம் ஆத்திரம் மூளும். மனதில் திட்டியபடி காறிகாறித் துப்பிக்கொண்டிருப்பான். திடுமென எங்கிருந்தோ ஒருவன் முளைத்து அனைத்தையும் வாங்கியவுடன் சந்தோஷத்தில் பரமு துள்ளியபடி குழந்தையின் பெயரை இங்கிருந்தே மனதிற்குள் கூவியபடி சென்றான்.

ஏறக்குறைய அழுகையின் இறுதி விளிம்பிற்கு வந்து தேம்பத் தொடங்கியிருந்த பாப்பா பரமுவைக் கண்டதும் மீண்டும் அழுகையைக் கூட்டிற்று. அவன் வாரியெடுத்து "எஞ்சாமி" என்றபடி முத்தினான். "எது கெடச்சாலும் வாய்க்குள்ள போட்டுக்குது! சாமார்த்தியம், பையனப் படிக்க வுடமாட்டேங்குது!" என்றவாறு குரலில் கோபம் தொனிக்க வந்த புவனா அவனைக் கண்டதும் பேச்சை நிறுத்தி முகத்தைக் கடுமையாக வைத்துக்கொண்டாள். பரமு "எம் புள்ளய அடிக்கறதுக்கு உனக்கு யென்ன தெகிரியம்?" எனப் பொய்யாக அதட்டும் குரலில் அவளிடம் போய் "அடி அவள" என்றபடி பாப்பாவின் கையை எடுத்து அவளை மெல்ல அடித்தான். புவனா "அவ மட்டும்தானே பாக்கி... அவளுக்கும் அடிக்கச் சொல்லி பழக்கி வுடு" என்றாள். பரமு மென்மையாக "ஏதோ கோபத்துல கைய நீட்டீட்டன் புவனா... ஆனா வேவாரத்துல மனசே ஓடுல" என்றான் பாவமாக. அவள் அவனை ஒருமுறை கண்தூக்கிப் பார்த்தபின் ஒரு சிணுங்க லுடன் முகத்தை வெட்டித் திருப்பினாள். அந்த வெட்டல் சமாதானத்திற்கான வெள்ளைக் கொடி எனப் பரமு அறிவான். அதைப் பச்சைக்கொடியாக மாற்ற வேண்டும் என அவன் மனம் துடித்தது. அவளை ஆசையோடு நெருங்குகையில் அவனைத் துடுத்து புவனா கைகாட்டிய இடத்தில் சந்தோஷ், புவனா அட்டைப் போட்டுத் தந்திருந்த நோட்டுப் புத்தகங் களுக்கு லேபிள் ஒட்டுவதை நிறுத்திவிட்டு அவர்களைப் பார்த்தபடியிருப்பதைக் கண்டான். சந்தோஷ் அதிகமாகப் பேசாதவன். தன் அப்பாவைப் போல என எண்ணிக் கொண்டான். அவன் அம்மாவின் செல்லம். பாப்பா நேரெதிர். ஏதோவொன்றை ஊவ்... ஊவ்... எனப் பாடியபடியும் ரகளை செய்தபடியுமிருக்கும். பரமுவைக் கண்டால் அம்பு போலப் பாய்ந்து வந்து கட்டிக்கொள்ளும். பரமு புவனாவை நோக்கிப் புருவத்தைத் தூக்கிக் கண் அடித்ததும் அவள் வேடிக்கையாக முகத்தை வலித்துக் காட்டினாள்.

புவனா மீண்டும் ஒருமுறை கண்களை மூடிப் பற்களைக் கடித்துத் தனக்குள் ஓடும் நினைவின் சரடை அறுக்க முயன்றாள். பரமுவைக் கண்டதும் அவள் மனம் சீரற்று ஊசலாடிற்று.

நீரை விழுங்கியபோது அது எகிறியபடி மீண்டும் மேலேறி வருவதை அவன் பார்ப்பதற்குள் அப்படியே விழுங்கினாள். சிறு சிறு துண்டுகளாகப் போண்டாவைப் பிட்டுப் பாப்பாவுக்கு ஊட்டியபடியிருக்கும் பரமுவைப் போய் ஆவேசமாகக் கட்டிக் கொண்டு அழ வேண்டும் போலத் தோன்றியது. தன்னால் அது முடியுமா? என்ற கேள்வியின் முன் அவள் தலைகவிழ்ந்து நின்றாள். பின்னால் வந்து நின்று பரமு கிணற்றை எட்டிப் பார்ப்பது போல அவளைப் பார்த்தான். அவள் சிரிக்கத்தான் முயன்றாள். ஆனால் கன்னம் கோணிக்கொண்டுவிட்டது. அவள் தயக்கமும் வெளிக்காட்ட முடியாத பிரியமும் குற்ற உணர்வும் சூழ அவனைக் கட்டிக்கொண்டாள். இரவில் பரமு அவளை நெருங்கி அவள்மேல் கை வைத்தான். தன் முகம் பார்த்துத் திருப்ப முயன்றபோது புவனா மனம் நடுங்கக் கையைத் தட்டிவிட்டாள். பரமு அந்தக் கையைப் பிடித்து ஒவ்வொரு விரலாக விடுவித்தபடியே மேலும் நெருங்கினான். "ப்ப்சச்" என்னும் சலிப்புடன் புரண்டு "யென்ன?" எனச் சீறினாள். அந்த மெல்லிய வெளிச்சம் பரவிய இருளில் அவன் முகம் பரிதாபமாகயிருந்தது. அவன் நேராக அவள் மார்பைப் பற்றிக் கழுத்தில் முத்தமிட்டான். அவள் தன் நிலை கண்டு கடும் மனவலியுடன் தனக்கு ஏன் விருப்பமேயிருக்கவில்லை? எனக் கேட்டுக்கொண்டாள். அக்கேள்வி தன்னைக் கொண்டு நிறுத்திய இடத்தில் ராஜேஷ் புன்னகைத்துக்கொண்டே அவளை ஓரக்கண்ணால் பார்ப்பதைக் கண்டு உதட்டைக் கடித்துக் கண்ணீரை அடக்கிக்கொண்டாள். சட்டென அவளுக்குப் பரமுவின் மேல் அபாரமான பிரியம் சுரந்தது. "மாமா... மாமா..." என்றவாறு அவனைத் தனக்குள் புதைத்துக் கொள்பவளைப் போல இறுகக் கட்டிக்கொண்டாள். பரமுவை விட்டுப் பிரிய மனமில்லாதவள் போலத் தன்னை யாரோ தூக்கிச் செல்ல வருகிறார்கள் என்னும் அச்சத்தோடு அவன் கழுத்தில் தன் கையைச் சுற்றிக்கொண்டாள். அவளுக்கு அப்போது பரமுவும் இந்த வீடும் போதும் என உறுதியாகத் தோன்றிற்று. அன்றிரவு கனவில் அவள் உடலைப் பாம்பு கொடிபோலச் சுற்றியிருந்தது. கடும் முயற்சிக்குப் பின் பிடுங்கி எறிந்தபோதும் அது எங்கும் செல்லாமல் அவள் காலடியிலேயே சுருண்டு படுத்துக்கொண்டது. புவனா அதை விட்டு நகர எத்தனித்தபோது உடலை முறுக்கி எழுந்து அவளைக் கண்டது. அந்தப் பச்சை நிறக் கண்களைக் கண்டதும் புவனா அப்படியே அமர்ந்துகொண்டாள். உலுக்கப்பட்டு விழித்தபோது அது ராஜேஷின் கண்கள் என உணர்ந்தாள். சொம்பு நீரை எடுத்து அப்படியே குடித்துவிட்டு லுங்கி நெகிழ்ந்துக் கிடக்க உறங்கும் பரமுவைக் கண் எடுக்காமல் பார்த்தபடியிருந்தாள்.

காதுகள் மேல் நோக்கித் தூக்கியிருக்கும் முயல் உருவம் பின்னப்பட்ட கூடை கவிழ்ந்து தக்காளிப் பழங்கள் உருண்டு ஓடியதில் தொடங்கிற்று அனைத்தும். அதன் பின்னே ஓடிச் சென்று பொறுக்குகையில் முடி முளைத்த ஒரு ஜோடி கைகள் உடன் வந்து பொறுக்குவது கண்டு கூடையை அக்கையை நோக்கிக் கொண்டுசென்று நிமிர்ந்ததும் இரு பச்சை நிறக் கண்களைக் கண்டு அவள் கைகள் விலகின. அவன் பின்னால் வந்து மேலும் சில பழங்களைப் போட்டபோது அவள் அவனை அலட்சியம் செய்தவளாக நடந்தாள். அவன் கைலியை மடித்துக் கட்டியபடி அவள் அழகை விழுங்கியபடி நின்றிருந்தாள்.

அவள் மறுநாள் மார்க்கெட்டுக்கு வந்தபோது கூடுதலாகவே அலட்டலுடன் நடந்துகொண்டாள். ஆயினும் தன் மனம் மெல்லச் சமநிலை குலைவதைக் கண்டு அவளுக்கு அச்சம் கவ்வத் தொடங்கிற்று. மனதின் லகான் நழுவிய அடுத்த கணத்தில் அவள் கண்கள் நீரினுள் விழுந்த பொருளைத் துழாவுவது போல அக்கூட்டத்தில் அவனைத் துழாவிற்று. இரண்டு தினங்கள் இயல்பாகச் சென்றபின் அவன் ஒரு கட்டிடத்தின் ஜன்னலிலிருந்து தன்னையே பார்த்துக்கொண் டிருப்பதைக் கண்டு பதட்டத்துடன் தாழ்த்திய கண்களை வீடு வந்து சேர்ந்தும்கூட இயல்பிற்குக் கொண்டுவர முடிய வில்லை. அப்படியானால்? நான் தேடியதை அவன் அறிந்து கொண்டிருப்பானோ? என அஞ்சினாள். அப்போது சந்தோஷ் கூர் முறிந்த பென்சிலைக் கொண்டுவந்து தந்ததும் அவள் எசகுபிசகாகச் சீவித் தன் கையை அறுத்துக்கொண்டுவிட்டாள். தன் அன்றாடத் தனங்கள் குழம்புவது அவளைப் பீதிகொள்ளச் செய்தது. சமையலின் ருசி ஏறுக்குமாறாக ஆனபோது பரமு கத்துவதுகூடக் காதில் விழாமல் அப்படியே நின்றாள். பரமு விற்காத லாட்டரிகளை எண்ணி நொந்து புலம்புகையில் புவனாவின் கவனம் எங்கோ சுற்றியலைந்தபடியிருக்கும். பாப்பாவை இடுப்பில் வைத்துச் செல்கையில் அவளது நிழலுக்கு மிக அண்மையில் தன் நிழல் விழப் பக்கவாட்டில் ராஜேஷ் பின்தொடர்வான். அவன் பிடித்த சிகரெட்டின் வாசனை காற்றில் கலந்து அவளை மோதும்போது அவன்விடும் பெருமூச்சுகளைக் கேட்டுக் கள்ளத்தனமாக இடது புருவத்தை மட்டும் மேலே தூக்கி அவனைப் பார்ப்பாள். மார்க்கெட்டுக்குக் கிளம்புகையில் மட்டும் கண்ணாடி முன் நின்று மேலும் தன்னை நளினமாக்கி ஒருமுறை சிரித்துப் பார்த்தபின் கிளம்புவதை எண்ணி வியப்படைந்தாள். ராஜேஷ் அவளைப் பார்த்தபடியே வந்து சேற்று நீரில் வழுக்கி விழப்போய் சுதாரித்து நிமிர்ந்தது கண்டு புவனா அவனை நோக்கிப் புன்னகைத்தாள். அவனுள் அதுவரை இருந்துவந்த தயக்கத்தின்

முள்வேலியைப் பிளந்து அவளருகாக வந்து பாப்பாவின் கன்னத்தில் கிள்ளி அதற்கு மிட்டாய்கள் வாங்கித் தந்தபோது “வேணாம் பல்லு சொத்தையாயிரும்” என எங்கோ பார்த்தபடி சொன்னாள். அவன் உடனே அவள் முகமிருக்கும் திசை நோக்கி நகர்ந்து போய் “அப்போ வேறென்ன வேணும்?” என்றான். புவனா தன்னை வேவு பார்க்கும் கண்களைக் கற்பனையில் எண்ணி “நேரமாச்சு” என விலகி ஓடினாள். அவனுக்கு வேலையென எதுவுமில்லை என்றும் அவ்வப்போது புடவை வியாபாரம் மட்டும் செய்வான் என்றும் பின்னர் அறிந்தாள்.

பின் அவர்கள் வெவ்வேறு இடங்களில் ஒருவரையொருவர் பார்வையினாலேயே பேசிப் பரஸ்பர சிரிப்பில் நெருங்கினர். அவனது அண்மையும் அவனது பேச்சும் தனக்கு எவ்வளவு முக்கியம் என ஒரு இரவு அவள் எண்ணிக்கொண்டபோது சந்தோஷை இறுக்கமாகக் கட்டிக்கொண்டாள். ராஜேஷை பார்க்கச் செல்கையில் – இடங்களை அவன்தான் தேர்ந்தெடுப்பான் – சந்தோஷயோ பாப்பாவையோ உடனிருக்கும்படி பார்த்துக்கொள்வாள். பெரும்பாலும் பாப்பாவை இடுப்பில் போட்டுக்கொண்டு சென்றாலும் தனியாக அவள் செல்ல முயன்றதில்லை. எனினும் ஒவ்வொரு சந்திப்பிலும் அவன் அவள் வகுத்திருந்த எல்லைகளை அனாயசமாக மீறினான். கோவில் தூண்களின் நிழல் விழுந்த இருண்ட மூலையில் ராஜேஷோடு பேசியபடி நிற்கையில் அவன் கண்கள் தன் உடல் மேல் ஒரு எறும்பு ஊர்வதுபோல நகர்வதைக் கண்டு வெட்கத்தில் தலை கவிழ்த்துக்கொண்டாள். தன் மார்புகள் விம்மி நிமிர்வதை அறிந்து பாப்பாவை அள்ளி மேலே போட்டுக் கொண்டாள். அந்தச் சிறு இடைவெளியில் அவர்களைக் கடந்து சென்ற ஒரு பெண்ணின் பின்னழகை அவன் வெறிப்பதை அவள் கவனிக்கவில்லை. எப்போதேனும் பரமு நூதனமாக அவளைக் கண்டால் அவள் பயமும் பதட்டமும் உள்ளவளாக ஆகி அதை மறைக்க அவனோடு சிரிக்க சிரிக்கச் பேசி அவனை மேலே யோசிக்க விடமாட்டாள். ராஜேஷோடு இருக்கும்போது பரமுவின் சிறு நினைவுகூட அவளுள் எழாது. ஆனால் பரமு அவளை நெருங்கும் போது ராஜேஷின் நினைவு மதிற்சுவர்போலக் குறுக்கே எழுந்து நிற்கும். அவளது இரும்புப் பெட்டியில் புதிய சேலைகள் அடுக்கப்பட்டிருந்ததைக் கண்டு ஒருமுறை பரமு கேட்டபோது எப்போதும் போலப் பொய்யை அவன் முன் சிரித்தபடி பரப்பியதும் பரமு அமைதியானான்.

அவளது மாறாட்டங்கள் பரமுவின் குருவி மூளைக்கு மிகத் தாமதமாகத்தான் புலப்படத் தொடங்கிற்று. முன்னரே

பரமுவின் காதுக்கு அச்செய்தி எட்டியபோது பொறாமை கொண்ட பேடிகளின் நரித்தனம் என ஒதுக்கிவிட்டிருந்தான். அவர்கள் இருவரும் ஜனங்கள் அதிகம் புழங்காத குறுக்குச் சந்தினுள் பேசிச் சிரித்து நிற்பதைக் கண்டபோது அவன் தன்னையே நம்ப மறுத்துக் கண்களைத் தேய்த்துவிட்டுக்கொண்டு பார்த்தான். பாப்பா பரமுவைக் கண்டதும் அவள் இடுப்பி லிருந்து துள்ளி "ப்பா . . . ப்பா . . ." என எகிறுவதைப் பார்த்துச் சட்டென வீட்டுச் சுவரில் மறைந்துகொண்டான். பேச்சு மும்முரத்தில் அதை அவர்கள் கவனித்திருக்கவேயில்லை. ஒரே நிமிடத்தில் சக்தியனைத்தும் வற்றி ஒரு சிறு துரும்பு போலப் பலவீனனாக ஆகிவிட்டிருந்தான். அவளைத் தொட நீளும் அவனது கையை அவள் தட்டி விடுவதையும் பின் அவளே அவன் கைகளோடு கோர்த்துக்கொள்வதுமாக இளஞ்ஜோடிகளின் காதற் காட்சிகள் அந்தச் சந்தினுள் அரங்கேறிக்கொண்டிருந்தன. தாடி படர்ந்த அவன் முகத்தைக் கண்ட கணத்தில் பரமு உறைந்துவிட்டான். பரமுவுக்குத் திடீரெனக் கிடைத்த நிரந்தர வாடிக்கையாளன் அவன். விற்காது நாய்போல் அலைந்த நாளொன்றில் அவனாக வந்து இருப்பதில் பெரும் பகுதியை வாங்கி மனதைக் குளிரவைத்தவன். பின் எப்போதும் அவனைத் தேடிச் செல்வதைப் பரமு வழக்கமாக்கிக்கொண்டான். பரமுவின் மனம் தறிகெட்டுத் துடிக்கத் தொடங்கிற்று. ஒருமுறை அவனைத் தன் வீட்டினுள் கண்டு தன்னுள் எழுந்த வினோதமான எண்ணத்தை மறைத்த படி அவனருகில் அமர்ந்தபோது புவனாவின் முகம் சட்டெனக் கருததுவிட்டதை இப்போது பரமு துல்லியமாக நினைவு கூர்ந்தான். ராஜேஷ் வாய் திறக்கும் முன்பே புவனா, "புடவைக் காரரு . . . பாப்பாவுக்கு கவுன் கேட்டிருந்தேன் . . . கொள்முதலுக்கு போறாராம் . . . அதுதான் என்ன கலர்ல வேணும்னு கேட்க வந்திருக்காரு . . ." என்றாள். பாப்பா அவனிடம் ஒட்டிக் கொண்டிருந்ததைக்கூட இயல்பாகவே எண்ணியிருந்தான். அவன் குடித்து முடித்த காபி தம்ளர் காய்ந்துபோயிருந்தது கண்டு அவன் வந்து நேரமாகியிருக்க வேண்டும் என்று இப்போது தோன்றியது. பழைய நிகழ்வுகளின் மீது பரமுவின் மனம் அசாதாரண வேகத்துடன் புதிய அர்த்தங்களை நெசவு செய்து கொண்டிருந்தது. புவனாவின் அந்த மின்னும், சிறிய சிரிக்கும் கண்களில் நிரம்பியிருந்த கள்ளத்தனத்தைப் பரமுவால் நம்பவே முடியவில்லை. கடும் குளிரில் நிற்பவனைப் போல அவன் உடல் வெடவெடவென நடுங்கியது.

ராஜேஷ் சந்திலிருந்து பின்னால் திரும்பிப் பார்த்தபடியே தெருவிற்கு வந்ததும் பரமு அவன் குறுக்கே போய் "உங்கள எங்கெல்லாம் தேடறது? இந்தாங்க . . ." என லாட்டரிச் சீட்டை

நீட்டியபோது அவன் முகம் நிறமிழந்து வெளிறிக் காய்ச்சல் காரனைப் போல உதடு உலர்ந்து பேசத் திணறினான். பரமு கடுங்கோபத்தை மறைத்து வெகு இயல்பாக "இங்க என்ன சோலியா வந்தீங்க?" எனக் கேட்டுவிட்டு அவன் கண்களை ஆழமாக நோக்கினான். மூச்சுவிடுவது அவ்வளவு சிரமமாக இருக்குமென்று அதற்குமுன் ராஜேஷ் நினைத்திருக்கவில்லை. அவனுக்கு நாவிலிருந்து சொல்லே எழவில்லை. "பொடவை குடுக்க வந்தேன்" என்பதற்குள் ராஜேஷ் நரக வேதனையை அனுபவித்துவிட்டிருந்தான். "தாயோலி" என மனதிற்குள் கறுவியவாறு "இந்தச் சந்துக்குள்ளயா? அது சரி" எனப் பரமு உதட்டை மட்டும் விரித்து இளிப்பது போலப் பல்லைக் காட்டினான். கோபத்தின் சுவடை முகத்திலிருந்து மறைத்தபடி "டீ சாப்டலாங்க" என ராஜேஷை அழைத்தபோது அவன் "இல்ல . . . இல்ல . . ." எனப் பதறிப் பரமுவைக் காண்கையில் விழிகளின் ஓரத்திற்கு வந்துவிட்டிருந்த அவனது கண்மணிகள் நெருப்புத் துண்டங்கள் போலச் சிவப்பேறுவதைக் கண்டு ஏறக்குறைய ஓடியபோது தன் முதுகில் இரண்டு ஈட்டிகள் துளைப்பதைப் போல ராஜேஷ் உணர்ந்தான். பேச்சிலிருந்து முத்தமும் அணைப்புமுமாக நெருங்கிவிட்டிருந்த அவர்களது உறவின் அடுத்தகட்டம் பற்றிப் புவனாவின் காதில் சொன்ன போது மணப்பெண் போல வெட்கப்பட்டுத் தன்னைசட செல்லமாக அடித்ததை ராஜேஷ் நினைத்துக்கொண்டான். அவளைத் துய்த்துவிட கொண்டிருந்த திட்டங்கள் மீது மண் விழுந்துவிட்டதோ எனக் குழப்பத்திற்குள்ளானான். அவன் யதேச்சையாக அங்கு வந்திருக்கலாம் என்றும் இவையனைத்தும் தன் கற்பனையாக இருக்கக்கூடும் என்றும் ஒரு சமாதானம் மனதிற்குள் வந்தது. புவனா வெட்கப்படும்போது முதலில் அவள் காதோரங்கள்தான் சிவக்கத் தொடங்குகின்றன. இன்று தன் கை பற்றி விரல் அழுத்தியபோது அதில் காமத்தின் தீவிரத்தைக் கண்டான். அதற்குள் அவளது குழந்தை – இப்போ தெல்லாம் அது தனக்கு எரிச்சலைத் தரத் தொடங்கியிருந்ததை அவளிடம் மறைக்க முயன்றான் – இடுப்பிலிருந்து நழுவ அதை மேலேற்ற அவனது கையை விடுவித்துவிட்டாள். புவனாவோடு பேசியவற்றில் லயித்தபடி வானம் பார்த்துச் சிரித்தான். அதற்குள் பரமுவை அவன் மறந்துவிட்டிருந்தான்.

பரமு வீட்டினுள் நுழைந்ததும் புவனா வேறு சேலைக்கு மாறிவிட்டிருந்ததைக் கண்டான். அவனிடம் முன்போலவே இயல்பாக அவள் நடந்துகொண்டதைக் கண்டு இதுகூட ஒரு தந்திரமாக இருக்கக்கூடுமோ? என்ற யோசனையைப் பரமுவால் ஒதுக்க முடியவில்லை. "பொடவக்காரரைப் பார்த்தேன். அவருதான் மிச்சமான சீட்டையெல்லாம்

வாங்கினாரு" என்றபடியே அவளைப் பார்த்தபோது அவள் முகம் ஒரு கணம் ஒளிர்ந்து இயல்புக்குத் திரும்புவதைக் கண்டான். "அவரு செட்டியார் வீட்டுச் சந்துப் பக்கத்திலேர்ந்து வந்தாரு . . . கப்புன்னு புடிச்சிட்டேன்" என்றதும் புவனா மடித்துக்கொண்டிருந்த சேலையை ஒரு நொடி நிறுத்தி அவனைப் பார்த்தபின் மீண்டும் மடிக்கத் தொடங்கினாள். அவளது மௌனம் மேலும் அவனை உசுப்பிற்று. அவள் வலியை மறக்க முடியாதபடி சொல்லால் குத்தவேண்டும் போல இருந்தது. புவனா திடீரென "அந்த அண்ணன் அங்க எங்க வந்தாரு?" எனக் கேட்டாள். பரமு ஸ்தம்பித்து போய் விட்டான். "அண்ணனா?" என மனதிற்குள் சொல்லியபின் புவனாவைப் பார்த்தபோது அவர் வேறொரு ஆளாக உருமாறி நிற்பதுபோல அவனுக்குப் பட்டது. அன்றிரவு குரூரமான ஒரு எண்ணத்துடன் அவளைக் கூடினான். அவள் வழக்கத் திற்கும் மாறான துள்ளலுடன் அவனை மீறிச் செல்ல முயன்றாள். எப்போதுமே அவளை இணங்க வைக்க அவகாசம் தேவைப்படும். எதிர் பாராத ஒரு கணத்தில் அவள் அவனை மூர்க்கமாக ஆட்கொள்ளத் துவங்குவாள். அன்று அவளது ஆவேசம் கரையை உடைக்கும் வெள்ளம் போல இருந்தது. அந்த மயக்கத்திற்குப் பின் பரமு தளர்ந்து உறங்குகையில், அவள் சந்தேகத்தின் நிழல் தன் மீது விழுந்துவிட்டதா? என எண்ணியவாறு உத்திரத்தைப் பார்த்தபடி விழித்துக் கிடந்தாள். பேசவே பயந்து ஒதுங்கி நின்ற ராஜேஷ் இன்று சாதாரணமாக இரட்டை அர்த்தங்கள் தொனிக்கப் பேசுகிறான். அவை தன் உடலைக் கழுகு போல வட்டமிடுவதும் அவளுக்குத் தெரியும். அப்போது அவனை மேலும் பேசத் தூண்டிவிட்டு லஜ்ஜையின்றிக் கேட்டுச் சிரித்துக்கொண்டுதானே இருந்தோம்? என எண்ணினாள். இந்த உறவின் இறுதிப் புள்ளியை நோக்கி நகர அவன் காட்டும் வேகம் அவளைப் பயங்கொள்ளச் செய்தது. பரமு அன்று நுழைவதற்குச் சற்று முன்னர்தான் விலக்கமுடியாத நீண்ட முத்தமும் பிறகு அவள் உடலைத் தொட்டு அறிய அவன் கைகள் அடைந்த பரபரப்பைக் கண்டு உள்ளே சிரித்து "சும்மா இருடா" எனத் தள்ளிவிட்ட போது அவன் "ஏன்டீ . . . ஓடற . . . இங்க வாடீ" என முந்தானையைப் பற்றினான். அவன் டீ போடும் போதும் கொஞ்சும் போதும் சில நேரங்களில் பேசும் போது கூட, உடலுறவுக்கு முந்தைய பரவசம் தன் உடலில் மின்சாரம் போல ஊடுருவிச் செல்வதைப் புவனா உணர்வாள்.

சந்தோஷையும் பாப்பாவையும் விட்டு அவள் மெல்ல விலகிச் செல்வதைப் பரமு கண்டான். பரமு கக்கத்தில் சீட்டுகளை வைத்து அலைந்து கொண்டிருப்பான். "அங்கு

என்ன நடந்து கொண்டிருக்கும்?" என்ற எண்ணம் உதித்த மறுவிநாடியே வீட்டிற்கு ஓடுவான். மறந்ததைத் தேடுவது போல அதையும் இதையும் இழுத்துப் பார்த்தபடி அவளை நோக்குகையில் எதுவும் அறியாதவள் போல நிற்பாள். "திருட்டு முண்ட" என மனதிற்குள் கூறியபடி ஏதாவது துண்டுச் சீட்டை எடுத்துச் சொறுகியபடி வெளியேறுவான். சந்தேகத் தின் விதை உள்ளே விழுந்தால் அது விஷக்காளானைப் போலப் மனமெங்கும் முளைத்து மனமே அதுவாக ஆகிவிடும் போலும். அவளை வீட்டில் காணாத அன்று அவன் பேய் போல பசி மறந்து ஊரெங்கும் அவளைத் தேடிச் சுற்றினான். பட்டென ஒரு எண்ணம் மனதில் உதித்ததும் அப்படியே அமர்ந்துவிட்டான். பின் முடிவெடுத்தவனாக அவளைத் தேடத் தொடங்கினான். ஏதோவொன்றால் இயக்கப்படுபவனைப் போலப் பரமு ஆவேசமாக அலைந்தான். மற்ற நாளென்றால் அவ்வளவு அலைச்சலில் அவன் மூர்ச்சையுற்று வீழ்ந்திருப்பான். ஆனால் அன்று சக்தி அவன் உடலில் ஊற்றுபோலப் பெருகியபடியிருந்தது. உடலெங்கும் வியர்வை வழிய களைத்து நின்றபோது ராஜேஷ் ஒரு சலூன் கடையின் வாசலில் பேப்பர் படித்தபடி நிற்பதைக் கண்டதும் பரமு கண்ணீர் வழிய நின்றான். புவனாவை உடனே காண வேண்டும் என்னும் வேட்கை மிகுந்தது. இப்போது அக்கடை வாசலில் அவனைக் காணோம். பரமு மீண்டும் வீட்டிற்கு ஏறக்குறைய ஓடினான். வெளியே பூட்டப்பட்டிருந்தது. பரமுவுக்கு இருப்புக்கொள்ளவில்லை. யாரோ துரத்துவது போல வேகமாகப் பின்வாசலை நோக்கி ஓடிக் கதவை உலுக்கியபோது அது உள்பக்கமாகத் தாழிடப் பட்டிருந்தது. ஓட்டைப்பிரித்து இறங்கிப் பார்க்கலாமா? என்று தோன்றியது. "தேவிடியா முண்ட . . . எங்கடீ போய்த் தொலைஞ்ச?" எனச் சத்தமிட்டுக் கேட்டபடி காறித் துப்பியவாறு முன் பக்கம் வந்தபோது ரேஷன் கடையிலிருந்து மண்ணெண்ணெய் வாங்கிய சோர்வுடன் புவனா வருவதைக் கண்டான். ஏமாற்றமும் நிம்மதியும் கலந்த ஒரு பெருமூச்சு அவனிடம் வெளிப்பட்டது.

பரமு உறக்கத்திலிருந்து திடீரென விழித்து ராஜேஷ் பற்றியிருந்த அவளது கையையும் அவன் ஒதுக்கிவிட்ட காதோர முடிக்கற்றையையும் உற்றுப்பார்ப்பான். அச்செய்தி பிறர் வாயால் மெல்லப்படுவதைப் பரமு அறிந்தான். அது சக்கையாகி எஞ்சிய பின்னும் மேலும் மெல்ல அவர்களுக்கு ஏதேனுமொன்று அதற்குள் இருந்தது. அவனை நோக்கி வரும் ஏளனமும் கேலியும் கலந்த சிரிப்பு, பரிதாபப்பட்ட பார்வை, இன்னும் உயிருடன் இருக்கிறாயா? எனும் அர்த்தம் தொனிக்கும் உதட்டுச் சுழிப்பு போன்றவற்றால் பரமு மனம் வெதும்பிப்

போயிருந்தான். ஏதேனும் பேசியபடியிருக்கும் கும்பலுக்கருகில் அவன் செல்லும்போது சட்டெனப் பேச்சு ஓய்ந்து ஒருவர் முகங்களை ஒருவர் பார்த்தபின் திசைக்கொன்றாகத் திரும்பிக் கொள்வார்கள். அந்த இறுக்கத்தை உடைத்து உள்ளே செல்ல முயலுகையில் அவர்கள் கலைந்துவிடுவது அவனுக்குத் தாங்க முடியாததாக ஆகிவிட்டிருந்தது. அவனுக்குள்ளேயே ஒரு நெருப்பு அவனையுமறியாமல் பற்றிக்கொள்ள துவங்கிற்று. புவனாவை இதுபோன்ற விஷயங்களால் அடிப்பது விபரீதமாக ஆகக்கூடும் எனப் பரமு அஞ்சினான். ஆனால் அவ்வளவு நாள் காத்து வந்த கட்டுறுதி இன்று சீறி வெடித்துவிட்டிருந்தது. பரமு இருக்கையில் அவன் வீட்டினுள் நுழைந்து, வைத்த காலைப் பின்னுக்கு இழுப்பதற்குள் புவனா, “வாங்கண்ணா ... அவரு உள்ளதான் இருக்காரு” எனக் கூறி மடக்கி வைத்திருந்த இரும்பு நாற்காலியை விரித்துப் போட்டு அவனை அமர்த்தினாள். பரமு அவளுக்குத் தெரியாமல் அவளை ஆழ்ந்து நோக்கிய போது புவனாவின் கன்னங்கள் மெல்லத் துடிப்பதை, கண்களின் ஓரத்தில் ஒரு வெட்கம் தயங்கி நிற்பதைக் கண்டான். ராஜேஷ் நெருப்பின் மேல் அமர்ந்திருப்பவனைப் போலப் பரமுவுடன் பேச வாயெடுத்து முடியாமல் கண்களைத் தாழ்த்தினான். பரமு “எப்பவும் இந்த டைம்முக்குத்தான் வருவீங்களா? எனக் கேட்டான். அவன் துள்ளி எழுந்து “இல்லீங்கண்ணா ... இந்த வழியா வந்தேன் ... அப்படியே ...” என்று காற்றை மட்டும் வெளியே தள்ளினான். பரமு “அப்படியே ...” என அச்சொல்லை இழுத்து அவனை உற்றுப் பார்த்தபடி புவனாவைக் காணத் திரும்பியபோது அவள் கண் இமைக்காமல் தன்னையே பார்த்துக்கொண்டிருந்து பட்டெனக் கண்களைத் தாழ்த்தி, நீர் மொண்டுவந்திருந்த சொம்பை அவனுக்குத் தன் விரல் படாமல் தருவதைக் கண்டான். அவன் சட்டை மேலெல்லாம் நீர் ஒழுக அண்ணாந்து ஒலியெழ வேகவேகமாக விழுங்கினான். புவனா சாதாரணமாக நடந்து வந்து பரமுவின் ஜேபியில் கையைவிட்டு “எவ்வளவுண்ணா பாக்கி?” எனக் கேட்டவாறு பணத்தை எண்ணி அவன் கையில் கொடுத்துவிட்டு மீதியை அவனுக்கு முதுகு காட்டித் திரும்பி நின்று தன் ஜாக்கெட்டினுள் திணித்து உள்ளே போனாள். ராஜேஷ் கலவரப்பட்ட முகத்துடன் பரமுவிடம் பணிவுடன் சொல்லிக்கொண்டு வெளியேறினான்.

பரமு புவனாவிடம் “இதெல்லாம் எனக்குப் பிடிக்காது” என அடக்கப்பட்ட கோபத்துடன் கூற முயன்றபோதும் அது சீற்றத்துடன் வெளிப்பட்டது. முகம் முறம் போல விரிய கையை அவனுக்கு முன்னால் ஆட்டி “எதெல்லாம்?” எனக் கேட்டாள். அவளது கன்னத்தில் விரல்கள் பதியுமளவிற்கு

ஓங்கி அறைந்து "யார் முன்னால கைய நீட்டுற... நாயி? கரண்ட் போன வூட்டுக்குள்ள அந்த தொண்டு பயலுக்கு என்னடி வேல?" என்று மிருகம் போல உறுமினான். துடித்த உதடுகளைப் பற்களால் அடக்கி "அடப்பாவி! புடவைப் பணத்தைக் கேட்க வந்த அண்ணனப் பார்த்து" என அவனைப் பார்க்காமல் தரையைப் பார்த்தபடி திக்கித் திணறி அவள் பேசும்போதே அவன் உடம்பெல்லாம் கோபத்தில் கொதிக்க, "யாரைடீ அண்ணனுங்கற? ஊருந்தெருவும் சிரிப்பா சிரிச்சுக் கெடக்கு" என்று கூறிவிட்டு அவளை அடித்து நொறுக்கினான். அவளுக்குப் பக்கென்றது. மேலும் அடிக்குப் பயந்து சுருண்டு கொண்டாள். தன் இதயம் ஏறுக்கு மாறாகத் துடிக்கும் ஒலியை அவளால் துல்லியமாகக் கேட்க முடிந்தது. உறைந்துபோய் நிற்கும் தன் குழந்தைகளைக் கண்டபின் மெல்ல நிதானத்திற்கு வந்து, துணிப் பெட்டியைக் கண்டதும் மேலும் மூர்க்கமடைந்து அதிலிருக்கும் சேலைகளை ஆவேசமாக வெளியே எடுத்து "நம்ம பொழப்பு இருக்கற லட்சண மயித்துக்கு உனக்கெதுக்குடீ இத்தன சேலை" என்று கத்தினான். அவ்வளவு சேலைகள் இருக்கும் என்பதை அவன் ஒருபோதும் எண்ணிப் பார்த்திருக்கவேயில்லை. பரமுவை வியப்பின் அலை வந்து சுருட்டித் தூர எறிந்துவிட்டிருந்தது. பிரம்மை பிடித்தது போல அப்படியே நின்றுகொண்டிருந்தான். புவனா தன்னுடன் மௌனமாகக் கடைக்கு வந்து மலிவான சேலை ஒன்றை மிகுந்த திருப்தியுடன் எடுக்கும் காட்சி அவன் நினைவில் வந்து மோதிற்று. அனைத்தையும் கொளுத்திவிட வேண்டும் எனும் ஆவேசம் அவனுள் மிகுந்தது. புவனா உலராத கண்ணீரோடு வேகமாக வந்து "ஓரமா போ..." என அவனைத் தள்ளிவிட்டு அவற்றை அள்ளி உள்ளே போடத் தொடங்கினாள். அவன் அருகில் வருவதைக் கண்டு "மரியாதை கெட்டுப்போயிடும்" என ஆட்காட்டி விரலை நீட்டி அவனை எச்சரித்தாள். "விரலை நீட்டாதேன்னு சொல்றனல்ல... அவன்கூட விரலைக் கோத்துக்கற! எங்கிட்ட விரல நீட்டறயா?" என அந்த விரலை அப்படியே பிடித்துத் திருகியதும் அவள் வளைந்து விடுவித்துக்கொள்ளப் போராடினாள். புவனா கையை உதறிச் சேலைகளை மீண்டும் எடுத்து உள்ளே போட்டபடி "நீ சேலய எடுத்துக் குடுக்குறவரைக்கும் ரோட்ல அம்மணமாவா போகச் சொல்ற?" என்று கேட்டாள். பரமு அக்கேள்வியினால் திகைத்து மூச்சற்று நிலைகுலைந்து நின்றான். அவள் "கட்டுனவள நல்லா வச்சுக்கத் தெரியாதவனுக்கெல்லாம் எதுக்கு கண்ணாலம்? பொண்டாட்டி, குழந்தை குட்டியெல்லாம்? என இம்முறை அவனை நேருக்கு நேராகக் கேட்டாள். தான் சிறுத்து எறும்பு போல அவள் முன்

ஆகிவிட்டிருப்பது போல உணர்ந்தான். "சும்மா . . . மொச் . . . மொச்னு முன்னூறு முத்தம் கொடுத்துட்டா எல்லாம் கைக்கு வந்திருமானு கேட்கறன்" எனச் சீறினாள். அவனது அமைதியில் அவள் மேலும் மேலும் தன் எல்லைகளை விரிவுபடுத்திச் சென்றாள். "கொஞ்சம் நிறமா அழகா பொறந்துட்டேன் . . . (இதைச் சொல்லும்போது அவ்வளவு சண்டைக்கு நடுவிலும் அவள் முகம் சற்றே பிரகாச மடைந்தது.) அதுக்காக? இங்க நிக்காத . . . அங்க நிக்காத . . . இவங்ககூட பேசாத . . . அவங்ககூட பேசாதன்னு ஓயாம ரகளை கட்டற . . . பேசாம தூங்கும் போது தலையில கல்லப்போட்டு கொன்னுரு. உனக்குப் புண்ணியமா போகும்" என உன்மத்தம் பிடித்தவள் போலப் பேசிக்கொண்டே போனாள். இதற்குள்ளாக எல்லாச் சேலைகளும் பெட்டிக்குள் போய்விட்டிருந்தது. பரமுவுக்கு ஒரு கணம் தன் மேலேயே சந்தேகம் தட்டிற்று. அன்று சந்திற்குள் கண்டது வேறொருவளாக இருக்குமோ? என ஐயம் எழுந்தது. அவன் எதுவுமே பேசாது நின்றான். அதற்குள் "நானு கூடை பின்னி, பூக்கட்டி அந்தண்ண னோட கடன அடச்சிக்கிறன்" என அவளுக்குள்ளயே கூறியபடி அங்கிருந்து உடனே நகர்ந்துவிட வேண்டும் என்ற நினைப்பில் விடுவிடுவெனச் சென்றாள். பரமு துளிகூடக் கண்மூடாமல் அப்படியே நாற்காலியில் சாய்ந்து எதுவுமே நிகழாதது போல அவனுக்கு முதுகு காட்டிப் படுத்துறங்கும் அவளையே பார்த்தபடியிருந்தான். இவ்வளவு களேபரங்களுக்கிடையே அவர்களது உறவு பற்றிய தன் கேள்விக்குப் புவனா பதில் சொல்லவேயில்லை என்பது நினைவு வந்ததும் ஏதோவொன் றால் தாக்கப்பட்டவன் போல எழுந்து அவளை வெகு அண்மையில் கண்ட பின் மீண்டும் வந்து அமர்ந்துகொண்டான்.

படுக்கைச் சுருட்டி முடியை அள்ளிச் சொருகியபடி நிமிர்கையில் பரமு வீங்கிய சிவந்த கண்களோடு இருப்பதைக் கண்டாள். அவன் நாற்காலியிலிருந்து குழந்தை போலக் குதித்து ஓடிவந்து புவனாவின் கையைப் பற்றி "வேணாம் புவனா . . . போனதெல்லாம் போகட்டும் . . . இந்தக் குழந்தைகளைப் பாரு . . . இனிமே உன்னய அடிக்க மாட்டேன் . . . திட்ட மாட்டேன். நீயில்லைன்னா நானு குப்பையா ஆயிருவேன் புவனா" எனக் கீழ்ஸ்தாயியில் மனம் கதற அவன் பேசிக் கொண்டிருக்கும்போதே வார்த்தைகள் தொண்டைக்குழியில் சிக்கி வர மறுத்தது. ஒரு முறை செரும முயன்றபோது குரல் நடுங்கிற்று. அவள் எதுவும் பேசாமல் கடிகாரத்தில் நகரும் முள்ளைப் பார்த்தபடி நின்றாள். அவள் அதையெல்லாம் கடந்து வெகுதூரம் போய்விட்டிருந்தாள். இப்போதுகூடத் தன் மனம் ராஜேஷைத்தானே எண்ணிக்கொண்டிருக்கிறது

என்பதை அவள் பீதியுடன் அவனிடமிருந்து மறைக்க முயன்றாள். புவனாவின் மௌனம் கண்டு அவன் மனம் அபாயகரமான திடுக்கிடலுக்கு ஆட்பட்டது. மறுகணமே பரமு அப்படியே புவனாவின் காலடியில் விழுந்து அவள் பாதத்தின் மேல் தன் தலையை வைத்துக் கண்ணீர் வழிய அழுதான். அவள் "மாமா... மாமா..." எனப் பதறிய குரல் கேட்டதும் நிமிர்ந்து ஆசையோடு பார்த்தான். அவள் அங்கிருந்து விடுவிடுவென நகர்ந்து சமையலறைக்குள் போய் நின்றுகொண்டாள். உட்பக்கம் தாழ்ப்பாள் போடப்பட்ட கதவை வெறித்துப் பார்த்தபின் பரமு வெளியேறினான்.

பரமு அன்று வெறுமனே மனம் போன போக்கில் சுற்றினான். வெறும் வாயை மென்று சுரந்த உமிழ்நீரை விழுங்கியபோது அது வறண்ட தொண்டையில் சுருக்கெனக் குத்திற்று. சாலையில் ஜோடிகள் யாரையேனும் கண்டால் மனங்கசந்து ஒருவித மூச்சுத்திணறலுக்கு ஆளானான். நேற்று இரவிலிருந்து எதுவுமே உண்ணாமலும் ஒரு நொடிகூடக் கண்மூடாமலும் இருந்ததால் அவன் ஒரு பித்தனைப்போலத் தனக்குள்ளேயே அவ்வப்போது பேசுவதும் வெளியே உளறுவதுமாகத் திரிந்தான். அவனுடைய மனம் கடிவாள மில்லாத குதிரை போலப் பல்வேறு எண்ணங்களின் மீது தாறுமாறாக ஓடிற்று. அவனது அம்மாவின் சிரிப்பும் கொஞ்சலும் பரிவும் கொண்ட முகம் நினைவின் ஆழத்திலிருந்து எழுந்து வந்தது. வலிப்பு தாக்கியவனைப் போல அவன் உடல் முறுக்கி அடங்கிற்று. அவ்வளவாகப் புழக்கம் இல்லாத பெருமாள் கோயில் திண்ணையில் மாடு முதுகு தேய்த்து நின்றிருந்த தூணில் சாய்ந்து காவி உடை தரித்த பரதேசிகளோடு அமர்ந்து அவர்கள் தந்த உணவை விழுங்கினான். தன் நிலை மறந்து உறங்கி எழுந்ததும் தெருவிளக்கின் ஒளியில் கண் கூசி முகத்தைத் திருப்பி உறக்கத்தைக் கைவிட்டு எழுந்ததும் தலை சுற்றிற்று. உடல் சோர்வில் கால்கள் தள்ளாட மெதுவாக நேற்று வரை மிக விரும்பிய தன் வீட்டிற்குக் கசந்த மனநிலையுடன் நடந்தான். வீடிருக்கும் தெருமுனைக்கு வந்ததும் நடையில் வேகம் கூடுவதை எண்ணி வியப்பேற்பட்டது. கதவு உள்ளே தாழிடப்பட்டிருந்தது. எஞ்சிய தன் சக்தியனைத்தையும் திரட்டி ஆவேசமாக உதைத்தான். தாழ்ப்பாள் தெறித்துக் கதவு பெரும் ஒலியுடன் சுவரில் மோத அங்கு ராஜேசும் புவனாவும் அலங்கோலமாகக் கிடப்பதைக் கண்டான். அவன் சுதாரிப்ப தற்குள் ராஜேஷ் தன் உடைகளை அள்ளி எடுத்து, கலைந்த தலைமுடியுடன் அரை நிர்வாணியாகப் பின் வாசலில் ஓடிவருவது தெரிந்தது. சமையலறைக் கதவு ஓயாமல் தட்டப்

பட்டுக் கொண்டேயிருந்தது கண்டு பரமு தாழைத் திறந்ததும் அங்கு பாப்பா உள்ளங்கை சிவக்க அழுது காய்ந்த கண்களுடன் நின்றிருப்பதைப் பார்த்தான்.

புவனா அவனிடம் மன்றாடினாள். எங்கோ வெறித்துப் பார்த்தபின் வெடித்து அழுதாள். பக்கத்து வீட்டிலிருந்து வந்த சந்தோஷையும் பாப்பாவையும் நிற்க வைத்து அவர்கள் தலைமேல் அடித்துச் சத்தியம் செய்தாள். "புத்தி மாறிப் போயிட்டன் மாமா . . . என்னயக் கொன்னு போடுவ்வ்வ் . . ." எனப் பெரிய குரலெடுத்து அழுது சட்டெனக் குரலைத் தணித்துக் கொண்டாள். பரமு ஒரு சொல்கூடப் பேசாமல் நின்றது அவளை அச்சுறுத்திற்று. அவர்கள் இருவருக்கும் இடையில் இருந்த இடைவெளியில் பாப்பா நடந்து இருவரையும் மாறிமாறித் தொட்டுத் திரும்பி விளையாடிக்கொண்டிருந்தது கண்டு சந்தோஷ் அவளைத் தூக்கித் தோளில் போட்டுக் கொண்டான். பரமு புவனாவை நோக்கி வந்தபோது அவள் கை கால்கள் அசாதாரணமாக நடுங்கின. "பசிக்குது புவனா" என்றான். அவள் அவன் முகத்தை நிமிர்ந்து பார்த்ததும் "ஐயோ . . . ஐயோ" எனத் தலையில் ஆவேசமாக அடித்துக் கதறினாள். உள்ளே அவனது மௌனத்தால் அவள் மேலும் மேலும் நிம்மதியிழந்துகொண்டிருந்தாள். அக்காட்சியைக் கண்டதும் தான் எவ்வளவு உலுக்கப்பட்டேனோ அதற்கு நிகராக ஒரு ஆட்டம் முடிவுக்கு வந்துவிட்டிருந்ததின் நிம்மதி தன் மனதின் ஒரு மூலையில் படர்ந்ததைப் பரமு நினைவு கூர்ந்தான். புவனாவிடம் மெல்ல "போனது போகட்டும் வுடு" என்றான். அதைக் கூறியபின் அதைச் சொன்னது நானல்ல என்பது போலப் புவனாவின் முகத்தை வினோதமாகப் பார்த்தான். அவள் மனம் பொங்கக் கண்ணீரோடு அவனைக் கட்டிக்கொள்ள முயன்றபோது அவன் விலகிக் குழந்தைகளைக் காட்டினான். அவள் சிரித்தபடி உள்ளே போய் அவனுக்குப் பிடித்ததைச் சமைத்துப் போட்டு உண்டபின் படுக்கையில் அச்சத்துடன் அவன் மேல் கை வைத்து அவன் சிரிப்பைப் பார்த்தபின் வெட்கி அவனை "மாமா . . . மாமா . . ." எனச் செல்லமாக அழைத்தபடி மனவேதனையை மறைத்துக் கண்ணீரை உகுத்தவாறு உறங்கிப் போனாள். பரமு உறங்காமல் தூங்கியிருந்த குழந்தைகளின் முகங்களைப் பார்த்துக்கொண் டிருந்தான்.

அதிகாலை சிறு தூக்கத்திலிருந்து விழித்து எழுந்தபோது புவனா குளித்து முன்னர் பரமு எடுத்துத் தந்திருந்த சேலையைக் கட்டிக்கொண்டு உற்சாகமாக வளைய வருவதைத் தன் கண்களால் பின்தொடர்ந்தான். அவள் கண்ணாடி முன்

நின்று தன்னைச் சரிசெய்வதைக் கண்டதும் பரமுவின் மனதில் உதிர்ந்து கிடந்த சருகுகள் சரசரவெனப் பற்றிக்கொண்டு பெரும் ஜ்வாலையாக எரியத் தொடங்கிற்று. பெரும் கொந்தளிப்புடன் வேகமாக எழுந்துபோய் அவள் தலையைப் பற்றி அந்தக் கண்ணாடியில் அடித்தான். அது படீரென உடைந்து நொறுங்கிச் சிலந்தி வலைபோல ஆனது. அவள் முகத்தில் சில்லுகள் ஒட்டியிருக்க ரத்தத்தைக் கண்டு மீண்டும் அடித்தான். பயத்திலும் பீதியிலும் அவள் வாய் வழியாக விடும் மூச்சில் கண்ணாடிச் சட்டகத்தில் உடையாது ஒட்டிக் கொண்டிருக்கும் கண்ணாடித் துண்டு மேல் புகைப் படலத்தைத் தோற்றுவித்தது கண்டு பரமு ஒருகணம் அனைத்தையும் விட்டு விட்டுப் போய்விடலாமா? என எண்ணினான். அதே நொடியில் மூலையில் சுருண்டு கிடந்த அந்தச் சேலையைக் கண்டதும் அவன் மனம் உக்கிரம் கொண்டது. சிதறிக் கிடந்த கண்ணாடித் துண்டொன்றில் அவளது கண்களைக் கண்டதும் அவள் முடியைக் கொத்தாகப் பற்றிச் சுவரில் மிதமிஞ்சிய வேகத்தில் அடித்தான். சுவர் அதிர கபாலம் நொறுங்கிய சத்தம் அவன் செவிப்பறையை மோதிய கணத்தில் அவள் மூச்சற்றுத் தரையில் சரிந்து விழுந்தாள். எவ்வித பதட்டத்திற்கும் ஆளாகாமல் சாதாரணமாகப் போய் அமர்ந்துகொண்டான். பெரும் மனப் போராட்டத்திலிருந்து விடுபட்ட விடுதலையுணர்வை அவன் மனம் உணர்ந்தது. அந்தச் சத்தத்தில் விழித்துக்கொண்ட பாப்பா தொட்டிலை தன் கால்களால் உதைப்பதைக் கண்டு தொட்டிலைத் திறந்து பாப்பாவை இறுகிய முகத்துடன் பார்த்தான். அது அவனைக் கண்டதும் சிரித்துக் காலால் தொட்டிலை உதைத்து உந்தியபடியே அவனைத் தூக்கச் சொல்லித் துள்ளியது. ஒரு கண் மூடி மெல்லச் சிரித்தது. வெகு தொலைவுக்கு அப்பால் இருக்கும் புன்னகையைத் தன் உதட்டுக்குக் கொண்டுவர முடியாமல் பரமு அப்படியே நின்றுகொண்டிருந்தான்.

***வெயில் நதி,* (ஜூலை – ஆகஸ்ட்) 2012**

திரும்புதல்

தகரங்களின் ஆட்டம் நாராசமாக ஒலிக்க, பிளந்து கிடக்கும் தார்ச்சாலையை மேலும் உருக்கிக் கொண்டிருந்த பிற்பகலில், அக்னியின் உக்கிரத் தோடு வீசும் சுடுகாற்றின் வெம்மையில் நெளியும் கானல் நீரினூடே சோமு சைக்கிளை எக்கி எக்கி மிதித்து செலுத்திக்கொண்டிருந்தான். முன்பக்கம் குறுக்காக அடித்து இணைக்கப்பட்டிருந்த பலகைகளின் மேல் கழுத்தளவு உயரம் கொண்ட ட்ரம்களில் நொதித்துக்கிடந்த எச்சில் இலைகளை மீண்டும் ஒருமுறை குலுக்கிவிட்டு அமர்ந்தேன். நசநசத்த வியர்வையில் சட்டையைக் கழற்றிப் போட்டுவிட்டு முதலை போல வாய் பிளந்து கொட்டாவி விட்ட பிறகு பீடி பற்ற வைத்தேன். நெருப்புக் காகித்தை உடலில் ஒத்தி எடுப்பது போல வீசிய அனல்காற்று எங்களின் சேட்டை களை மட்டுப்படுத்தியிருந்தது. ஒவ்வொன்றையும் பயம் கலந்த வியப்புடன் பார்த்துச் சென்றேன். கிட்டதட்ட ஒரு மாதத்திற்கு முன் வீட்டை விட்டு வெளியேறினபோது இருந்த நடுக்கமும் பேதை போன்ற கண்களும் அகன்றுவிட்டிருந்தன. ஆனால் முதல் வாரத்தில் எச்சில் இலைகளின் முன் அசையாமல் நின்று மின்விசிறியின் காற்றிக்கு அவை படபடத்து, பிறர் முகம் சுளிப்பதைக்கூட உணராமல் வீட்டின் ஞாபகங்களால் தூண்டப் பட்டு நின்றுகொண்டிருப்பேன். முதலாளி பார்க்கும் முன் சோமு வந்து உசுப்பி உள்ளே இழுத்துச் செல்வான். அப்போது மீனா அக்கா கீரையை ஆய்ந்து அவளருகே அமரவைத்து இதமாகப்

பேசுவாள். கண்ணீரைக் கண்டு ஜாக்கெட்டிலிருந்து பணத்தை எடுத்துத் தந்து "ஊருக்குப் போயிரு" என்பாள். வியர்வையில் நனைந்த நோட்டுக்களைத் திருப்பித் தந்து அப்பாவை எண்ணி அச்சத்துடன் தனியே போய் நின்றுகொண்டேன். அவள் கார்மேகம் மாஸ்டரிடம் சிரித்துப்பேசி தோசை வாங்கி வந்து விடாப்பிடியாக உண்ணவைத்துச் சமாதானம் செய்தாள். இப்போது மீனா அக்காவை நினைத்ததும் இந்த வெக்கையிலும் மனதில் குளிர் அடித்தது. அவள் வராத நாட்களில்தான் வீட்டின் நினைவே தலைதூக்கும். பழைய ஊசிப்போன குழம்பை உண்ண நேர்ந்த அன்று வீட்டில் உணவு பிடிக்காமல் உண்ண மறுத்துப் போட்ட சண்டைகளும் பள்ளியில் கொட்டிய சோற்றையும் கலா அக்காவையும் எண்ணிக் குமைந்து கட்டுப் படுத்த முடியாமல் தேம்பிய இரவில் சோமு உறக்கத்திலிருந்து எழுந்து "மூட்றா தாயோலி . . . ங்கோத்தா செத்துப்போச்சுன்னா ஒப்பாரி வைக்கிறே? எழவெடுத்தவனே . . ." என்றான். அவன் கேளாத வண்ணம் வாய் பொத்தி அமைதியாகி உறங்கிப் போனேன். ஆனால் மறுநாளில் என்னைக் கண்களால் ஜாடைக் காட்டி ஒதுக்கி நிற்கவைத்துவிட்டு அந்த வேலையையும் அவனே சேர்த்துச் செய்வதைக்கண்டேன்.

அவ்வளவு சூட்டிலும் வெட்டவெளி தந்த விடுதலை யுணர்வு உள்ளூரக் களிப்பை ஏற்றிற்று. சோமு பிரபலமான பாடல்களைக் கெட்ட வார்த்தைகளைப்போட்டுப் படித்த படியே வண்டி ஓட்டினான். வேகமாகக் கடந்து போகும் கார்களை நோக்கி என் பங்குக்கு அறிந்திருந்த ஒன்றிரண்டு வார்த்தைகளை முன்னும் பின்னுமாகப் போட்டு வசவை உதிர்த்த போது சோமு "டேய் . . . விரல் சூப்பற குழந்தைக்குக் கூட உன்னைய விட ஜாஸ்தி தெரியுமே" என்றதைக் கேட்டதும் விவஸ்தையின்றி இளித்து ஓசி பீடி கேட்டேன். அவன் ஓட்டுவதை நிறுத்தி மூச்சிறைத்து "ஊம்பு தாயோலி" என்றான். அவன் செய்கைகளை உற்றுப்பார்த்து, திருப்பி அதையே சொன்னேன். வானம் நோக்கி முகமுயர்த்தி, கரையேறின பற்களைக் காட்டிச் சிரித்து அர்த்தமேதும் புரியாமல் விழித்த என்னை நோக்கி "அர்த்தக்கூதி தெரியாம வார்த்தக் கூதி பேசாதடா கேனக்கூதி" என்றான். பின்னர் இரு கைகளையும் விட்டுவிட்டு பெடலை மிதித்தபடியே "ஏய் . . . ஓய் . . . கூவ் கூவ்" எனப் பெரிதாகச் சத்தமிட்டான். நானும் கூடவே இணைந்து வாய்க்கு வந்தவாறு காற்றில் ஊளையிட்டுக் கத்தத் தொடங்கினேன்.

வயிறு காய்ந்து பயம் கொண்ட முகத்துடன் ரோட்டில் கிடந்த புளியங்காய்களைத் தின்று வெறும் நீர் மட்டும் குடித்துப் பேருந்து நிலையத்தினுள் சுற்றிக்கொண்டிருந்தேன். ஒன்பதாம்

வகுப்பில் தோற்ற செய்தியை அறிந்ததும் அப்பாவை நினைத்து பீதி மனதில் சுருள் சுருளாக விரிந்தது. மற்றவையனைத்தும் கண் முன் மாயமாக மறைய அப்பாவும் அவரது கடுகடுப்பான முகமும் தாங்க முடியாத அடிகளும் மனம் முழுக்க வியாபகம் கொண்டது. தாமதிக்காமல் கால் போன போக்கில் நடந்து, எடுத்து வந்திருந்த பணத்தின் தைரியத்தில் பேருந்தில் ஏறினேன். அப்பாவின் மிரட்டல்கள் என்னைத் தீண்டாத இடத்திற்கு வந்துவிட்டிருந்தது குறித்து பெருமிதம் ஏற்பட்டது. ஆனால் அவர் எந்தக்கணத்திலும் எதிரே வந்து முடியைப்பற்றி ரோட்டிலேயே அடித்து இழுத்துச் சென்றுவிடுவாரோ என்ற அச்சம் என் பார்வையைக் கூர்மைகொள்ளச் செய்தது. அம்மா என்னையும் தங்கையையும் தவிர உலகம் அறியாதவள். எனைக் காப்பாற்ற அவள் உடலில் அப்பாவின் அடியால் பெற்ற காயங்களோடும் வீக்கங்களோடும் அல்லல் படுகையில்கூட என்னை முத்துவாள். அவளைக் காண வேண்டும் எனும் பேராவல் எழுந்த கணத்திலேயே பெரியவனாகி கைநிறைய பொருள் ஈட்டியபின்தான் அவளைக் காணச் செல்ல வேண்டும் என்ற வைராக்யம் மனதில் முளைத்தது. ஆனால் அடுத்த நொடியிலே செல்லும் பாதையெங்கும் முன்னும் பின்னும் அச்சம் மட்டுமேயிருப்பதைக் கண்டேன். அழுக்கும் பிசுக்குமான உடலைக்கண்டு பிறர் முகஞ்சுளிப்பதை எண்ணி அவமானத்தால் குறுகிப்போய் ஷட்டர் இறக்கப்பட்ட கடையின் முன் சுருண்டு கொண்டேன். கலா அக்கா மட்டும் இதைக் காணக்கூடாது எனக் கடவுளிடம் வேண்டினேன். தவறவிடப்பட்ட சில்லறைகள் ஏதேனும் கீழே கிடைக்காதா? என ஏங்கினேன். பலமுறை வழிகளில் கிடந்த காசுகளை எடுத்துப்போய் மனமுருக வேண்டி கோயில் உண்டியலில் போட்ட பலனைக் கடவுளர்கள் திருப்பி அளிப்பார்கள் என நம்பினேன். பாட்டிலின் நசுங்கிய மூடிகளைப் பைசாக்கள் என நினைத்து ஏமாந்தபோது இரண்டு நாட்களுக்கு முந்தைய வாழ்க்கை மனக்கண்ணில் வந்து போயிற்று. சுயபச்சாதாபத்தின் கேவல்கள் தொண்டையை இடறிற்று. திடுமென எழுந்த கூக்குரல்களால் அவ்விடமே களேபரமாயிற்று. கூடி நின்ற கும்பலின் வயிற்றைக் கிழித்து ஊடே புகுந்து பார்த்தபோது பேருந்திலிருந்து இழுத்துவந்த ஒருவனைச் சராமாரியாகத் தாக்கிக்கொண்டிருந்தார்கள். அவர்களில் குள்ளமான பொடியன் குதித்துக் குதித்து அவன் முகத்தில் குத்த முயலுந்தோறும் அவனது இலக்கு பிசகுவதும் பிறர் அவனை வெளியே இழுத்து விடுவதுமாக வேடிக்கையாக இருந்தது. "போங்கடா பயித்திகார புடுங்கிகளா" என ஏக வசனத்தில் திட்டி எனை நோக்கிக் கொட்டைப்பற்களைக் காட்டிச்சிரித்தான். உள்ளே ஏதோ உசுப்ப அவன் பின்னே

நடந்தேன். சிறிது தெம்பு வந்துவிட்டிருப்பது போலத் தோன்றியது. "ஏன்டா வாத்து மாதிரி குதிச்சு குதிச்சு எம் பின்னாலேயே வர்றே?" என்றான். அவன் முகத்தையே கண் எடுக்காமல் நோக்கினேன். அவன் ஒற்றைக் கண்ணை மட்டும் அடித்துத் தலையை மென்மையாக அசைத்து "என்னைய லவ் பண்றியா" என்று கேட்டான். பட்டெனச் சிரித்துவிட்டேன். ஆனால் விழிகளில் கண்ணீரின் துளியைக்கண்டு "அட மயித்த புடுங்கி . . . நானு இன்னும் முடிவே சொல்லல . . . அதுக்குள்ள ஏண்டா அழுகுற?" என்றான். துவளும் கால்களை நிலை நிறுத்த முயன்றவாறே "பசிக்குது" என்றேன். சோமு அந்தச் சொல்லைக் கவனமாக உள்வாங்கினான் என அவன் முகமாறுதலைக் கண்டு அறிந்தேன். பட்டன்கள் இல்லாத சட்டையின் கீழ் நுனிகளை முடிச்சிட்டவாறே "வூட்டவுட்டு ஓடியாந்து எத்தன நாளாச்சு" என்றான். பதில் கூறாமல் நின்ற என்னை அடிக்கவந்து என் உடல் குறுகலைக் கண்டு "யாராச்சும் கூப்பிட்டா போயிருவயா ஊமை நாயி?" என்றான். இல்லையென இடவலமாகத் தலை ஆட்டியது பார்த்து "அப்பிடின்னு முதலாளி கேட்டா சொல்லு" என இரைச்சல் களின் கிடங்கு போலத் திறந்திருந்த அவன் பணி செய்யும் ஹோட்டலுக்கு அழைத்துப் போய் வெளியே நிறுத்தி, உள்ளே அவன் மட்டும் சென்று மீனா அக்காவைக் கூட்டி வந்து முதலாளியிடம் பேசச்செய்தான். தலைக்குப் பின் ஒளிவட்டம் சுழலும் சாமியாரின் படத்திற்குக் கீழே ஊதுபத்தியின் மணம் கமழ அமர்ந்திருந்தவருக்கு எட்ட நின்று அடிமை போல ஏதோ சொல்ல அவர் கள்ளனைக் காண்பது போல அளவெடுத்த பார்வையால் எனை நோக்கியபடியே கேட்ட சில கேள்வி களுக்குப் பின் சோமுவைப் பார்த்து "கூட்டிட்டு போய் சோத்தப்போட்டு எலய எடுக்கச் சொல்லிக்குடு" என்றார். அவர் வாயைச் சுற்றிலும் படர்ந்திருந்த வெள்ளையைக் கண்டு முகம் தாழ்த்திக்கொண்டேன்.

சைக்கிள் குழியின் மேல் இறங்கிக் குலுக்கலுடன் அதிர்ந்ததும் நிகழ்காலத்திற்கு மீண்டேன். சோமு "ஏன்டா உச்சி வெய்யிலு மண்டையை பொளக்குது, கண்டாரோளி வண்டி நகருவேனாங்குது. பொச்சு பொசுங்கீறுமாட்டயிருக்குது, தாயோலி இத்தன நேரம் எவ கூடடா கனவுல டூயட் பாடுன?" என்றான். அவனுக்குப் பிடித்த நடிகையின் பெயரைச் சொன்னேன். வசைமாரிப் பொழிந்தபோதும் அவன் உதடு களில் சிரிப்பின் சுழிப்புதான் தெரிந்தது. "அண்ணியப் பத்தி அப்படியெல்லாம் நினைக்கக்கூடாது" என்றான். சோமு எனக்கு இரு வயதுகள் மூத்தவன். சிரிப்பை அடக்கியபடியே தலை யசைத்தேன். சோமு எவ்வளவு விளையாட்டுக் குணமும்

சேட்டைகளும் கொண்டிருக்கிறானோ அதற்கெதிரான சூழலில் வளர்ந்தவன். ஆறாம் வகுப்புக்குப் பின் அம்மாவால் பள்ளியி லிருந்து நிறுத்தப்பட்டு, கம்பெனிக்குக் கைமடிக்க அனுப்பப் பட்டவன். அக்காவை எண்ணுந்தோறும் சோமுவின் உற்சாகம் வடிந்து கருமேகங்கள் அவன் முகத்தில் படரும். எந்த நேரத்திலும் அழுதுவிடுவான். உண்ணமுடியாமல் எவரேனும் இலையிலேயே வைத்துவிட்டுச் செல்வதைக் கண்டால் அவன் குடும்பத்தையே உக்கிரமான சொற்களால் சாபமிடுவதைக் கேட்டிருக்கிறேன். அவன் பரிமாறும்போது எதையேனும் விலக்கினால் கோபத் தோடு அடிக்க வருவான். அவன் உண்டு எழுந்த இலையில் ஒரு பருக்கையோ ஒதுக்கப்பட்டவையோ இல்லாமல் வெகு சுத்தமாக இருக்கும். சோமுவை, பஜாரியான அவனது அம்மாவிடமிருந்து அக்காதான் காத்திருக்கிறாள். அவன் ஜேபியில் தியேட்டர் டிக்கெட்டைக் கண்ட அன்று அம்மா அடித்த அடிகளைப் பலம் குன்றியவன் வாங்கியிருந்தால் அவனைப் புதைத்த இடத்தில் மரமே முளைத்திருக்கும் எனக் கூறியிருக்கிறான். அக்கா ஆட்டோ டிரைவரோடு ஓடிப்போன பின் சூன்யம் அவனைச் சூழ்ந்தது. அக்காவோடு தெருவே நாறும்படி சண்டைபோட்டதிற்கு மறு வாரமே அம்மா அக்காவின் வீட்டில் மூலையில் தன்னைச் சுருட்டிக் கொண்டாள். அக்காவின் கணவருக்கு எடுபிடிகள் செய்வதற்கும் பராக்கு பார்த்தபடி நிற்கும் ஜனங்களைக் கூவி அழைத்து வண்டியில் ஏற்றச் செய்வதற்கும் சோமுவைக் கூட்டிச் செல்வார். வருமானம் குறைகையில் மாமா அவனை அடிக்கும்போது அவர் வாங்கித் தரும் புகையிலைத் துண்டுக்காக அம்மா மேலும் அவரைத் தூண்டுவாள். சில இடங்களில் பெண்களோடு அவர் குலாவுவதைச் சோமு கண்டபிறகு அவனைத் தன்னிட மிருந்து கழற்றிவிட உடனே ஏற்பாடு செய்தார். எப்போதும் அவர் பாட்டிலுடன் செல்லும் அசைவ ஹோட்டலில் அவனைச் சேர்த்துவிட்ட பின் எப்போது வேண்டுமானாலும் நுழைந்து தேவையானதை உண்டுவிட்டுப் பணமும் வாங்கிச் செல்வதை வழக்கமாக்கிக்கொண்டிருந்தார். அந்த ஹோட்டல் மூடப் பட்டதும் சோமுவின் அக்கா தன் கணவனது அடிகளுக்குப் பயந்து தன்னுடன் படித்த தனக்கும் மூத்தவளான மீனாவிடம் சொல்லி இங்கு அனுப்பி வைத்தாள். அதனாலேயே சோமு மீனா அக்காவிடம் மட்டும் தன் குறும்புகளையும் வம்புகளையும் சுருட்டி வைத்துக்கொள்கிறான் என்று தோன்றியது.

சோமு இளநகை உதடுகளில் அரும்ப சைக்கிளை ஓரமாக நிறுத்திச் சேவகன் போலக் குரலையிறக்கி “பல்லக்கிலிருந்து மகாராஜா இறங்கி வரணும்” என்றான். சட்டையை எடுக்கக் குனிந்ததும் “அடத்தூத்தெரி, உன்னைய எவளும் சைட் அடிக்கல,

மூடிட்டு டவுசர்ல பட்டனைப் போட்டுட்டு இறங்கி வா, இல்லைன்னா காக்கா கொத்திட்டுப் போயிரும்” என்றான். மரத்தின் நிழல் அலையும் மதில் சுவரின் மேல் படுத்து, கால்மேல் கால் போட்டபடி சிகரெட்டை உறிஞ்சி எனை நோக்கிப் புகையை விட்டான். எச்சில் சிகரெட்டுக்காக ட்ரம் களில் வந்தமரும் காகங்களை விரட்டியவாறு காத்திருந்தேன். சோமு பீடி புகைக்கக் கற்றுத்தந்த அன்று இருமலும் கசப்புமாக அலைந்தேன். மூக்கு வழியாகப் புகை விட ஆசை கொண்டு ஓயாத இருமலில் அவதிக்குள்ளானேன். மாஸ்டர் கண் வழியாகப் புகை விடுவதாகக் கூறி மணிக்கட்டைப் பீடி கங்கால் சுட்டார். சில நாட்களுக்குப் பின் புகையை அடக்கிச் சுருள் சுருளாக வெளியேற்றியது கண்டு “அட ரஜினிகாந்த்து” எனத் தலையின் மேல் செல்லமாக அடித்தான்.

சோமு படுத்திருந்தபடியே இமைகளை மட்டும் மேலே தூக்கி எதிர்ச் சுவரைக்காட்டினான். நகரின் திரையரங்குகளில் ஓடும் படங்களின் சுவரொட்டிகளால் அது நிரம்பியிருப்பதைக் கண்டேன். “இத்தன காதலிகள்ல யாரையா நான் கல்யாணம் பண்ணிக்கிறது?” எனக் கேட்டவாறே இரண்டு இழுப்புக்கு மட்டுமே தாங்கக்கூடிய சிகரெட்டைத் தந்துவிட்டு எழுந்தான். போஸ்டர்களை நெருங்கினதும் ஒருவித பரபரப்பு அவன் உடலில் ஏறுவதைக் கண்டேன். சோமு அவற்றிலுள்ள ஆண் களின், வயதான பெண்களின் கண்களை மட்டும் பிடுங்கிக் குருடாக்கினான். பின் அவனையே பார்த்துக்கொண்டிருந்த இளம் பெண்களின் முலைகளின் மேல் துண்டு செங்கல்லால் அவன் பெயரை எழுதிக்கொண்டேயிருந்தான். சிலரின் பிதுங்கிய இடுப்புகளின் மேல் விரல்களால் வருடிக்கொடுத்தான். அவனது ஸ்பரிசத்தில் கிறங்கி அவனருகே வந்துவிட்டது போல வெட்கம் கொண்டபோது அவனது முகமே சுயபோதமற்றுச் சொக்குவதைக் கண்டேன். அவன் மேல் கல் எறிந்து பழைய நிலைக்குத் திருப்பியது விபரீதமாகப் போயிற்று. சுவரொட்டியிலிருந்த பிறரது முகங்களில் ஒன்றுக்குப் பெய்யத் தொடங்கினான். இன்னும் நனைக்க வேண்டியவர்களின் முகங்கள் பாக்கி இருக்கையில் ஒன்றுக்கு நின்றுபோயிருந்தது கண்டு சிரிப்பு முட்டியது. அந்தப் போஸ்டர்களிலிருந்த அத்தனை பெண்களிலும் நான் மீனா அக்காவையே கண்டேன். எனைப் பார்த்துச் சிரித்தும் துரத்தியும் உதட்டைச் சுளித்தும் இடுப்பை அசைத்தும் பாவனை காட்டும் அனைவரும் அவளாகவே தோற்றம் தந்தனர். வெறித்த என்னைக் கண்டு சோமு “டேய் பச்சக்குழந்தைன்னு நினைச்சேன், கண்ணுலேயே கற்பழிச்சிருவே போலிருக்கு” எனக் கத்தினான். ஓடிப்போய் சைக்கிளில் ஏறி அந்தப் போஸ்டர்

களைப் பார்த்துத் துப்பிவிட்டுப் பேச்சை மாற்றும் பொருட்டு "நேரமாச்சு சோமு" என்றேன்.

கார்மேகம் மாஸ்டர் தான் படிக்கும் பத்திரிகைகளிலும் புத்தகங்களிலும் வரும் பெண்களின் படத்துக்குக்கூட மீசை வரைவதையும் அவர்களுக்கு ஆண்களைப்போலக் கை கால்களில் புள்ளி வைத்து ரோமங்கள் போட்டு உற்றுப்பார்த்துச் சிரிப்பதையும் கண்டிருக்கிறேன். மீனா அக்கா மாஸ்டரோடு சிரித்துப் பேசுவதே சோமுவுக்குப் பிடிக்காது. அக்காவிடம் மாஸ்டர் எதையோ காட்ட அவள் பொய் வெட்கமும் கண்களில் மிரட்சியும் கொண்டு அவரது தோளைக் கிள்ளினாள். அவர் அவளிடம் குனிந்து எதையோ கூற வெடித்து, பொத்துப்போன விரல்களால் முகத்தை மூடிக்கொண்டாள். அவள் கழுத்து நரம்பின் துடிப்பை உதடுகளில் தயங்கி பின் விழுங்கிய சிரிப்பைக் கண்டு, அவரது அந்தரங்கமான சொற்களால் முகம் கொண்ட பூரிப்பைக் கண்டு அவரால் எறவானத்தில் சொறுகப்பட்ட அந்தப் புத்தகத்தைக் காணும் ஆவல் மிகுந்தது. இலைகளை எடுக்காமல் அடுப்படியையே சுற்றிச் சுற்றி வந்தது கண்டு மாஸ்டரே அதை உருவிக் கள்ளப்புன்னகையுடன் கையில் திணித்தார். அது எனை இழுக்க அவர் போட்ட வலை எனப் பின்னர் அறிந்தேன். அதில் பெண்களின் பச்சை பச்சையான நிர்வாண உடல்களை முதல்முறை கண்டேன். அச்சமும் ஆர்வமும் கூற முடியாத கிளர்ச்சியும் ஏற்பட்டது. அவற்றின் முகங்களிலும் மாஸ்டர் தன் கைவரிசையைக் காட்டியிருந்தார். அந்த வனப்பிற்கும் வெண்ணெய் போன்ற உடம்பிற்கும் ஆட்பட்டு உறைந்து நின்றேன். கரிக்கையுடன் வந்து "கண்டதையும் காட்டி பையனைக் கெடுக்காதே" என்ற மீனா அக்காவின் குரலைக் கேட்டு அதை அவரிடமே தந்து விட்டு "கருமம் ... கருமம் ..." என அக்கா கேட்கும்படி சத்தமாகக் கூறியபின் அங்கிருந்து நகர்ந்தேன். அந்த இரவில் மீனா அக்காவின் நிர்வாண உடல் என் மீது படர்வது போலவும் அந்த இடம் முழுவதும் அக்காவின் சிரிப்பொலியால் நிறைவது போலவும் கனவு கண்டு விதிர்விதிர்த்து எழுந்தேன். பின் ஒருபோதும் மீனா அக்காவை நல்லெண்ணத்துடன் கண்டதில்லை. மறுநாள் மாஸ்டர் அவளுடன் பேசுவதைக் கண்டதும் அடுப்பில் கொழுந்துவிட்டு எரியும் நெருப்பில் அவன் தலையைத் திணிக்க வேண்டும் என ஆத்திரம் எழுந்தது.

தங்கையிடமும் பிற குழந்தைகளிடமும் சாதுவாக நடந்து கொள்ளும் அப்பா என்னை மட்டும் ஏன் அவ்வளவு கடுமையாக நடத்தினார்? என்றே புரிந்திருக்கவில்லை. அழுது ஓய்ந்து தேம்பியபடி வெற்றுத் தரையில் கிடைக்கையில் நான் பிஞ்சாக

இருந்தபோது அவர் தந்திருந்த முத்தங்கள் பற்றி அம்மா சொல்லுவாள். நம்பமுடியாத ஆச்சரியத்துடன் அவள் மடியில் தலை புதைத்ததும் மீண்டும் அழுகை வெடிக்கும். அந்தக் கடுமையிலும்கூட நான் உண்டுவிட்டதை உறுதி செய்யாமல் அவர் உணவின்முன் அமர்ந்தது இல்லை. பள்ளி செல்லத் தொடங்கிய நாளிலிருந்து அவர் முன் சென்றதில்லை. தலை தூக்கிப் பதில் கூறியதுமில்லை. அம்மாவின் அருகாமைதான் என்னைக் காப்பாற்றியது. அவரது அதட்டலைக் கேட்டாலே முகம் கோணி, கை கால்களின் நடுக்கத்தைக் கண்டதும் அம்மா ஊடே புகுந்து அவளது சேலையால் என் முகத்தை மூடித் தூக்கிச் சென்றுவிடுவாள். காலையில் காய்ச்சலில்தான் எழுவேன். எட்டாவது வயதில் அப்பாவின் இங்க் பாட்டிலைக் கொட்டியதற்காக வரச் செய்ததும் பெரிய கொடுக்குகள் கொண்ட எறும்புக் கூட்டம் எனை மொய்ப்பது போன்ற வதையுடன் உதடு உலர்ந்து நின்றேன். அவர் நிழல் என் கால்களைத் தொட்டதும் “டேய்” என வீடதிரக் கத்தினார். அப்படியே கீழே விழுந்து கை கால்கள் இழுத்துக்கொள்ள வாயில் வழியும் நீருடன் துடித்தாகப் பக்கத்து வீட்டு கலா அக்காவிடம் கூறி அம்மா முகம் மறைத்துக் குலுங்கி அழுதபோது அறிந்தேன். அன்றுதான் முதல் வலிப்பு கண்டது. கலா அக்கா எப்போதும் எனைப் பெயர் சொல்லியே அழைக்கமாட்டாள். “தம்பி . . . குட்டிப்பையா” என்றபடியே எனைத் தூக்கிச் சென்று அங்கேயே ஊட்டிவிட்டு உறங்கவைத்தபின் அம்மாவின் தோளுக்கு என்னை மாற்றிவிட்டுச் செல்வாள். “குட்டிப் பையனுக்கு ஒண்ணுமில்லை” என வழியும் நீரைத் துடைத்த படியே கலா அக்கா கூறியபோது குரல் இடறி என் பயந்த கண்களைக் கண்டு ஓவென அழுதது சற்று முன் நிகழ்ந்தது போலத் துல்லியமாக இருக்கிறது. மனம் வேதனை கொள்ளுந் தோறும் இப்போதும் கலா அக்காவின் சிரித்துத் தீராத முகத்தையே எண்ணிக்கொள்வேன். மனதில் உறைந்த அந்தப் பிணி காணாமல் ஆகி கழுவப்பட்ட தரை போலச் சுத்தம் ஆகிவிடும். கலா அக்காவிடமேனும் கூறிவிட்டு வந்திருக்கலாம் எனப் பலமுறை எண்ணியதுண்டு. அவள் அறிந்திருந்தால் வீடு இறங்கிச் செல்லவே விட்டிருக்கமாட்டாள் என்றும் தன் இறகினுள் ஒளித்து வைத்துக்கொண்டிருப்பாள் என்றும் உறுதியாகத் தோன்றியது.

நகரிலிருந்து தள்ளி வந்து சேர்ந்திருந்தோம். சோமு வளைவைக் கடந்து இருமருங்கிலும் புதர்கள் மண்டிய மண் சாலையில் வண்டியை விட்டதுமே காற்றில் கடுமையான நாற்றம் கலந்து வருவதை நாசி உணர்ந்தது. உள்ளே வருவதற்

குள்ளாகவே இரண்டு மூன்று குப்பை லாரிகளுக்கு வழிவிட்டு ஒதுங்க வேண்டியிருந்தது. சோமு கீழே குதித்து வண்டியை நிறுத்தியதும் அங்கு மைதானம் போல விஸ்தீரமாக விரிந்து கிடந்த பிரமாண்டமான பரப்பளவு கொண்ட இடத்தில் குப்பைகள் மலை போலக் காணும் இடமெங்கும் குவிந்து கிடப்பதைக் கண்டேன். நாயின் இறந்த உடலின் வீச்சம் சகல திசைகளிலிருந்தும் வந்துகொண்டிருந்தது. சோமு அந்த இடமே அதிரும்படி பெரிய சீழ்க்கையை எழுப்பினான். அது ஏக காலத்தில் பல நூறு பாலீத்தீன் பைகள் காற்றில் படபடக்கும் ஒலியை அனாயசமாகக் கடந்து சென்றது. கண்ணெட்டும் தொலைவு வரை குவிந்து கிடந்த கழிவுகளிலிருந்தும் கூளங்களி லிருந்தும் மரங்களின் மேலிருந்தும் எதிர் சீழ்க்கைகள் திரும்பி வந்தன. தொலைவில் வெவ்வேறு இடங்களில் குப்பைகள் எரிந்துகொண்டிருந்ததின் உஷ்ணம் காற்றை மேலும் வெக்கை யாக ஆக்கி துர்வாடையை எங்கும் பரவச் செய்தது. சகிக்க முடியாத அந்த நாற்றத்தில் மூச்சடக்கி நிற்கையில் அதிலிருந்து எழுந்து வருபவனைப் போல மழிக்காத முகமும் குச்சித் தலையும் வீங்கிய பாதங்களையும் கொண்ட ஒருவன் பாதி நிரம்பிய சாக்குப்பையை இழுத்தபடியே அருகே வந்தான். அவனிடமிருந்து எழுந்த வாடை மூச்சுமுட்டச் செய்தது. அவன் இறந்து கிடந்த நாயின் உடலை இழுத்துப் போட்டு விட்டு அதனருகே கிடந்த இரும்புத்துண்டொன்றைச் சாக்கில் போட்டபடியே எதிர்மலையின் மேல் ஏறினான். பொசுக்கும் வெயிலிலும் அவன் நடையிலிருந்த நிதானம் ஏதேனும் பொருளைக் கண்டால் பரபரப்பாக மாறிற்று. சிறிது நேரத்துக் குள்ளாகவே என்னைவிடவும் குறைந்த வயது கொண்ட சிறுவர்களும் சிறுமிகளும் மேல்சட்டையின்றிக் காற்றில் அலைந்து கண் மறைக்கும் செம்பட்டை முடிகளுடன் சாக்குப்பையை இழுத்துக்கொண்டு அலைவதைக் கண்டேன். பொறுக்குவதில் அவர்களிலிருந்த போட்டி சண்டை மூள்வதற் கான அறிகுறிகளோடு இருந்தது. அந்தக் கால்களில் ஒன்றில்கூடச் செருப்பில்லை என்பதையும் அவர்களின் வாடிய முகங்களையும் பார்த்தபோது சோற்றைக் கண்ட நாளை அவர்கள் மறந்திருக்கக் கூடும் என்று தோன்றிற்று. பாட்டில்களும் இரும்புத்துண்டுகளும் தான் அவர்களின் உடலை முடுக்கிற்று. கசங்கிய ஐந்து ரூபாயை அவர்களில் ஒருவன் குப்பையைக் கிளறிக் கண்டெடுத்ததும் அதைப் பிடுங்க அங்கேயே கைகளை முகத்தில் வீசித்தாக்கிக் குரூரமாகச் சண்டையிட்டுக்கொள்வதைக் கண்டு அவர்களை விலக்கியபோது ஒவ்வொரு குழந்தைகளின் முகங்களும் கருமைப் படர்ந்து கெட்ட வார்த்தைகளை இறைக்கத் தொடங்கின. அதைக் கேட்க கூடுமெனில் அங்குச் செத்துக்கிடந்த நாய்

அங்கிருந்து எழுந்து ஓடிவிடும் என்று பட்டது. பிற குழந்தைகள் அச்சிறுவனை நோக்கிக் காறித் துப்பியபோது அவர்களின் கண்களிலிருந்த பசியின் நிழலைத் துல்லியமாக அடையாளம் கண்டேன். தங்கையின் நினைவு முட்டிற்று. அவளை இம்சிக்காம லிருந்த நாட்கள் மிகக்குறைவு. எவ்வளவு அடித்தாலும் அவள் எனை நோக்கியே வருவாள். அவளை நினைவூட்டும் முக அமைப்பு கொண்ட சிறுமியின் மோவாயை மெல்லத் தொட்டேன். "காசிருந்தா கொடுங்கண்ணே" என்றது. பாட்டிலைக் கண்டதும் வேகமாக விலகி ஓடியது.

இரை விழுங்கிய உயிரினம் போல மெல்ல ஒன்றிரண்டு வண்டிகள் குப்பைகளின் மேல் வலை போட்டு விரித்தபடியே ஊர்ந்து வந்துகொண்டிருந்தன. ட்ரம்களை வேகமாகக் கீழே கவிழ்த்து, காலி செய்கையில் காற்றைக் கிழிக்கும் விசிலை நோக்கித் திரும்பினேன். குப்பை மேட்டின் மேல் நின்று சோமு கையசைத்தான். அங்கு நெருப்பை மூட்டி வாயில் வழியும் எச்சிலுடன் நீர் கண்டு நெடு நாளான உடலை வெயிலுக்குக் காட்டியபடி ஆட்கள் அமர்ந்திருந்தனர். கருகிய சிறகுகள் கிடப்பதைக் கண்டு வினவியதும் சோமு "மைனா" என்றான். பச்சையாகவே உண்டுவிடுவார்கள் என நினைக்கும் அளவிற்கு அவர்களின் கண்களில் ஆர்வமும் அவசரமும் தெரிந்தது. போதுமான அளவுக்கு வாட்டி எடுத்ததும் கம்பியை வெளியே எடுத்தபோது அதில் ஒன்றல்ல மூன்று மைனாக்கள் வரிசையாகக் கோர்க்கப்பட்டிருந்தன. சோமு வித்தைக் காரனைக் போல வினோதமாகச் சத்தம் எழுப்பியபடி தன் அரைநிஜாரின் இரு பக்கத்திலிருந்தும் வெற்றிலை போல மடிக்கப்பட்ட சப்பாத்திகளை வெளியே எடுத்தான். காக்கைகள் போல அவனை அவர்கள் இரைச்சலோடு மொய்த்தனர். கலைசலாக எழுந்த சத்தங்களுக்கிடையே அவர்களில் ஒருவன் எனை நோக்கி "ஏண்டா கெஜப்புழுத்தி ... நீ ஒண்ணும் கொண்டாரலயா?" எனக் கத்தினான். "எச்சலை பொறுக்கிற தாயோலி ... உங்கப்பனோட ஓட்டலா? எடுத்துட்டு வர வேண்டியது தாண்டா ... ங்கோத்தா" என்றபடி நிரம்பாத வயிற்றின் ஆங்காரத்தோடு அடிக்க ஓங்கிய கையைச் சோமு அப்படியே திருகி "பிச்சைக்கார தாயோலி" என அவனைக் கோபத்தோடு தள்ளினான். அவன் பிளாஸ்டிக் பைகள் கிடக்கும் குவியலில் விழுந்து, உடனே வெடித்த சிரிப்புடன் எழுந்து "பாஸ் விளையாட்டு பாஸ்" எனக் கை குலுக்கினான். எனைவிடவும் இருமடங்கு அவனுக்கு வயதிருக்கும். "ரெண்டு பெரும்புழுத்திங்க ... கை குலுக்கிக்கறாங்க" என்ற சோமுவின் கேலிக்கு எழுந்த சிரிப்பலையில் அவர்களிடம் நெருங்கினேன்.

“பயமாயிருக்கு சோமு” என்றேன். அவர்களில் முழங்காலை மறைக்கும் அளவு நீளமான சட்டை போட்டிருந்தவன் “சோமுவோட சாமானப் பாத்திருப்பான் போலிருக்கு” என என் வயிற்றின் மேல் வலிக்காமல் குத்தினான்.

இந்த இடத்தைக் கண்டதுமே எறவானத்தில் சொறுகிய அந்தப் புத்தகம்தான் நினைவுக்கு வந்தது. எடுத்து வந்திருந்தால் ஆசை தீரப் பார்த்துக்கொண்டேயிருந்திருக்கலாம் என்றும் ஒவ்வொன்றிற்கும் ஆசையுடன் முத்தங்கள் தந்திருக்கலாம் என்றும் தோன்றியது. சோமு சைக்கிளிலிருந்து குதித்து எனை உற்று நோக்கியபோது அவனிடம் ஏதும் கூறாமல் மறைத்து ஒன்றுக்கிருக்க ஓரமாகச் சென்றேன். அந்தப் படங்களைக் கண்ட நாளில் இரவு வருவதற்குள் அதன் இருப்பைப் பலமுறைக் கவனித்துக்கொண்டேயிருந்தேன். பிறர் உறக்கத்தில் ஆழ்ந்ததும் தீக்குச்சியின் உரசல்களினூடே வந்து கண நேர வெளிச்சத்தில் மூச்சடைக்க அந்த நிர்வாண உடல்களைக் கண்டுகொண்டே யிருந்தேன். காலடியில் கருகிய குச்சிகளின் எண்ணிக்கை கூடியபடியேயிருந்தது. மனமின்றித் திரும்பி மீண்டும் ஓடிப் போய் புரட்டிப் பார்த்துவிட்டு மனமும் உடலும் கிளர்ந்தெழத் திரும்பி வருகையில் பெரிய வெங்காயம் காயப்போட்டிருக்கும் அறைக்குள் எலிகளின் உருட்டல்கள் கேட்கும். மறுநாள் மீனா அக்காவை ஆசையோடு காண்கையில் மாஸ்டரிடம் கொஞ்சியபடி நிற்பாள். அங்கிருந்து அவளை விரட்ட மனம் ஆயத்தம் கொள்ளும். மோவாயை அவனுக்கு வலித்துக்காட்டி விட்டு அவனைப் பார்த்தபடியே என் கன்னத்துச் சதையைப் பிய்த்து எடுப்பது போலக் கிள்ளிச் சிரித்துவிட்டு நகர்வாள். மாஸ்டர் ஆண்களின் மேல்தான் மையம் கொண்டிருக்கிறான் என அவள் அறிவாளா? எனத் தெரியவில்லை. அடுத்த நாளும் இரவில் அந்தப் படங்களைப் பார்த்துவிட்டுத் திரும்புகையில் அந்த அறையினுள் முக்கல்கள் எழுவது கேட்டது. பதுங்கி நின்று இருட்டை ஊடுருவி நோக்கியதும் அசையும் நிழல்களின் உருவத்தை அடையாளம் கண்டு கால்கள் நிற்க பலமின்றிச் சாய்ந்தன. எச்சிலை விழுங்கச் சில வினாடிகள் ஆயிற்று. அங்கு நடுத்தெருவில் நாய்கள் பின்னாலிருந்து மேலேறுவது போல மாஸ்டர் சோமுவின் மேலே விழுந்து ஏறிக்கொண் டிருந்தான். காலையில் சோமு ஒருவிதச் சூன்யமான கருத்த முகத்துடன் உலவினான். மீனா அக்கா உசுப்பியபோதுகூடப் பதிலேதும் கூறவில்லை. மாஸ்டர் தலை தூக்கி வியர்வை வடியும் உடலுடன் அடுப்பின் முன் நின்று எக்கச்சக்கமான கோபத்துடன் கண்ணில் படுபவரை எல்லாம் வார்த்தைகளால் கிழித்துக்கொண்டிருந்தான். ஏதோவொரு பிசகு உருவாகியிருக்க

வேண்டும் என்று தோன்றியது. சோமுவின் நடையிலிருந்த சிறு தள்ளாட்டத்தையும் வீங்கிய கண்களையும் உலர்ந்த கன்னங்களையும் கண்டபோது அவன் ஓயாமல் அழுதிருக்கிறான் என்று பட்டது.

பெண்மையின் சாயல்கொண்ட, கைலியைப் பாவாடை போலக் கட்டிக்கொண்டிருக்கும், வெற்றிலையால் சிவந்த உதடுகளைக் கொண்ட ஆண்கள் அவ்வப்போது பின்வாசல் வழியாக வந்து மாஸ்டரிடம் பேசிச் செல்வதைக் கண்டிருக்கிறேன். கட்டுறுதியான உடல் கொண்ட கார்மேகம் மாஸ்டர் அவர்களைக் கண்டால் மட்டும் குழைவது விநோதமாயிருக்கும். அந்த இரவில் கண்ட அந்தக் காட்சிக்குப் பின் அந்தப் புத்தகத்தை மீண்டும் எனக்குத் தர முயன்றான். அப்போது அவன் கண்கள் சிலந்தி போல எனைச் சுற்றி வலைப்பின்னுவதை அறிந்திருக்கவில்லை. அன்று மட்டும் நெய் வார்த்த முறுகலான தோசைகளை வார்த்து தந்தபோது, சோமு மறுக்கச் சொல்லி சைகை செய்ததை மாஸ்டர் தலை தூக்கிப் பார்த்து அவர் கையிலிருந்த இரும்புச் சட்டுவத்தை அவன் மேல் எறிந்தான். எழ முயன்றதும் வலுவில் அமர்த்தி உண்ணச் செய்தான். பின் எறும்பு போலத் தொடை மேல் ஊர்ந்த விரல்கள் தந்த குறுகுறுப்பில் நெளிந்தேன். அதற்கடுத்த நிமிடத்திலேயே உடல் நடுங்கச் சரிந்து விழுந்தேன். வலிப்பிலிருந்து சொறுகிய கண்களுடன் எழுந்தமர்கையில் என் கையில் அந்தச் சட்டுவம் தரப்பட்டிருந்தது. அந்த வலிப்பைப் பார்த்த மறுநாள் மாஸ்டர் என்னை அச்சத்துடன் அணுகுவதையும் அலட்சியமாக நடத்தத் தொடங்கியதையும் கண்டு சோமு அடக்கப்பட்ட கண்ணீருடன் கடந்து சென்றான். தொலைவில் கூக்குரல்கள் எழுவதைக் கேட்டேன். சோமுவின் கை அந்தரத்தில் அசைந்து எனை அழைப்பது தெரிந்தது. பூனையின் உயரமிருக்கும் பெருக்கானைத் துரத்தி குப்பைகளுக்கிடையே கண்ணாடித் துண்டுகள் சிதறிக் கிடக்கும் அந்த இடத்தை வெற்றுக்காலோடு அழிச்சாட்டியம் செய்துகொண்டிருந்தனர். அது உடல் வேகும் வெயிலில் பொந்துக்குள்ளிருந்து வெளிவந்ததை நொந்தபடியே உயிரைப் பிடித்துக்கொண்டு ஓடிற்று. கற்கள் சகல திசைகளிலிருந்தும் சரமாரியாக எறியப்பட்டன. அவர்கள் உற்சாகத்தின் அலை மேல் துள்ளிக்கொண்டிருந்தனர். அது குன்று போலக் கிடந்த காகிதங்களுக்குள் தன்னைத் திணித்துக்கொண்டதும் அருகில் கிடந்த உடைந்த பந்தை எடுத்து அந்த நீளச்சட்டைக்காரன் சோமுவின் மேல் எறிந்தான். சுழன்று விழுந்தது. பந்து கையிலிருப்பவனைத் தவிர பிறரது கால்கள் பதுங்க இடம் தேடின. அந்தப் பந்து இரண்டாகப் பிளந்ததும் கூக்குரல்களோடு நிழல் தேடிச் சென்றோம். சோமுவின் முகம் அதுவரை பார்த்திராத

விதத்தில் பூரிப்பில் மிளிர்ந்தது. பஞ்சுமிட்டாய் நிறத்திலான சட்டையை இன் செய்து நடைபாதையில் விற்கும் குளிர் கண்ணாடியை அணிந்து அடிப்பாகத்தில் பிய்ந்த ஷூவை சரி செய்தபடியே எழுந்தவனைக் கண்டதும் சோமு "இன்னிக் காவது லவ்வ சொல்லிருடா கிட்டா" என்றதும் அந்த வெய்யிலும் அவன் முகம் நாணிக் கோணுவதைக் கண்டேன். அவன் முகத்தைக் கசங்கிய கைக்குட்டையில் துடைப்பதைப் பார்த்து "டேய் மொதல்ல பேண்ட் ஜிப்பை போடுடா . . . புள்ள பயந்து ஓடிரப்போகுது" என்ற நீளச் சட்டைக்காரனின் குரலுக்கு அவனை நோக்கி பற்களைக் காட்டினேன். சோமு நக்கலாக "நீ மொதல்ல டவுசரப் போடு" என அந்த நீளமான சட்டையைத் தூக்க முயன்றான். அவன் பிடியிலிருந்து நழுவ "அடங்னோம்மா . . . அவனப் புடிடா" என்றதும் அவனைப் பிறர் துரத்தியபடி ஓடுவதைப் பார்த்தபடி நிற்கையில் புழுதி அந்த இடத்தையே மறைத்தபடி எழுந்தது. மீனா அக்கா என்ன செய்துகொண்டிருப்பாள் என்ற எண்ணம் வந்ததும் உடனே அங்கிருந்து கிளம்ப வேண்டும் என்று தோன்றியது. உடனே மாஸ்டரின் நினைவும் வந்தது. பயம் ஒரு சர்ப்பம் போல ஊர்ந்து வந்து என் முன்னால் படமெடுத்து நின்றது. சில வாரங்களுக்குப் பின் மீண்டும் முயன்றான். அவன் முயற்சிகள் எதற்கும் இசைந்து போகவில்லை. அந்த இரவில் தொடை களுக்கு நடுவே தாங்க முடியாத வலியுடன் துடித்தது நினைவில் வந்ததும் கண்ணீர் முட்டிற்று. கையில் கிடைத்த குச்சியை எடுத்து குப்பைகளின் மேல் ஆத்திரம் தீரக் குத்தினேன். எஞ்சிய முறிந்த துண்டைக் காலுக்கருகில் ஓடிய கரப்பானின் மேல் குத்தினேன். அதன் துடிக்கும் மீசையில் அவன் முகம் கச்சிதமாய்ப் பொருந்திற்று. ஆனால் அது விலகி ஓடியது. துரத்தியதும் அது குப்புற விழுந்து காற்றில் கால்களை உதைத்துத் துடிப்பதைக் கண்டதும் மனம் இளகிற்று. புரட்டிப்போட்டதும் கள்ளனைப் போல ஓடிச்சென்று பதுங்கிற்று. அம்மா தெருவில் விற்றுச் செல்லும் ஏதேனுமொன்றை வாங்கித் தர மறுத்தால் நானும் மல்லாக்க உருண்டு கால்களை மேலே உதைத்து அடம்பிடித்தது நினைவுக்கு வந்தது. கைத்தட்டல்களைக் கேட்டுத் திரும்பியதும் அந்த நீளமான சட்டை போட்டிருப்பவனை இழுத்து வந்துகொண்டிருந்தார்கள். அவன் சில முறை கெஞ்சிக் கேட்டுப் பலனில்லை என அறிந்ததும் சாவகாசமாக நடந்து வந்து சட்டையைத் தூக்கினான். அவன் கோவணம் கட்டி யிருந்ததைப் பார்த்து "சப்பாணி . . . சப்பாணி" எனக் கத்தினார்கள். அவனது இரு தொடைகளிலும் சூடு போடப்பட்ட தழும்பு களைக் கண்டு சோமுவின் முகம் இருளடைந்தது. சோமு அவர்களைவிட்டு நடக்கத் தொடங்கினான். உடல் கொழுத்த

காட்டுப்பூனை அந்தப் பெருக்கானின் உடலைக் கிழித்துக் கொண்டிருந்தது. அது உக்கிரமான பழுப்பு நிறக் கண்களுடன் பற்களைக் காட்டி ஈறுகள் தெரிய மிருகம் போலச் சத்தமிட்டதும் அச்சத்தால் கால்கள் நடுங்கச் சோமுவின் நிழலை நோக்கி திமுதிமுவென ஓடினேன்.

சோமு கவனம் திரும்பியவனாகச் சைக்கிளைக் கண்டதும் கற்களைப் பொறுக்கி எறிந்தபடி ஓடினான். நாய்களின் கும்பல் அந்த ட்ரம்களைக் கீழே கவிழ்த்துத் தலையை உள்ளே விட முயற்சித்து உறுமிக்கொண்டிருந்தது. ஹேண்டில்பார் மீது கல் விழுந்ததும் அவை சிதறி ஓடின. இலைகளைப் புரட்டிக்கொண்டிருந்த காகங்கள் அவற்றின் ஓட்டம் கண்டு தானாக எழுந்து அந்தரத்தில் சிறகடிக்காமல் நின்று அரைவட்டம் போட்டு மீண்டும் இலைகளுக்குத் திரும்பின. ட்ரம்களை நிறுத்தி வைத்துக் கெண்டியை மாட்டி, பீடி பற்றவைத்துச் சைக்கிளின் நிழலில் குதிக்காலில் அமர்ந்தேன். சோமு முறைத்தது கண்டு முடுக்கப்பட்டவனைப் போலப் போய் அவனுக்குத் தந்தேன். பெடல்களின் கிரீச்சொலியில் நிமிர்ந்த போது எலும்புக்கூடு மேல் சட்டையை மாட்டிவிட்டது போன்ற ஒருவன் கீச்சொலிகளையும் மெல்லிய கத்தல்களையும் எழுப்பும் ஓயர் கூடைகளைச் சுமந்து எங்களைக் கடந்து போனான். சோமு துடிக்கும் உதடுகள் கிளம்ப முயல நான் அந்த எலும்பனின் பின்னே ஓடினேன். தெருவில் அகலமான பிரம்புக்கூடையில் விற்பவனின் தலைக்கு மேல் கத்தியபடி ஒன்றின் மேல் ஒன்றாக ஏறி விளையாடிச் செல்லும் கலர் கோழிக்குஞ்சுகளின் நினைவு வந்துவிட்டது. அந்தக் குஞ்சுகளின் பின்னே பிளந்த வாயுடன் செல்வதைக் கண்டு கலா அக்கா வாங்கித் தந்த இரு கோழிக் குஞ்சுகளின் மெல்லிய கால்தடம் மனதிற்குள் வந்து சென்றது. அவளுடைய குஞ்சிற்குத்தான் என்னுடையதைவிடவும் கூடுதல் அக்கறை செலுத்தினேன். அவற்றை நாய் கவ்விச் சென்றதை அறிந்து கலா அக்காவின் மடியில் புரண்டு கூப்பாடு போட்டு அப்பாவின் காலடியோசை கேட்டு மௌனமாக ஆனதைக் கண்டு கலா அக்கா விழுந்து விழுந்து சிரித்ததை எண்ணிக்கொண்டதும் விக்கல் அடிவயிற்றிலிருந்து கிளம்பி வந்தது. அம்மாவோ அக்காவோதான் நினைத்துக்கொள்கிறார்கள் என்றுபட்டது. அப்படியெனில் அக்காவுக்கும் விக்கல் எடுத்திருக்கும் எனத் தோன்றியதும் சந்தோஷத்தில் குதித்து அவன் முன்னே போய் நின்றேன்.

கூடையில் கைவிட்டு நாய்க்குட்டிகளை வெளியே எடுத்தான். அவைகள் கண்களைச் சுருக்கி வலியில் மெல்லிய ஒலியெழுப்ப அதன் கழுத்தை இறுக்கமாகப் பற்றிக் கீழே

விட்டான். மெல்ல வருடிக் கொடுத்தபோது அவன் எகத்தாளம் மிக்கக் குரலில் "பொட்டைக" என்றான். ஒவ்வொன்றும் ஒவ்வொரு திக்கில் மண்ணை முகர்ந்து துலாவியவாறு மேடேற முடியாமல் சுணங்கி நின்றன. அதில் நடக்கச் சிரமம் கொண்ட குட்டி ஒன்று அவனருகே மீண்டும் வந்தது. அந்த எலும்பன் அதைக் காலால் எக்கியதும் அது குப்பைகளுள் புரண்டு அடிக்குரலில் அழுவது போல ஒலியை எழுப்பிற்று. சோமுவின் முகம் இறுக்கமாக மாறிவிட்டிருந்தது. அந்தக் காட்டுப்பூனையின் நினைவு வந்ததும் அவற்றின் அப்பாவித்தனமான கண்களைக் கண்டு அவை எதிர்கொள்ளவிருக்கும் அபாயங்களைக் கூறியபடி அவனை அடிக்கப் போனான். அவன் சக்தியற்றவனாக விழுந்து தடுமாறி எழுந்து அவனது நைந்த பனியனில் அப்பியிருந்த குப்பைகளைக்கூடத் தட்டாமல் நேரே மேடேறிப் போய் முள்மரத்தின் நிழலில் அமர்ந்து பொட்டலத்திலிருந்த பொடி களை உள்ளங்கையில் நசுக்கிச் சிகரெட்டில் திணித்து இழுப் பதைக் கண்டதும் "கஞ்சாத் தாயோலி" எனக் கத்தினான். அவன் ஏதோ உளறத் தொடங்கினான். தொலைவில் முலை தொங்கிய நாயொன்று அலுப்புக்கொண்ட நடையுடன் வருவதைக் கண்டதும் அத்தனைக் குட்டிகளும் ஒன்று போல அதை நோக்கிப் பந்துகள் போல உருண்டோடின. வினோத மான ஒலிகளை எழுப்பியபடி அதனைச் சுற்றி வட்டமிட்டு நின்றன. அதன் மூச்சிறைப்பு அடங்கியபின் வானம் நோக்கித் தலையுயர்த்தி, பெரிய ஊளையொன்றை எழுப்பிற்று. பின்னர் அந்தக் குட்டிகளை மண்ணில் புரட்டி விளையாடத் தொடங் கிற்று. அவை அதன் காம்பிற்கு வாயைக கொண்டு செல்ல முயலுந்தோறும் அது குட்டிகளைக் கீழே போட்டுப் புரட்டியது. அந்தக் குட்டிகளின் குதூகலம் கூடிக்கொண்டே செல்வதைக் கண்டேன். சோமு தன்னை ஓட்டல் மேஜையின் முன் பணம் பெற்று விற்றுச்சென்ற அக்காள் கணவனை எண்ணிக் கொண்டான். அந்த அசைவ ஹோட்டலின் முதலாளி, அக்காவைப் போல அன்பு கொண்டவர். அவர் வேடிக்கையாகப் பேசியபடியே வீட்டிற்கு அழைத்துச் செல்வார். அங்கு முழங்காலைத் தொடும் நீளமான தலைமுடியுடன் அவரது மகள் தெரு அதிரும் ஒலியுடன் பாடல்களைக் கேட்டுக்கொண் டிருப்பாள். வீட்டிற்குப் பின், கட்டங்களைப் போட்டு அவள் நொண்டி ஆடுகையில் அவளது அம்மா துவைத்து வைத்திருக்கும் துணிகளைக் காயப்போட்டுக்கொண்டிருப்பான். தொலைவி லிருந்து ஒரு அண்ணன் அவளையே பார்த்தபடி நிற்பதும் இவள் கண்களைச் சுழட்டிச் சூழலை அறிந்த பின் அவனுக்குக் கையசைப்பதைக் கண்ட நாளில் அவள் தன் அருகே அழைத்துக் கன்னங்களை வருடி அவனைப் பார்த்தபடியே சோமுவின்

மோவாயைக் கிள்ளி, கிள்ளிய விரலுக்கு முத்தம் தந்து வெட்கி உள்ளே ஓடினாள். அந்த அண்ணன் வழியில் மறித்துக் கடிதத்தை உள்ளடக்கிய பாடல் பதிந்த கேசட்டை அக்கா விடம் தரச்சொல்லிக் கை நீட்டியபோது அவனுக்குச் சிரிக்காமல் பயந்தோடினான். பின்னர் சோமுவே, அக்கா அவனுடன் வெவ்வேறு இடங்களில் சிரித்தபடி நிற்பதைக் கண்டிருக்கிறான். எப்போதும் படித்தபடியேயிருக்கும் அக்கா, சுவரை வெறித்தவாறு அவன் வந்து நிற்கும் பெட்டிக்கடையை நோட்டமிட்டு அலையும் கண்களுடன் வளைய வருவதைக் கண்டு அவளது அம்மா சந்தேகத்தோடு ஆனால் அதட்டாத குரலில் கேட்டபோது அவள் சொன்ன பொய்யில் திருப்தியுற்றுப் படித்துக் களைத்த தன் மகளுக்குப் பால் காய்ச்சித் தர உள்ளே சென்றாள். அக்கா பத்தாம் வகுப்பில் தோற்றுவிட்டதைத் தன் சினேகிதி வந்து திக்கித் திணறிக் கூறிச் சென்றதும் சற்றும் தாமதிக்காமல் வீட்டிலிருந்த சாணிப்பவுடரை கரைத்துக் குடித்துவிட்டிருந்தாள். தூக்கிச் செல்லும் வழியிலேயே அக்காவின் உயிர் பிரிந்து விட்டிருந்தது. பின் முதலாளி ஹோட்டலை மூடி, தாளாத துக்கத்தில் நடைபிணமானார். சோமு மீனா அக்காவின் மூலம் இங்கு வந்து சேர்ந்தான்.

சோமு கண்களில் திரை விழ அழத்தொடங்கும் முன் என்னைக்கூடக் கவனிக்காமல் சைக்கிளை எடுத்து விட்டிருந் தான். பின்னாலேயே கூவியபடி ஓடிப்போய் ஏறினதும் தனக்குள்ளாகவே முனகிக் கண்களைத் துடைத்துக்கொண்டான். சாலையில் அந்தச் சிறுமிகள் வெள்ளைச் சாக்கை இழுத்தபடி எங்களை நோக்கிக் கை அசைத்தனர். அவர்களின் கால்கள் நிழல்கள் விழுந்த இடமாக நகர்வது தெரிந்தது. கலா அக்கா கையசைப்பதைக் கண்டபின்பே பள்ளிச் செல்லும் தோள்பை யைக் கையிலெடுப்பேன். அவளது அம்மாவின் மிரட்டல்களை அதே போல நடித்துக் காட்டியபோது அவள் பொழிந்த முத்தத்தின் ஈரம் இன்னும் மனதில் காயாமல் இருக்கிறது. மீண்டும் அவன் சைக்கிளை வளைவில் ஒடித்துச் செலுத்திய போது சாலையோரத்தில் இரு நாய்கள் பின்பக்கம் ஒட்டிக் கிடக்க ஒன்றையொன்று இழுத்தபடி முனகி நிற்பதைக் கண்டதும் சோமுவுக்கு ஆங்காரம் பலமடங்கு கூடிற்று. இறங்கிக் கற்களை வீசத் தொடங்கினான். கார்மேகத்தின் கொடுமை நினைவு வந்திருக்கும் எனத் தோன்றியதும் என்னை எண்ணி எனக்கே வியப்பேற்பட்டது. பள்ளி விட்டுத் தனியாக வீடு வரவும் கடைக்குச் செல்லவும் அஞ்சியவன் நான் என எண்ணியதும் இப்போது அடைந்திருக்கும் மாற்றங்கள் மேல் வெட்கமும் தற்பெருமையுமாக உதடுகள் விரிந்தன. சோமுவிடம் எதையும் கேட்க மனம் துணியவில்லை. அவன் காட்டிய வேகத்தில்

சைக்கிள் குலுங்கி உடம்பைத் தூக்கிப்போட்டது. வரும்போது அவனிடம் கொப்பளித்த குறும்புகளின் சுவடின்றிக் காணப் பட்டான். அவனைத் திருப்ப முலையில் அவன் பெயரெழுதிய சுவரொட்டியைக் காட்டினேன். அவன் காறித் துப்பிவிட்டு "தேவடியா நாயி... மூடிட்டு வாடா" என்றான். அமைதி யானேன். கள்ளத்தனமாகச் சிரித்து மீனா அக்காவை நினைத்துக் கொண்டேன். அவள் சேலையை அள்ளிச் சொறுகி அமர்ந் திருக்கையில் அவளது கால்களையும் வியர்வை வடியும் முதுகையும் இடுப்பின் அந்த மச்சத்தையும் காணவேண்டி அங்கேயே நின்று பேச்சுக் கொடுத்துக்கொண்டிருப்பேன். அவள் உண்மையிலேயே அறிந்திருக்கவில்லையா? அல்லது அறியாதவள் போலப் பாவனை காட்டிக் கிறங்கச் செய்கிறாளா? எனக் குழம்புவேன். ஆனால் அவள் என்னைச் சிறு பையனாகத் தான் எண்ணுகிறாள் என்னும்படி மின்சாரம் இல்லாத நேரங்களில் ஆட்டுக்கல்லில் மாவு அரைக்கையில் வழியாமல் உள்ளே தள்ளி விடச்சொல்லியும் எடுபிடி வேலைகள் சொல் வதையும் கண்டு அறிந்தேன். ஆனால் அவளைக் காணும் தோறும் பெருகும் அந்த எண்ணத்திலிருந்து அகலவே முடிய வில்லை.

நேரம் கணக்கிட்டிருந்ததற்கும் கூடுதலாக ஆகிவிட்டிருந்தது. இவ்வளவு மணி நேரங்களுக்குப் பின் திரும்பிச்செல்வது இதுதான் முதன்முறை என்றான். முதலாளி அடிக்காதவர் தான் என்றாலும் அடிக்கத் தொடங்கினால் நிறுத்தத் தெரியாதவர் எனச் சோமு, அவரது வெள்ளைவாய் பற்றி நான் முன்னர் கூறியபோது சொன்னது நினைவுக்கு வரவே நடுங்கினேன். வேகமாகப் போகச் சொல்லி உசுப்பினேன். சோமு மெல்லத் தன்நிலைக்குத் திரும்பிக்கொண்டிருக்கிறான் என்றுபட்டது. எவ்வளவு திரைகள் போட்டு மூடினாலும் அம்மாவை மறக்கவே முடியாது என்று தோன்றியது. கூடவே கலா அக்காவையும். பிள்ளைகள் கைப்பற்றி அழைத்துச் செல்லும் அம்மாக்கள் நான் மறக்க நினைக்கும் நாட்களுக்குள் எனைக் கொண்டு போய் நிறுத்தினார்கள். அந்த ஞாபகத்தை மறக்கடிக்கும் பொருட்டுச் சோமுவுக்குப் பாடலை நினைவூட்டினேன். அவன் தலையில் அடித்துச் சுட்டியதும் "ஓரம்... ஓரம்" என வாகனங்களை விலக்கச் சத்தமிட்டேன். சோமுவும் ஒவெனக் கூவியவாறு உள்ளே நுழைய முயலும் வாகனங்களுக்கு மணி அடித்து அங்கு எழுந்த ஹாரன்களின் குழப்படியான ஓசையினூடே அவர்களது குடும்பத்தை நாறடிக்கும் வசவுகளை அவர்களைப் பார்த்து சல்யூட் அடித்த படியே பாடம் போல ஒப்புவிக்கத் தொடங்கியபோது சிரிப்பை அடக்கமுடியாமல் திண்டாடினேன். அந்தச் சிரிப்புகள் ஓரே

வினாடியில் வடிந்து போகும் அளவு அதிர்ச்சி ஓட்டல் வாசலில் காத்திருந்தது. வண்டியை நிறுத்தச் சொன்னதும் சோமு பின்வாசல் வழியாக உள்ளே போனான். அம்மாவும் கலா அக்காவும் அங்கு நின்றுகொண்டிருந்ததை அவனுக்குச் சொல்வதற்குள் அழுகையின் விளிம்புக்கு வந்துவிட்டிருந்தேன். அக்காவை நேர்கொண்டே நோக்க முடியாது. அம்மா இப்போதிருக்கும் என் தோற்றத்தைக் கண்டால் கத்திக் கூப்பாடு போட்டுவிடுவாள். அவர்கள் இருவரையும் பின்பக்கமாகத் தான் கண்டேன். கலா அக்கா நிச்சயமாக, காணும் வரை கொண்டிருந்த கோபங்களை உதறி இந்த அழுக்கு உடம்பைத் தொட்டுக் கொஞ்சுவாள். நான் அவர்களிடம் ஓடிப்போய் கட்டிக்கொண்டேன். அவர்கள் அடிகளாலும் முத்தங்களாலும் என்னை நிரப்புவதைத் ததும்பி வந்த கண்ணீரோடு கண்டேன். ஹாரன் ஒலியைக் கேட்டதும் அங்கிருந்து நான் நகரவேயில்லை என்பது உறைத்தது. மனம் கூறியதைக் கால்கள் உணராதது போல அங்கேயே நின்றேன். அப்பாவை நினைத்து மனம் பதறிக் குழப்பமான காட்சிகளால் சூழப்பட்டேன். மீண்டும் வலிப்பு வந்துவிடும் போல. உதடு உலர்ந்து முகம் வெட்ட சைக்கிளின் இரும்பைக் கெட்டியாகப் பற்றினேன். அவர்களின் அருகே செல்வதற்குள் மனம் எந்த யோசனைகளாலும் சூழப்படாமல் வெறுமையாக வேறு யாரையோ காணச் செல்வது போல மாறிவிட்டிருந்தது. அவர்கள் திரும்பிக் கார் கதவைத் திறக்கையில் அது அவர்கள் இருவரே அல்ல எனக் கண்ட நிமிடத்தில் ஆசுவாசமான பெருமூச்சும் அதே கணத்தில் கடும் ஏமாற்றத்திற்கும் உள்ளானேன். அந்தக் கார் புள்ளி போல மறையும் வரைப் பார்த்துக்கொண்டே நின்றேன்.

உள்ளே பாத்திரங்களும் தட்டுகளும் ஒன்றன் மீது ஒன்று விழுந்து அடங்கும் ஓசை பெருச்சத்தமாக் கேட்டது. சோமுவின் அலறல்கள் உச்சத்தை எட்டிக்கொண்டிருந்தன. அழுகையின் நீர்த்திரைகள் கண்ணை மறைக்க உள்ளே நோக்கினேன். மீனா அக்காவைக் காணோம். கார்மேகம் எனை நோக்கிக் கடுமையான குரலில் அழைப்பது காதில் விழுந்தது. என் மூச்சுக்காற்று சீரற்று வெளியேறியது. அவன் என்னை நோக்கிக் கனமான காலடிகளோடு வருவதைக் கண்டதும் அந்தக் கார் சென்ற சாலையில் வேகமாக ஓடத் தொடங்கினேன்.

***வலசை* இதழ் 3, ஜனவரி 2013**

பெயர்ச்சி

வாடகை படியாமல் பத்துக்கும் மேற்பட்ட ஆட்டோக்களை அதன் போக்கில் போகவிட்டேன். பணம் மரத்தில் காய்க்கிறது என நினைத்துக் கொண்டிருக்கிறார்கள் போலிருக்கிறது! தேவியின் உடல்நிலையின் தீவிரத்தை உணர்ந்து, வேகத்தை மட்டுப்படுத்தியபடி வந்த ஏமாளி போலத் தோன்றிய இளம் வயதுக்காரனின் ஆட்டோவில் அவளை ஏற்றி அமர்த்தினேன். சோர்வில் துவண்டு தோளில் சாய்ந்தாள். அவன் நொடிக்கொருதரம் தலையைத் தாழ்த்தி முகத்தைக் கண்ணாடியில் கண்டு நெற்றியில் விழும் முடியை விரல்களால் சரிசெய்தபடி ஒற்றைக் கையில் ஆட்டோவை ஓட்டினான். அனத்தியபடியிருக்கும் தேவியை மெல்லத் தொட்டு அவளைத் தேற்ற, சொற்களைத் தேடிய கணத்தில் மருத்துவமனையில் ஊசியும் மருந்தும் உடனே கிட்டிவிட வேண்டுமென மனம் அரிக்கத் தொடங்கிற்று. மிகுந்த அலட்சியத்துடன் ஆட்டோவை வாகனங்களுக்கிடையே நுழைத்தும் சொறுகியும் ஒடித்தும் சென்றுகொண்டிருந்தவன் இரு கைகளையும் விட்டுத் தண்ணீர்ப் புட்டியின் மூடியைத் திறந்தான். விபத்துக்களின் விபரீதக் காட்சிகள் மனதில் ஓடிற்று. அவனிடம் பக்குவமாக எடுத்துரைத்தேன். சமாதானத்திற்குத் தயாரான காதலனைக் கண்டு கோபத்தை மறைத்தபடி பற்கள் தெரியாமல் சிரிக்கும் காதலியைப் போலத் திரும்பி எனை நோக்கிச் சிரித்தான். சிக்னலில் சிவப்பி லிருந்து பச்சைக்கு மாறுவதற்குள் அவன் காட்டிய பொறுமையின்மை சக வாகனவோட்டிகளிட மிருந்து எரிச்சலையும் வசவையும் அவனுக்குப் பெற்றுத் தந்தது. பல லட்சங்களைத் தாண்டும் பளபளக்கும் சொகுசுக் கார்களின் டிரைவர்களைத் தன் துக்கடா ஆட்டோவால் பீதிகொள்ளச்

செய்தான். வம்பில் வலிய வந்து அகப்பட்டுவிட்டோம் என்று தோன்றிற்று. அவனிடம் கூறுவதற்கும் பயமாக இருந்தது. ஏதேனுமொன்றைச் சொன்னால் முன்பிருந்ததைவிடவும் கூடுதலாகக் கிளர்ச்சியடைந்து மேலும் சேட்டைகள் செய்கிறான் என்று பட்டது. அவனை இழுத்துப் போய் பலரும் கூடி அடித்துத் துவைக்கும் சித்திரம் மனதில் எழவே வெளியே தலை நீட்டிப் பார்த்தேன். பழுதடைந்த பொம்மைகள் போல வாகனங்கள் அசையாது நின்றுகொண்டிருந்தன. இன்னும் பச்சை விளக்குக்கு மாறாமல் கிடக்கும் எரிச்சலில் அமைதியிழந்த வர்கள் ஹாரன்களை முரட்டுத் தனமாக அலறவிட்டார்கள்.

அந்த நோய்க்கு மருந்து தெய்வாதீனமாக அரசாங்க மருத்துவமனையில் மட்டுமேயிருந்தது. அது உயிர்க்கொல்லி அல்ல என்றும் ஆனால் சக்தியை உறிஞ்சி நம்மைத் துரும்பாக ஆக்கி நித்தமும் கடும் சோர்வுடன் அலையச்செய்துவிடும் குணமுடையது என்றும் நாளிதழ்கள் மருத்துவர்களைப் பேட்டி கண்டு பெட்டிச்செய்தியில் வெளியிட்டிருந்தன. அதில் ஒருவர் அது ஒரு தொற்றுநோய் என்பதையும் உடம்பைத் தொடர்ந்து மருத்துவச் சோதனைகள் செய்து அதை முற்றாமல் பார்த்துக் கொள்ள வேண்டும் என்பதையும் போகிற போக்கில் சூசகமாக கூறியிருந்ததை அவளிடம் சொல்லவில்லை. அதுநாள் வரை பணம் செலவழிக்கப் பயந்து காய்ச்சலுக்குக்கூட மருத்துவமனைப் பக்கம் நாங்கள் ஒதுங்கியதில்லை. சுகக்கேடு நேர்ந்தால் மருந்துக் கடைகளில் இரண்டு செட் மாத்திரைகளை வாங்கிச் சரிகட்டி விடுவோம். குழந்தைகளுக்கு ஏதேனுமொன்று வந்தால் வேப்பிலையில் சிரகடிக்க அவள் கோவிலுக்குக் கூட்டிச் செல்வாள். அப்போதும் காய்ச்சல் விட்டுவிலகவில்லையெனில் பள்ளி வாசலுக்குக் கூட்டிப்போய் அஜர்த்திடம் இரண்டு ரூபாய்க்கு ஓதி மந்திரித்து இடுப்பில் கயிறு கட்டி கூட்டி வந்துவிடுவேன்.

கஞ்சர்கள் எனப் பிறர் கூறிக்கொள்ளட்டும். முதுகுக்குப் பின்னே காறிக்கூடத் துப்பட்டும். வெட்கங்கெட்டவர்கள். பணத்தின் அருமை தெரியாமல் செலவுகள் செய்து கையிருப்பு பூஞ்சியத்திற்கு வந்தபின் வட்டிக்கு வாங்க எங்களிடம்தான் ஓடிவருவார்கள். தேவி அந்த வட்டிப் பணத்தை வசூல் செய்யும் சாக்கில் சரியாகக் காப்பி வைக்கும் நேரத்திற்கோ சோறு பொங்கும் வேளையிலோ சென்று நயமாகப் பேசி அங்கேயே உண்டுவிட்டும் வந்துவிடுவாள். எங்களைக் கேலி பேசியவர்கள் இன்று வயோதிகத்தில் சோற்றிற்கு வாரிசுகளிடம் கையேந்தி நிற்கையில், நாங்களோ பிறர் கேள்விப்பட்டவுடன் வெளிப் படையான பொறாமையுடன் பெருமூச்சு விடுமளவிற்குக் கையிருப்பிலும் வங்கியிலுமாக ரொக்கம் வைத்திருந்தோம்.

அதை எண்ணிப்பார்க்க நாங்கள் முட்டாளுமில்லை. லட்சுமியை எண்ணினால் அவள் வரத் தயங்கக்கூடுமல்லவா? அவ்வப்போது அதைத் திறந்து பார்த்து அந்தப் பூரிப்பிலேயே பல சமயங்களில் உண்ணாமல் உறங்கிவிடுவோம். எனக்குச் சர்க்கரை நோயும் பார்வையில் சிறு தள்ளாட்டமும் உள்ளது போலவே அவளுக்கும் ரத்த அழுத்தம் இருக்கிறது. நாவு ருசி மறந்து வருடங்கள் ஓடிவிட்டன. அதுவும் நல்லதிற்குத் தான். பணம் கரைந்துவிடுமே! மாத்திரைகளுக்கு வேண்டா வெறுப்பில் பிள்ளைகள் தரும் பணத்தையும் நாங்கள் சேர்த்து வைப்பதைத் துப்பறிந்த பின்னர் நேரடியாக மாத்திரைகளாகவே எங்களுக்கு வந்துவிடுகின்றன.

தேவி நேற்று மாலையிலிருந்து கை கால்களில் வீக்கம் கண்டு மஞ்சள் நூல்போல எச்சிலைத் துப்பிக்கொண்டிருந்ததில் நிம்மதியிழந்து போயிருந்தேன். இரத்தப் பரிசோதனையில் அந்நோய்யென உறுதி செய்த பிறகு அவள் மொத்த உடலுமே மஞ்சளாகிவிட்டது போல நடுங்கினாள். அப்போது அவள் கத்திய கத்தலும் போட்ட கூப்பாடும் அங்கிருந்த பழைய நோயாளிகளை அவர்களின் தற்காலிக தூக்கத்திலிருந்து எழுப்பி விட்டது. அவள் முதுகை ஆதூரத்துடன் தடவியவாறு அந்தப் பிரம்மாண்டமான மருத்துவமனையிலிருந்து வெளியேறின போது அங்கிருந்தவர்களின் கண்கள் எங்களையே பின் தொடர்வதை உணர்ந்து கூசினேன். மகன்களும் மகள்களும் இருந்தும்கூடத் தாங்கிக்கொள்ளத் தோளின்றி அனாதைகள் போலப் பரிதவிப்பதை அவள் கூறியதும் “அந்த நாய்களோட பேச்ச எடுக்காத” என்று கத்தினேன். அந்தக் கோபத்தில் உடல் நடுங்கி மயங்குவது போல ஆனதும் காலை நேரத்திய சர்க்கரை மாத்திரையை நாக்கின் அடியில் வைத்துக் கொண்டேன். பிள்ளைகள் கேட்கும் போதெல்லாம் பணம் தந்துகொண்டிருக்க வேண்டும். இல்லையெனில் அவர்களது கவனிப்பின் தரம் தாழ்ந்து வட்டிலை ஆறிப் போன சோற்றுடன் தரையில் எறிவார்கள். அவர்களது படிப்புக்கு எந்த தயக்கமுமின்றிச் செலவுகள் செய்திருந்தேன். ஏனெனில் அதற்குரிய பணிகளில் அமர்ந்ததும் அதற்குரிய பயனைத் திருப்பி அளிப்பார்கள் என நம்பினேன். ஆனால் எங்கள் இருவரையும் பதினைந்து நாட்களுக்கு மட்டும் வைத்திருந்து பந்தாடினார்கள். உயிரைவிட மேலாக நாங்கள் கருதும் எங்கள் சேமிப்பின் மீதும் நிலங்களின் மீதும் அவர்களுக்கிருக்கும் அடக்க முடியாத ஆசையின் காரணமாகவே சோறிடுகிறார்கள் எனப் புரிந்தது. பேரன் பேத்திகள் சார்ந்த பலவீனம் எனக்கில்லை. ஆனால் தேவி தன் வாய்க்கு அருகில் உண்ண கொண்டுசென்றதையும் துளித் தயக்கமின்றி அப்படியே அவர்களுக்குத் தந்துவிடுவாள்.

மருத்துவமனையின் உள்ளேயிருந்து எங்கள் பேத்தி வயதிருக்கும் சிறிய பெண் ஓடிவந்து தவறவிட்டு வந்த என் கைக்குட்டையைத் தந்தது. உடனே தேவி முகம் மலர்ந்து "பேரென்ன குட்டி?" என்றாள். அச்சிறுமியின் பெயர் அவளுக்கு மிகப் பிரியமான பேத்தி பெயரின் சாயலைக் கொண்டிருந்ததைக் கேட்டதும் அழத் தயாராவது போல மூக்கைச் சுளித்தாள். கை விரலை அழுத்திப் பற்றி வெளியே கூட்டி வந்தேன்.

எதற்காக நிறுத்தப்பட்டிருக்கின்றன என்ற தகவலைக் கூடத் தெரிந்துகொள்ள முடியாமல் குழந்தைகளால் சாவி தரப்பட்டுப் பாதியில் நிற்கும் பொம்மைகளைப் போல ஒன்றையடுத்து மற்றொன்று முட்டித் தொடும் அண்மையில் வாகனங்கள் நின்றுகொண்டிருந்தன. அந்தச் சிவப்பு விளக்கு சிறுபொட்டு போலத் தொலைவில் தெரிந்தது. பேருந்திலிருந்த பலரும் வெளியே குதித்துச் சிகரெட் பற்றவைத்துக்கொண்டு தங்கள் அலைபேசியில் எண்களைத் தேடி எடுத்து உரக்கப் பேசுவது கேட்டது. அந்த விளக்குக்கு அப்பால் நூறு அடி தொலைவில்தான் மருத்துவமனை உள்ளதென்றும் ஆனால் அங்குச் சென்று சேர இன்னும் நான்கு மணி நேரங்களுக்கு மேல் ஆகக்கூடும் என்றும் அதற்காக மேலும் நூற்றியென்பது ரூபாய் தர வேண்டும் என்றும் ஆட்டோக்காரன் கறாராகச் சொன்னான். அவள் பேரம் பேச எழுந்து அவனைப் பார்த்துக் கை நீட்டி மூச்சுக்காற்றை மட்டும் வெளியே தள்ளிச் சோர்வுடன் சுருண்டுகொண்டாள். அவளுக்கு இரண்டு ரூபாய் கீரையையே ஐம்பது பைசா குறைத்துக் கொடுத்தால்தான் உணவு தொண்டையில் இறங்கும். அவனைச் சரிகட்டி அவளைப் பார்த்துக்கொள்ளும்படிக் கூறி அப்படியே கிடத்திவிட்டு ஏதேனும் முன்னேற்றம் இருக்கிறதா? எனக் காணச் சென்றேன். அதற்குள்ளாகவே அங்கே தற்காலிக கடைகள் முளைத்து விட்டிருந்தன. அங்கிருந்த மேட்டின் மீது ஏறி நின்று பார்த்தபோது வாகனங்களின் அசைவின்மை மனதைச் சோர்வுகொள்ளச் செய்தது. அவ்வப்போது தங்களின் உயிர்த்துடிப்பைக் காட்டிக் கொள்ள எழுவது போல ஹாரன்கள் ஒலித்து அடங்கின. பேருந்துகளிலிருந்து பெண்களைத் தவிர பிறரனைவரும் கீழே இறங்கித் தங்களின் நொந்துபோன வாழ்க்கையை அதுவரை பார்த்தேயிராத முகங்களிடம் புலம்பிக் கொட்டிக்கொண் டிருப்பதைக் கேட்டேன்.

விருப்ப ஓய்வுபெற்ற அந்த மூடத்தனமான முடிவை எடுத்ததை எப்போது நினைத்தாலும் மனதைப் பல மணி நேரங்களுக்கு ஆற்றுப்படுத்த முடியாமல் தவித்து, தேவிக்குத் தெரியாமல் தானாகப் புலம்பி தலையில் அடித்து என்னையே சபித்துக்கொள்வேன். அந்தச் சறுக்கலில்தான் தொடங்கிற்று

அனைத்தும். மாதாமாதம் கிட்டும் சம்பளப் பணத்தை ஈடுகட்டவே அவள் சம்மதத்துடன் பிள்ளைகளின் வீட்டில் குடியேறினேன். விருப்ப ஓய்வுக்குப் பின் கிடைக்கவிருக்கும் பணத்தின் மீதான பேராசை கண்ணை மறைக்க அந்த முடிவை எடுத்துவிட்டிருந்தேன். வெளியே விட்ட வட்டியில் மேலும் பணம் வந்த போதும்கூட மனம் சமாதானப்படவில்லை. அவ்வப்போது போய் என் இருக்கையில் தற்போது அமர்ந் திருக்கும் புதிய நபரை ஓரக்கண்ணில் கண்டு பிறரிடம் ஒப்புக்குப் பேசிவிட்டு வருவேன். வாடிக்கையாளர்கள் எனைக்கண்டு சுற்றி நின்று விசாரிக்கையில் பிற முகங்கள் சுருங்குவதை அறிவேன். அங்குப் பணி செய்கையில், கையெழுத்துக்கூட இடத்தெரியாமல் சொல்வதையும் புரிந்துகொள்ள முடியாமல் பாவம் போல வெளிறிய முகத்துடன் நிற்பவர்களை என்னிடம் அனுப்புவார்கள். என் ஜாதியைக் குத்திக் காட்டும் திமிர் அது எனத் தெரிந்தும் ஒன்றும் பேசாமல் அவர்களை அமரவைத்துக் காரியங்கள் முடித்துத் தருவேன். நாங்கள் மூன்று கிளர்க்குகள் பணி முடித்துக் கீழே இறங்கும் போது மணி சரியாக ஐந்தில் நிற்கும். பிற ஊழியர்கள் கணக்குகளுடன் மல்லுக்கட்டிப் பேரேடுகளுடன் போராடு கையில்கூட அதைக் கவனிக்காதவன் போல வெளியேறி விடுவேன். என்னுடன் பணிபுரிந்த சக ஊழியர்களில் மிகப் பலரும் நான் காணும்போதே உயரஉயரச் சென்றுகொண் டிருந்தும் நான் மட்டும் அதே குமாஸ்தாவாகவே தொடர்ந்தேன். கண்கள் பூத்துக்கொள்ள வயிற்று மேட்டின் மீது பெல்ட்டைச் சுற்றி!!!!! இரவு ஒன்பது மணிக்கு வங்கியை அடைக்கும் பிழைப்பு எனக்கு வேண்டாம் என்றும் பல நிற டைகள் கட்டிய அதிகாரிகளின் மீட்டிங்கில் கேட்கும் கேள்விக்குப் பதில் சொல்ல என்னால் ஆகாது என்றும் முப்பது வயதிற் குள்ளாகவே முடிவு செய்து விட்டிருந்தேன். மேலும் வெளியே எனக்குச் சில தொழில்கள் இருந்தன. நாங்கள் வாடகைக்கு விட்டிருக்கும் கடைகளில் அமர்ந்து வட்டி வசூல்செய்து அங்கேயே காபி குடித்து, முடிந்தால் அவர்கள் செலவிலேயே இரவு உணவையும் முடித்துவிட்டுச் சைக்கிளில் வீடு சேர்வேன்.

எங்கு தலை? எங்கு வால்? என அறிய முடியாத பிரம்மாண்டமான ஊர்வலம் சிக்னலைக் குறுக்காகக் கடந்து போய்க்கொண்டிருப்பதைக் கண்டேன். அவ்வளவு ஜனங்கள் திரண்டு செல்வதைக்கண்டு வாய்திறந்து நின்றபோது “கையில நூறு ரூபா ... ஒரு சிக்கன் பிரியாணி ... பழக்கமிருந்த ஒரு குவாட்டரு ... என்ன சொல்ற?” என மீசையில்லாத வெள்ளையுடை மனிதன் வந்து பேருந்தினுள் புழுக்கம் தாங்காமல் வெளியே நிற்பவர்களிடம் பேரம் பேசினான்.

கூட்டம் அகலத்தில் புடைத்தபடியும் அதன் வால் நீண்டு கொண்டே சென்றதன் தாத்பரியம் அப்போதுதான் புரிந்தது. அங்கு நீள வாக்கில் நின்றுகொண்டிருந்த கார்களின் கதவைக் கூட உள்ளேயிருப்பவர்கள் திறக்க முடியாதவாறு சுற்றிலும் வாகனங்கள் நின்று கொண்டிருந்தன. கறுப்புக் கூண்டு கொண்ட ஜீப்புகளிலிருந்து இறங்கிய காக்கிகள் பெரிய லத்திகளைப் பற்றியபடி கூட்டத்தின் குரல்களை மட்டுப்படுத்த அதட்டிக் கொண்டிருந்தார்கள். பொது மருத்துவமனையும் அரசாங்க அலுவலகங்களும் கொண்ட நெரிசல் மிகுந்த இந்தச் சாலையில் ஊர்வலத்திற்கு எப்படி அனுமதி அளித்தார்கள் எனப் பெரியவரொருவர் எண்ணெயில் ஊறிய பஜ்ஜியை மென்றபடி வியந்துகொண்டிருந்தார். மீண்டும் நான் ஆட்டோவிற்குத் திரும்பியபோது அது நிறுத்தப்பட்டிருந்த இடத்தைக் குறித்துக்கொள்ளத் தவறியிருந்தது உறைத்தது. பரபரவென வண்டிகளுக்கு நடுவே வழி ஏற்படுத்திச் செல்கை யில் மனத்துடிப்பின் ஏறுக்குமாறான வேகத்தில், கால்கள் முடுக்கப்பட்ட எந்திரம் போல ஓடத்தொடங்கிற்று. கண்ணில் பட்ட ஆட்டோக்களின் இருக்கைகள் காலியாகக் கிடந்ததைக் கண்டதும் விபரீதக் கற்பனைகள் மனதைப் பேய்கள் போல ஆட்கொண்டன. அவளின் இன்மை, பூதம் போல எனை விழுங்கும் எனத் தோன்றியதும் கண்ணீர் முட்டியது. சுமார் இரண்டு வருடங்களாகத் தேவி பின்னால் அலைந்து நட்பும் அன்யோன்யமும் கூடி நெருங்கியபின் தயங்கித் தயங்கி நான் கூறிய காதலை ஏற்க மட்டுமே தாமதித்தாள். ஒப்புக் கொண்டபின் அதில் அவள் காட்டிய உறுதி என்னை மலைக்க வைத்தது. எதிர்காலத்தின் நிச்சயமின்மை பற்றிய அச்சத்தைத் தேவிதான் துடைத்தழித்தாள். அவள் தேர்வெழுதிப் பணிக்குச் சென்று அதிலேயே சுணங்கிவிடாமல் மேலும் மேலும் உயரச் சென்றாள். பிள்ளைகள் வளர்ந்த பின் பணத்திற்காக எங்களைத் தூசிபோல வெளியே தள்ளிய அன்றுதான் அதைத் தாங்க முடியாமல் அழுதபடி நின்றாள். அன்று அவள் பணத்தைச் சபித்தபோது ஏகவசனத்தில் அவளை ஏசினேன். அவளும் திருப்பித் தாக்கத் தொடங்கினாள். குரூரமான சொற்களால் சண்டையிட்டுக்கொண்டோம். அவை அப்போதய கோபத்தின் விளைவேயன்றி உண்மையாக இருக்கக் கூடாது என மனதிற்குள் கூறிக்கொண்டேன். பேரக்குழந்தைகளின் பேர் சொல்லி அழுதாள். பொறுக்க முடியாமல் பணக்கட்டையும் நகைகளையும் வங்கி லாக்கரின் சாவியையும் எடுத்துவந்து எறிந்தேன். வெறித்த பார்வையை என் மேல் வீசிவிட்டு அக்கணத்திலேயே அழுகையை நிறுத்தி ஓடிப்போய் கதவை அடைத்துவிட்டு வந்து கன்னங்களைத் துடைத்தபடியே மீண்டும் அவற்றைப் பத்திரமான இடத்தில் வைத்தாள்.

ஞாபகங்களின் சுழலில் சிக்கிப் பைத்தியம் போல எண்ணற்ற வாகனங்களை ஊடறுத்து அலைகையில் மீண்டும் சர்க்கரையின் அளவு இறங்கி மயங்குவது போல உணர்ந்ததும் இனிப்பு மிட்டாயை எடுத்து வாயில் போட்டுக்கொண்டேன்.

வதந்திகளுக்குக் கால்கள் அல்ல, இறக்கைகள்தான் முதலில் முளைக்கின்றன என்று தோன்றிற்று. அந்த டிராபிக் பற்றி அங்கு உலவின செய்திகள் உண்மையைத் தோற்கடிக்கும் உறுதியைக் கொண்டிருந்தன. அவை பிளாஸ்டிக் தம்ளர்களில் டீ விற்கும் பையன்களால் தூவப்பட்டுப் பரபரப்புகளில் ஆர்வம் கொண்டவர்களால் அனைவருக்கும் பரிமாறப்பட்டது. பேருந்தின் மீதேறி நின்ற இளைஞன் எங்கும் மனிதத் தலைகள் கறுப்புச் சமுத்திரம் போலத் தெரிவதாகச் சொன்னான். திமுதிமுவென அந்தப் பேருந்தின் மேலேறக் கூட்டம் முண்டியது. கண்ணீரைத் துடைத்தபடி ஒவ்வொரு வாகனத்தையும் அநாகரீகமான வேகத்துடன் திறந்து பார்க்க ஆரம்பித்தேன். உள்ளே தூங்கியபடியும் விளையாடும் குழந்தைகளை அதட்டிய படியும் திண்பண்டங்களின் பிளாஸ்டிக் உறைகளுக்குள் கை நுழைத்தபடியும் இருந்தவர்கள் கடுமையாகத் திட்டி, கார் கதவை அறைந்து சாத்தினார்கள். செத்துத் தொலையச் சொல்லிச் சபித்தார்கள். மேலும் அதைரியத்துடன் ஒரு காரின் கதவைத் திறந்ததும் இளம் வயது கொண்ட ஜோடிகள் ஏகாந்தமாக முத்தமிட்டுக்கொண்டிருந்ததைக் கண்டேன். அவள் சேலை முழங்கால் வரை தூக்கப்பட்டிருந்தது. அவன் அவளது முலைக் காம்பின் மேல் நாவைச் சுழட்டிக்கொண்டிருந்தான். எந்த சங்கோஜமுமின்றி அப்படிக் கிறங்கிக் கிடந்ததால் கதவை மூடும் வரை அவர்கள் என்னைக் கண்டுகொள்ளவில்லை. பின் என் நடையில் வேகம் குறைந்து நிதானம் கூடியது. நாங்கள் மணம் முடித்த முதல் சில மாதங்கள் முழுவதிலும் கூடிக்களித்தது நினைவுக்கு வந்தது. பகலில், மாலையில், முன்இரவில், அதிகாலையில் என நேரக்கணக்குகளின்றிக் கூடினோம். இடங்களும் எங்களுக்குப் பொருட்டாக இருக்க வில்லை. ஏனெனில் நாங்கள் உடலை அறிந்துகொள்ள துடித்துக் கொண்டிருந்தோம். காதலித்த நாட்களில் முத்தங்கள்கூடக் கொடுத்துப் பெற்றுக்கொள்ளாதவர்களாக இருந்தோம். உடலுக்காக அல்ல என்றும் மெய்யான அன்பு கொண்ட உன் உள்ளத்திற்காகத்தான் என்றும் நம்முள் உடல் சார்ந்த உறவு சாத்தியமாகவில்லையென்றால் உன் மடியிலேயே உயிர்விடும் பாக்கியமாவது வேண்டும் என்றும் நான் கூறிய வசனங்கள் எதிர்ச்சுவரில் பல்லைக்காட்டி இளிக்கும்போது அவளைத் தூக்கி என் மடி மேல் போட்டுக்கொள்வேன். கூடி முடித்ததும் மெல்லிய குரலில் நான் பாடுவது அவளுக்கு

மிகப் பிடிக்கும். குழந்தை போல அவ்வளவு பிரியத்துடன் முத்துவாள். அவள் வெட்கத்துடன் விலகும்போதே அது அழைப்பிற்கான சமிக்ஞையென அறிந்துகொள்வேன். சர்க்கரை நோயில் உடல் இளைத்துச் சோர்வு ஏற்பட்ட இந்த இரண்டு வருடங்களுக்கு முன்வரைகூட நாங்கள் இதமாகக் கூடினோம். பேருந்தில் சலிப்புடன் அமர்ந்திருக்கும் முகங்களைக் கண்டு இறங்கும்போது அதற்குப் பக்கவாட்டில் அந்த ஆட்டோ இரு பேருந்துகளுக்கு நடுவில் நின்றுகொண்டிருப்பதைக் கண்டேன். சிறுவனைப் போலத் தாவிக் குதித்து அங்குச் சென்றதும் எனைக் கண்டு இயலாமையுடன் தேம்பியபடி கண்ணீர் உகுத்தாள். அவள் துப்பியிருந்த எச்சிலின் மேல் மணல் தூவப்பட்டிருந்தது. சீட்டின் அடியில் அந்த எச்சிலின் மேல் ஈக்கள் இறந்து கிடந்தன. பீதிகொண்ட முகத்துடன் அவளை அப்படியே தூக்கித் தள்ளாட்டத்துடன் நடந்தபோது தன்னால் நடக்க முடியும் என அவள் எனை பற்றியபடி நடந்தாள்.

ஏதோ விஷமம் கூட்டத்திற்குள் ஊடுருவியிருக்கக்கூடும் என்று பட்டது. ஊர்வலக்காரர்கள் தங்கள் ஜாதி பற்றிய சுயத் தம்பட்டம் சார்ந்த கோஷங்களை உரக்க எழுப்பியபடி நகர்ந்துகொண்டிருந்தார்கள். வெறுப்பு என் மனதில் தீப்போல வளர்வதை உணர்ந்தேன். பிறரை முன்னேறிச் செல்ல அனுமதிக் காத ஜாதி அது. அந்த ஜாதியின் கொழுத்த பன்றிகள் சூறையாடியிருக்கும் எங்கள் பெண்களின் எண்ணிக்கை சொல்லி அடங்காது. நேற்றுப் பிறந்த பயல்கூட என் அப்பனைப் பெயர் சொல்லி அழைப்பதைக் கேட்டபடி வளர்ந்தவன் நான். வயற்காடுகளில் களையெடுக்கும் எந்தக் கூலிப்பெண்ணை யும் மறைவிடம் கூட்டிச் சென்று திருப்பியனுப்பியவர்கள் அவர்கள். பண்ணைகளில் வேலை செய்யும் முதுகு வளைந்த ஆண்களில் சிலர் அவர்கள் வீட்டுப் பெண்களோடு கூடியதைக் கேட்டு அந்தச் செய்தி சொன்னவனை இறுக அணைத்துக் கொண்டேன். அப்போது கொதித்த ரத்தம் நாட்கள் செல்லச் செல்ல அடங்கிக் குடும்பம், குழந்தை என ஆன பின் எதைப் பற்றியும் கவலை கொள்ளாத ஒருவித மொண்ணைத்தனம் தோன்றிவிட்டது. அவ்வப்போது நினைவில் வந்து செல்லும் அம்மாவின் இறப்பிற்கு இருபது வருடத்திற்கு முன் ஊருக்குச் சென்றபோதுகூட மீசை அரும்பத் தொடங்கியிருந்த பயல் ஒருமையில் எனை அழைத்து மடித்துக் கட்டியிருந்த வேட்டியை இறக்கி விடச் சொல்லி "ஆபிஸர்னா அதையெல்லா அங்கயே மூட்டை கட்டி வைச்சுட்டுத்தான் பஸ் ஏறணும்..." என்ற போது பலரும் ஈறு தெரியாமல் பல்லைக் காட்டிச் சிரிக்க, எங்கள் ஆட்கள் "செரிங்க சாமி..." எனத் தலையாட்டியதைக்

கண்டபின் ஊரின் பக்கமே நான் செல்லவில்லை. எங்களுக்கு முன்னும் பின்னும் பலரும் நடக்கத் தொடங்கியிருந்தார்கள். ஊர்வலத்திலிருந்து கைகள் ஆவேசமாக மேலே உயர்ந்து தாழ்ந்து கொண்டிருக்க, அவர்களின் வாய்கள் வெறியோடு முழங்கியபோது தெறித்த எச்சில் முன்னே சென்றவர்களின் பிடறியின் மேல் விழுந்தது. எங்கிருந்து போய் விழுகின்றன எனத் தெரியாமல் ஊர்வலத்தின் மேல் கற்கள் சராமாரியாக எறியப்பட்டன. அவை அளவில் சிறியவையல்ல. உடம்பின் ஏதேனுமொரு பகுதியைக் கிழித்துவிடும்படியான கூரானதும் கனமானதுமான கற்கள் அவை. காற்றைக் கிழித்துப் பறந்து செல்லும் அதன் வேகத்தில் வீசியவர்களின் திட்டம் பற்றிய முன்யோசனைகளைத் துல்லியமாக அறியமுடிந்தது. ஏனெனில் எங்கிருந்து எறிகிறார்கள் என அறிவதற்குள்ளாகவே கூட்டத்தில் ஓலம் அலை போல ஆர்ப்பரித்து எழுந்து சிதறிற்று. உடனே அருகிலிருக்கும் கட்டிடத்தின் முதல் தளத்திற்குப் போய் ஒண்டிக்கொண்டோம்.

இரும்புக் கம்பிகளால் சட்டமிடப்பட்ட கூண்டு வண்டியிலிருந்து புசுபுசுவெனக் காக்கிகள் குதித்து லத்தியைக் காற்றில் வீசி – பலருக்கு உண்மையிலேயே அடி விழுந்தது – அக்களேபரத்தை ஒழுங்குக்குக் கொண்டுவர முயன்றார்கள். கூட்டம் மதம் கொண்ட யானை போலப் பிளறியபடி திசைமறந்து ஓடத்தொடங்கிற்று. காவலர்களின் தசை கிழிந்து ரத்தம் வடியும் காட்சியைக் கண்டவுடனே ஆணை கிடைத்தது. சூறைக்காற்றுப் போலக் கிளம்பி ஜனங்களைத் துவம்சம் செய்யத் தொடங்கினார்கள். பசி தாங்காத மிருகத்தின் அலறல் போல எழுந்த உச்சபட்சக் கூக்குரல்களைக் கேட்ட சகலரின் முகங்களும் வெளிறிப் பயம் குடியேறின கண்களுடன் பிறரைக் கண்டு பேசமுடியாமல் நின்றனர். அவர்களுள் சிலர் வெடித்து அழத் தொடங்கிவிட்டிருந்தனர். தேவியின் கையை இறுகப் பற்றியிருந்த போதும் என் கை ஓயாமல் நடுங்கியபடியிருப்பதை அப்போது உணர்ந்தேன்.

எந்த நிமிடத்தில் ஊர்வலத்திற்குள் கலவரக்காரர்கள் புகுந்து கலந்தார்கள் என்பதை ஒருவராலும் திட்டவட்டமாக அறியமுடியவில்லை. கற்களை எறிந்தவர்களுக்கும் கலவரக்காரர்களுக்கும் தொடர்பில்லை என்பதை மட்டும் நிச்சயமாக உணர முடிந்தது. ஏனெனில் அவர்கள் ஊர்வலக்காரர்களைத் தாக்குவதற்குப் பதிலாகக் காவலர்களைச் சூழ்ந்துகொண்டு தங்கள் பலங்களைக் காட்டினார்கள். முகத்தைக் கைக்குட்டையால் மூடியபடி போலீஸ்காரர்கள் கதறுவதைப் பத்துப் பதினைந்து தலைகளுக்குப் பின்னாலிருந்து பார்த்துக்கொண்டிருந்தேன். சூறையாடுவதற்கென்றே பிறந்தவர்கள் போல

ஒன்றையும் மிச்சமின்றி நாசப்படுத்தினார்கள். அவர்களுக்குள் தலைவன் என்ற பேதமெல்லாம் இருக்கவில்லை. சற்றுமுன் கற்களை வீசியவர்கள்தான் உள்ளே புகுந்து அடிக்கிறார்கள் என்ற தப்பெண்ணம் ஊர்வலத்தின் ஒரு பகுதியினருக்குத் தோன்றிவிட்டிருந்தது. அந்த நெருக்கடியான சூழலிலும் சிலர் மரங்களின் மேல் ஏறியும் கிடைத்த சந்துகளின் ஊடேயும் ஓடி ஒளிந்து தங்கள் பாக்கெட்டில் மிச்சம் வைத்த குவாட்டரைக் கவிழ்த்துக்கொள்வதைக் கண்டேன். போலீஸிடம் சிக்கியவர்கள் காசு கொடுத்துக் கூட்டிவரப்பட்டதைக் கெஞ்சியபடி கூறி அந்த நூறு ரூபாயை அவர்களிடம் அழும் முகபாவத்துடன் நீட்டியதும் கம்பு முறியும்படியாக அவர்களைக் காட்டுத்தனமாக அடித்துக் குற்றுயிரும் குலையுயிருமாகத் தூக்கி வீசினார்கள். அலறல் ஒலியை எழுப்பியபடி வந்த இரண்டு மூன்று கூண்டு வண்டிகளிலிருந்து ஈசல்கள் போலக் கிளம்பியவர்கள் ஓடும் கூட்டத்தை லத்தியால் பிளந்து கதறச் செய்தார்கள். கட்டிடத்தின் முதல் தளத்தில் ஆட்கள் கொத்துக்கொத்தாக நெருக்கி யடித்துக்கொண்டிருந்ததில் மூச்சுத் திணறிற்று. அவர்களிட மிருந்து என்னைப் பிடுங்கி வெளியே வந்து கீழே இறங்கினேன். மிகுந்த சோர்வுக்குள்ளாகியிருந்த தேவியைப் படிக்கட்டில் அமர வைத்திருந்த இடத்தில் கண்ட பின் ஆசுவாசமாக மூச்சுவிட்டேன்.

அவளைப் பற்றிக்கொண்டு முடிந்த மட்டும் பதுங்க இடம் தேடினேன். திடீரெனக் கார்களின் மேல் கற்களும் செருப்புகளும் வந்து விழுந்ததைக் கண்டதும் பீதியில் ஒவ்வொருவரின் முகங்களும் வெளிறத் தொடங்கின. அந்தச் சிக்னலைக் கடந்து இப்பக்கமாக இராட்சசர்கள் போலக் குதித்தபடியே அவர்கள் வருவது தெரிந்தது. அதற்குள்ளாகக் கலவரக்காரர்களுக்கு எப்படி இரும்பு ஆயுதங்கள் கிடைத்தன என்று தெரியவில்லை. அவர்களது கையில் சிக்கியவர்களின் கெஞ்சுதல்களை இடது காலில் உதைத்துத் தள்ளியபடி வந்தனர். கார்களின் கண்ணாடியை உடைப்பதில் அவர்களுக்குள் ஒருவித போட்டி நிலவிற்று. கும்மாளமிட்டுக் கூவியபடி அராஜகக் காரர்களுக்கே உரிய அட்டகாசமான சிரிப்புடன் முன்னேறு வதைக் கண்டேன். அவர்களில் மிகுந்த மனக்கிளர்ச்சிக்கு ஆளாகியிருந்த ஒருவன் சட்டையை இடுப்பில் கட்டியபடி கார் கூரை மேல் ஏறி நடனமிடத் தொடங்கினான். அக்காரைச் சுற்றி நின்றவர்களின் கைதட்டல்களை, அவர்களின் சிரிப் பொலிகளை அமுங்கச் செய்யுமளவிற்குப் பெருத்த சிரிப்புச் சத்தம் கேட்டது. எங்கிருந்தோ விசையுடன் எறியப்பட்ட கல்லில் அவன் முகம் முழுக்க ரத்தத்துடன் அரை வட்டமடித்து அப்படியே சரிந்து விழுந்தான். புயலின் வேகத்தோடு வேறொரு

கும்பல் உள்ளே ஊடுருவிற்று. மரணத்தின் வாயிலை நேரில் கண்டது போலப் பயங்கொண்ட ஒருவனின் முகத்தை மிக அருகே பார்த்தபோது வட்டி தராமல் டிமிக்கி கொடுத்து அலையும் வாடிக்கையாளன் ஒருவனின் முகம் நினைவுக்கு வந்தது. நாளையே அதை வசூல் செய்துவிட வேண்டும் என மனம் உறுதி பூண்டது. தவறவிட்ட தங்கள் குழந்தைகளைத் தேடித் தலையிலடித்துக்கொண்டு கதறிய பெண்களைக் கீழே தள்ளிய போலீஸ்காரர்கள் அவர்களின் முகங்களைப் பூட்சு களால் மிதித்து நசுக்கினர். கைப்பேசிகளின் வெவ்வேறு அழைப்பு மணிகளின் ஓசைகள் கேட்டபடியேயிருந்தது. சிதறப்போன தங்கள் குழுவை அவர்கள் திரட்டிக்கொள்ள கைப்பேசியைச் செயல்படுத்தத் தொடங்கி இணைப்புக் கிடைக்காமல் போனதும் அருகில் ஓடும் ஆட்களைப் பிடித்து நையப்புடைத்து தங்கள் கோபத்தைத் தீர்த்துக்கொண்டார்கள். பெரும்பாலான ஜனங்கள் கடைகளின் படிக்கட்டுகளில்தான் அப்பிக்கொண்டிருந்தனர்.

அந்தக் கலவரக்காரர்கள் யார் என்பதை அங்கு நிலவிய அமளியிலும் களேபரமான சூழ்நிலையிலும் ஒருவராலும் அறிந்துகொள்ள முடியவில்லை. அவர்கள் அந்த ஜாதிக்காரர் களின் குண்டர்படை என்றும் எதிர்க்கட்சிகளின் ரவுடிக் கும்பல் என்றும் குற்றங்களைத் தொழிலாகக் கொண்ட கிரிமினல்கள் என்றும் பலவிதமான யூகங்கள் அங்கு நிலவின. சூழ்நிலையைக் கலவரப்படுத்துவதுதான் அவர்களின் நோக்கம் என்றால் ஏன் வழிப்பறி செய்கிறார்கள் என்ற இளைஞ னொருவனின் கேள்விக்கு ஒருவராலும் பதில் கூற இயலவில்லை. இரும்புத் தடிகளைத் தோளில் தாங்கி ஒழுங்கற்று வளர்ந்த தாடி மீசைகளைக் கோதியபடி மிரட்டிப் பணம் பறித்துக் கொண்டிருந்தார்கள். அதில் தர மறுத்த ஒருவனை அவ்வளவு பேர் மத்தியில் முக்கால் நிர்வாணியாக்கி நடனமாடச் சொல்லி முதுகிலும் பிருஷ்டத்திலும் தடிகளால் விளாசினர். அவன் எல்லோரது கால்களிலும் மாறி மாறி விழுந்து தன்னை விட்டுவிடும்படிக் கெஞ்சினான். தன் உடுப்புகளைப் பந்து போலச் சுருட்டி மாறி மாறி வீசி விளையாடுவதை அவன் வெறுமனே கழுத்தைத் திருப்பிப் பார்த்துக்கொண்டு நின்றான். பின் எதுவும் பேசாமல் முக்கால் நிர்வாணியாகவே வெறி பிடித்தவன் போல அந்தச் சாலையில் ஓடினான்.

கைப்பேசிகள் காயப்போடப்பட்டிருந்ததைப் போலச் செருப்புகளுக்கிடையே அங்குமிங்கும் சிதறிக் கிடந்தன. வேகமாக நடக்க முடியாத பெண்ணொருத்தியும் கிழவி யொருத்தியும் அந்தக் கைப்பேசிகளைப் பிளாஸ்டிக் கவரினுள் போட்டு அமுக்குவதில் குறியாக இருந்தனர். வேறு சிலரோ

மயங்கியும் காயத்தினால் எழ முடியாமல் இருப்பவர்களையும் நெருங்கி அவர்களின் உடைமைகளைத் திருடுவதும் தெரிந்தது. கஞ்சனாகவே என் வாழ்க்கையை ஓட்டிவிட்டவன்தான் என்றாலும் திருட்டை ஒருநாளும் செய்தவனில்லை. எனினும் அன்பளிப்புகளைச் சிரித்த முகத்துடன் பெற்றுக்கொள்வேன். மேலும் தேனீர் குடிக்கக்கூடப் பணம் செலவாகிவிடுமேயென ஏதேனும் வாடிக்கையாளரை அழைத்துச் செல்வதை வழக்கமாக்கிக்கொண்டிருந்தேன். மகன் பிறந்து தேவியின் குடும்பத்துடன் ராசியான பின் பேரனின் முத்தங்களுக்காக அவனை அவர்கள் அங்கேயே வைத்துக்கொண்டதை அறிந்ததும் அவனது செலவில் முக்கால் பங்கை அவர்கள் தலையில் கட்டினேன். அவளிடம் நாசுக்காகக் கூறியதும் கண்ணீரோடு போய் நின்று தன் திருமணத்திற்கு எடுத்துவைத்த நகைகளை மீட்டு வந்தாள். அதைப் பீரோவில் வைத்துப் பூட்டி அவ்வப் போது திறந்து பார்த்துத் திருப்திப் பட்டுக்கொள்வோம். கல்யாணத்திற்குப் பின் அவள் மனதிலும் பணத்தின் அருமை யைச் சொல்லிச் சொல்லி வழிக்குக் கொண்டுவந்ததும் அவள் என்னையே தாண்டிச் சென்றாள். அரிசியை மிச்சம் வைக்க மிகக்குறைவாகவே உண்டு குறைவாகவே அலுவலகம் எடுத்துச் சென்றாள். அவளாகவே படித்து மேலே சென்ற போதும் அந்தக் குணத்தை விட மறுத்தாள். கடுமையாக ஒருமுறை சத்தமிட்ட பின்பே நன்றாக உண்ணத் தொடங்கினாள். பிறர் கழித்து ஒதுக்கிய காய்கறிகளைச் சொற்ப காசு கொடுத்து வாங்கி வந்து தந்தால் அதன் விலையைக் கேட்டு எனைக் கடிந்து கொள்ளுமளவிற்கு முன்னேறினாள். பேரனை அவர்கள் வைத்துக்கொண்டதும் வசதியாகப் போயிற்று. இன்னும் இன்னும் என மோகம் தீராமல் – இதில் மட்டும் கஞ்சத்தனம் எட்டிக்கூடப் பார்த்ததேயில்லை – எப்போது வேண்டுமானா லும் கூடினோம். வெட்கம் கொண்டு தொடக்கத்தில் ஈடுபாடு இல்லாதது போல நடந்துகொள்வாள். அவளைத் தூண்டி விட்டதும் எனை மூர்க்கத்துடன் ஆட்கொள்வாள்.

வெடிச்சத்தம் எங்கிருந்தோ எழுந்தது. பந்தயத்தில் அவிழ்த்து விடப்பட்ட காளைகள் போலக் கலவரக்காரர்கள் திமிறியபடி சுழன்றுகொண்டிருந்தனர். இப்போது அவர்கள் போதையில் இருந்ததோடு கையில் காலியான பாட்டில்கள் இருந்தன. அவற்றைச் சுழற்றி கண்மண் தெரியாமல் எறிந்தனர். அவர்களது உடல்பலம் பயிற்சி பெற்ற குதிரையின் இறுகிய சதைகளை நினைவூட்டின. போலீஸ்காரர்கள் இன்னுமா இவர்களை விட்டுவைத்திருக்கிறார்கள்? என்ற கேள்வி பதுங்கியிருந்த பலரின் மனங்களில் எழுந்தது. அவர்களில் ஒருவன் “தாயோலிக! இவனுக ரெண்டு பேரும் ஒண்ணுதான். ஒருத்தன் யூனிபார்மு

போட்டிருக்கறான். இன்னொருத்தன் போடல. அவ்வளவு தான் வித்தியாசம்" எனக் கசப்புடன் கூறிக் காறித் துப்பினான். ஜனங்களைத்தான் இருவரும் பல மணி நேரங்களாகத் தாக்கிக் கொண்டிருக்கிறார்களேயொழிய அவர்களுக்குள் சண்டை மூளவேயில்லை என்பதை அப்போதுதான் கண்டேன். இப்படி வந்து சிக்கிக்கொண்டது பற்றிக் கடுங்கோபம் எழுந்தது. என் மகனைப் பகடைக்காயாக வைத்து என் மாமனாரை வழிக்குக் கொண்டுவந்த அதே முறையை என் மகன் என்னிடமே அமுல்படுத்தினான். ஆனால் பணத்தை அவனால் பெறவே முடியவில்லை. தேவி மட்டும் நானறியாமல் அவர்களுக்குத் தருகிறாள் எனத் தெரிந்தும் காணாதது போல இருந்துவிட்டேன். பேரக் குழந்தைகளின் காதுகுத்து வைபவத்தில் நாங்கள் வைத்த நூற்றியோரு ரூபாய் மொய்ப் பணத்தைத் திருப்பி எறிந்து இளைய மகள் சண்டையிடத் தொடங்கியதும் பாக்கி மூன்று பேரும் அவளுடன் சேர்ந்து எங்களை ஏகத்துக்கும் ஏசத் தொடங்கினர். திடீரென எந்தச் சொத்து யாருக்கு தரப்பட வேண்டும் என அவர்களுக்குள்ளாகவே கடும் வாக்குவாதம் மூண்டு அது கைகலப்பாக முற்றும் தருணத்தில் நான் உள்ளே புகுந்து தற்போது கையில் பணமேயில்லை என்றும் எங்களுக்குத் தோன்றும்போதுதான் செய்வோம் என்றும் அறுதியிட்டுக் கூறினேன். மேலும் மருத்துவச் செலவுகளுக்குப் பணம் வேண்டும் என நடுங்கிய ஆனால் அதிகாரமிக்கக் குரலில் கேட்டேன். சற்று முன் அப்படிச் சண்டையிட்டவர்கள் அக்கணத்திலேயே ஒன்றுகூடி வீட்டைவிட்டு வெளியே போய்விடும்படி கத்தியவாறே கூரான வார்த்தைகளால் சபித்தனர். தேவி அவர்களை எண்ணி அழும்போது "அந்த நாய்கதான் நம்மகிட்ட வரணும்... ஏன்னா வைட்டமின் 'ப' நம்ம கிட்டத்தானே இருக்கு "எனக் கட்டை விரலை ஆட்காட்டி விரலுக்குக் கீழே வைத்துச் சுண்டிக்காட்டிய போது அவள் எனை ஒரு தினுசாகப் பார்த்துவிட்டு எழுந்து சென்றாள்.

ஏகதேசமாகக் களேபரங்கள் முடிவுக்கு வந்துவிட்டிருந்தன. போலீஸ்காரர்கள் பெரிய வளையம் அமைத்து அந்த இடத்தைக் கட்டுப்பாட்டிற்குள் கொண்டுவந்துவிட்டிருந்தனர். இரண்டு மூன்று நபர்களை நாய்களைப் போல அவர்கள் இழுத்துச் செல்வதைக் கண்டேன். ஆம்புலன்ஸ் ஊளையிட்டபடி வந்து வலியில் பிதற்றிக் கிடந்தவர்களை ஏற்றிச் சென்றுகொண் டிருந்தது. முக்கால் நிர்வாணியாக ஓடியவன் நிற்க முடியாமல் தவழ்ந்தான். காக்கிகள் அவனது கால்மூட்டை நொறுக்கி விட்டிருந்தார்கள். அவன் போட்ட கூப்பாடு கேட்டு வந்தவர்கள் முரட்டுத் தனமாக அவனைத் தூக்கி வண்டியில் போட்டனர். அதற்குச் சற்றுத் தள்ளி உருக்குலைந்த கார்கள் பெரிய

வண்டியில் இணைக்கப்பட்டு இழுத்துச் செல்லப்பட்டுக் கொண்டிருந்தன. அதன் உரிமையாளர்கள் தங்கள் அடையாள அட்டையைக் காட்டிய பின் அந்தக் கார்களை வெதும்பிப் போன முகத்துடன் ஓட்டிச் சென்றனர். சாலையின் இருபுறமும் அடைக்கப்பட்டிருந்த கடை வாயிலில் நிற்பவர்களைக் கலைந்து போகும்படி திறந்த ஜீப்பில் நின்று மைக்கில் அறிவுறுத்திக் கொண்டிருந்தார்கள். காவலர்களின் அணிவகுப்பு அங்கு நடந்தபோது அவர்களின் முகம் கடும் இறுக்கத்துடன் இருப்பதைக் கண்டேன். அவளை அழைத்தபடி அந்த அரசாங்க மருத்துவமனை இருக்கும் இடத்தை நோக்கிச் சென்றேன். ஆட்டோக்காரனுக்குப் பணமே தந்திருக்கவில்லை என்பது நினைவுக்கு வந்ததும் அவளுக்குக் கேட்காமல் மெல்லச் சிரித்துக்கொண்டேன். அந்தச் சிக்னலுக்கு முன்னால் இரட்டைத் தடுப்பு போடப்பட்டுப் பரிசோதனைகள் நடந்து, விசாரிப்பில் திருப்தி அடைந்த பின்பே வழி திறக்கப்பட்டது. கால்கள் தளர்ந்து சோர்வு எனை நடக்க முடியாமல் செய்ததால் நடைபாதையின் மேல் அமர்ந்து கால்களை நீவிக்கொண்டு கைகளைப் பின்னால் ஊன்றி நன்றாகச் சாய்ந்து கால்களை நீட்டி மூச்சுவிட்டேன். தேவியின் வாய் ஊதுகுழல் போல மூச்சை வெளியேற்றியது கண்டு அவளைப் பதட்டத்துடன் தொட்டபோது இயலாமையில் கண் சொறுக தலை கவிழ்ந்தாள். அருகே மல்லார்ந்து கிடந்த பைக்கின் அண்மையில் எழமுடியா மல் அனத்தியபடி ஒருவன் கிடந்தான். கருணை பொழியும் முகம்கொண்ட வயதான அம்மாள் அவனை நெருங்கினாள். அவனுக்கருகே கிடந்த புடைத்த பர்ஸைத் திறந்து பணத்தை உறுவி எடுக்கையில் தேவி நடுங்கும் விரல்களால் எனை அழுத்தினாள். அந்த அம்மாள் எங்களை நோக்கி அலட்சிய மாகச் சிரித்துவிட்டு வெற்று பர்ஸை எங்கள் காலடியில் எறிந்துவிட்டுப் பணத்தை ஜாக்கெட்டினுள் திணித்து நடந்து சென்றாள். வாய் கசந்தபடியேயிருந்தது. அந்தக் கசப்பைத் துப்பியதும் மஞ்சள் நிறத்தில் உமிழ்நீர் சாலையில் படர்ந்தது. அந்தப் பெண்ணைப் பார்த்துவிட்டுத் திரும்பியபோது தேவி முகம் முழுக்க பரவிய அச்சத்துடன் நான் துப்பிய மஞ்சள் எச்சிலைச் சுட்டினாள். அதில் அமர்ந்த ஈயொன்று அங்கேயே செத்து மடிவதை உறைந்த முகத்துடன் பார்த்தபடியிருந்தேன்.

கல்குதிரை 21, **(பனிக்கால இதழ்)**

நிலை

அந்த அறை மீண்டும் திறந்து கிடந்ததை அம்மா வந்து சொன்னபோது கணுக்கால் அளவிற்கு வீட்டினுள் புகுந்துவிட்டிருந்த மழை நீரை வெளியே இறைத்துக்கொண்டிருந்தேன். உண்மையில் அது ஒரு அறையேயல்ல. இருட் பொந்து. துருப்பிடித்த சைக்கிளின் உதிரிபாகங் களைத் தூசிமூடியிருக்க, மரச்சாமான்களும் பழந்துணிகளுமாக உதவாதவைகளும் கழித்துப் போட்டவைகளும் ஒழுங்கற்றுக் கிடக்கும் அறை அது. அப்பா தொடக்கத்தில் அந்தச் சைக்கிளின் மீதேறிச் சென்றுதான் ஊர்கள்தோறும் ஜவுளி விற்று மேலே வந்தார். அதை அவர் காணும்படி வைத்தால் என்றேனும் அந்த ஞாபகத்தின் மீதேறி மீள்வார் என்ற நம்பிக்கையைப் பொய்யாக்கும்படி அதன் இருப்பையே மறந்தவர் போல அதை ஒதுக்கித் தள்ளிவிட்டிருந்தார். டார்ச் விளக்கின் ஒளிவட்டம் சுவர்களின் மீது ஊர்ந்து செல்லும் போதே அந்த அறையின் மூத்திரவாடையால் சட்டையை மேலே தூக்கி மூக்கைப் பொத்தினேன். காலடியால் அந்த இடம் எப்போதும் கொள்ளும் பரபரப்பின்றி அமைதியாக இருப்பதைக் கண்டதுமே அப்பா அங்கு இல்லையென்பதை உணர்ந்தேன். அவரைக் கட்டிப்போட்டிருந்த கயிறு அவிழ்த்துப் போடப்பட்ட ஆடைபோல அலங்கோலமாகக் கிடந்தது. அவருக்கு அந்தச் செய்தி தெரிந்திருக்குமோ? எனத் தோன்றிற்று. அதற்கு எந்த வாய்ப்புமேயில்லையே எனத் தர்க்கப்புத்தியால் அந்த எண்ணத்தை விரட்டினேன்.

எழுந்த கோபத்தில் நெற்றி நரம்புகள் புடைக்க இருக்கை யில்லாத அந்தச் சைக்கிளை ஆத்திரத்தோடு எட்டி உதைத்தேன். அது குடிகாரனைப் போல மெல்ல ஆடிப் பின் விழுந்தது. அந்தச் சத்தத்தில் பூனையின் மெல்லிய சத்தம் அட்டாணி யின் மீதிருந்து கேட்டது. அப்பாவுக்கென வட்டிலில் வைத்து அறையினுள் தள்ளுவதையெல்லாம் காலி செய்யும் பூனையது. சட்டென ஒளிவட்டத்தைத் திருப்பியதும் மீண்டும் அதிருப்தி தொனிக்க கோபத்துடன் கத்திவிட்டுப் பந்து போலக் கீழே விழுந்து ஜன்னல் கம்பியினூடாக நுழைந்து வெளியேறிற்று. ஒருமுறை வட்டிலிலிருக்கும் உணவை அவரும் பூனையும் எதிரெதிராக அமர்ந்து அவர் பூனை போலவே நக்கியபடி தின்றுகொண்டிருப்பதைக் கண்டு வந்து, அம்மா தலையில் இடி விழுந்தவள் போலக் கதறியபடி சொன்னாள். உள்ளே புகுந்து அந்த வட்டிலை பூனை மேல் எறிய அது நொடியில் தாவி மறைந்தது. அப்பா சுவரைப் பார்க்கத் திரும்பி வெறிப் பதைக் கண்டு பொறுக்கவே முடியாத கோபத்துடன் அடிக்க ஓங்கிய கையை அவரது உடல் குறுகலால் தணித்து அவர் முகத்தை அப்படியே சுவரோடு வைத்து அழுத்தினேன். அவர் கண்களுக்குள் உருளும் கண்மணிகளைக் கண்டு பலவீனனாகி வெளியேறினேன்.

ஒளிவட்டம் விழுந்த இடத்தில் குழிபோலத் தோன்றியதைக் கண்டு நெருங்கிச் சென்று பார்த்த போது சுவர் காரைகளை இழந்து பொத்துக் கிடந்தது. உணவை ஒதுக்கிவிட்டுச் சுவரைத் தான் அப்பா இதுநாள்வரைத் தின்றுவந்திருக்கிறார் என உணர்ந்ததும் கற்தூண் போல உறைந்து நின்றேன். சட்டெனக் கால்களின் மேல் அந்த அறைக்குள்ளும் புகுந்துவிட்டிருந்த மழை நீரோடு மிதந்த ஏதோவொன்று மோத நினைவு விலகி உற்று நோக்கினேன். குச்சிகளில்லாத வெற்றுத் தீப்பெட்டிகள் படகுபோல நீரில் தளும்பி ஆடிக்கொண்டிருந்தன. அவருக்கு எங்கிருந்து இவை கிடைக்கின்றன என்பதை அறியவே முடிய வில்லை. சின்ன அக்காளும் நானும் நித்யாவும் மழை வெள்ளத்தில் மிதக்கவிட்டு அதன் பின்னே ஓடிக் குதூகலித்த காகிதக் கப்பல்களின் நினைவு வந்தது. அதன் மேல் எங்கள் பெயர்களை எழுதிய பின்பே ஆரவாரமாகச் சத்தமெழுப்பிய படி நீரில் விடுவோம். என்னுடையதைத் தாண்டிச் செல்லும் நித்யாவின் கப்பலின் மீது கல்லைத் தூக்கிப்போட்டு அது கவிழ்ந்ததும் தங்கையும் நானும் அவளைக் கேலி செய்து சிரிப்போம். பெரிய அக்கா வந்து பஞ்சாயத்து பேசி சரிகட்டிய பின் மீண்டும் எங்களை விளையாட அனுப்புவாள். நித்யா பத்து வயதுவரைக்கும் இங்குதான் இருந்தாள். மாமா சுற்றத்தால்

ஏமாற்றப்பட்டு, சொத்தை இழந்தபின் எதற்கும் உதவாதவ ரானார். அத்தை தன் பெண்பிள்ளைகளுடன் வழியேதுமின்றி நிற்பதைக் கண்டு அப்பா அவர்களைத் தன்னுடனே வைத்துக் கொண்டார். ஜன்னலுக்குச் சற்றுத் தள்ளி நிற்கும் வேப்ப மரத்தின் குளிர்ந்த காற்றின் ஈரம் மயிர்க்கால்களை ஊடுருவிச் சென்றது. அந்த ஜன்னல் கம்பிகளில் அட்டைப்பூச்சிகளும் கம்பளிகளும் ஊர்வதைக் கண்டேன். அந்த ஜன்னல்திட்டில் பாசிகள் தடித்த பச்சை நரம்புகள் போலப் பரவியிருந்தன. குச்சி மெல்ல அசைவதைக் கண்டதும் அதில் அட்டைகள் வரிசையாகப் பாசிமணி போலக் கோர்க்கப்பட்டிருந்ததை அறிந்து அதிர்ச்சியும் அருவருப்புமாக இடது கைவிரலால் சுண்டித் தள்ளியபோது அவை கால்களை இறுக்கியபடி மேலும் சுருண்டுகொண்டது. அப்பாவை நினைத்து எதனாலோ உலுக்கப்பட்டவன் போல அவரைத் தேடி தெருவில் இறங்கிய தும் என் பெயரை ஏலம் விடுபவள் போலக் கூவியபடியே உள்ளறையிலிருந்து இருள்கூடின முகத்துடன் வந்த அம்மாவை நோக்கி “யென்ன?” என வீட்டின் ஓடுகள் அதிரும்படியாகக் கத்தினேன். அவள் மேலும் ஒடுங்கிக் குடையை மெல்ல நீட்டி, “பாத்துப் போ சாமி” என்றாள். அம்மாவை முறைத்த படியே குடையை வெடுக்கெனப் பிடுங்கித் தூறலுக்குள் ஏறக்குறைய ஓடினேன்.

அந்த வீட்டிற்கு அவ்வளவு குளிர்ச்சி இருந்திருக்க வேண்டியதில்லை. நல்ல மழைக்குப்பின் காற்றிலேறி வரும் ஈரமும் அது கொண்டுவரும் சாந்தமும் அந்த வீட்டிற்கு இருந்தது. அக்னி நட்சத்திர வெய்யிலின் கடுமையும் குளிர் காலத்தின் பனிப்பொழிவும் அந்த வீட்டின் கூரைக்குக் கீழே துளியும் இறங்காது. கிணற்றடி வேப்பமரத்தின் குளுமை அந்த வீட்டிற்குள் எப்போதும் வளைய வந்துகொண்டிருக்கும். அந்த வீட்டிற்குள்ளேயே நடந்துபோய் அடுத்தத் தெருவிற்குள் இறங்கிவிடுமளவிற்கு அதன் நீளம் இருந்தது. உபயோகப்படுத்தத் தெரியாமல் நான்கு அறைகளைப் பூட்டி வைத்திருந்தோம். சிறுவர்களாக நாங்கள் ஒளிந்து விளையாடியபோது வெவ்வேறு அறைகளின் மூலைகள் தந்த கதகதப்பும் பாதுகாப்புணர்வும் தொலைந்த கழுத்துச் சங்கலி போல இன்றும் நினைவில் மின்னுகின்றன. அந்த விளையாட்டுப் பருவத்தைக் கடந்து வரும்வரை தங்கையையும் என்னையும் ஒருவராலும் கண்டு பிடிக்க முடிந்ததேயில்லை. அங்கு வைத்துத்தான் அத்தையின் இரண்டாவது மகளான நித்யாவைப் பலமுறை முத்தியிருக் கிறேன். இருவரும் ஒளியும் இடங்களைப் பரஸ்பரம் அறிவோம். அது ஒரு முன்னேற்பாடு போல. அவளது உடலின் வெம்மை

யைத் தொட்டு அறியும் துடிப்பை அவள் தட்டிவிட்டுச் சிணுங்கி எதிப்புக் காட்டுவாள். பதின்பருவத்தில் அவளது வளர்ந்து வந்த மார்பைப் பற்றி முத்தமிடும்போது அப்படியே அடங்கிப் போவாள். அந்தச் சிணுங்கலும் எதிப்பும் என்னைத் தூண்டிவிடுவதற்கான ஆயத்தங்கள் எனப் பின்னர் அறிந்தேன். சட்டென என்னை விட்டு விலகி ஓடிப்போய் வெளியே பார்த்துவிட்டு வந்து மேலும் நெருங்கி இறுக அணைத்துக் கொள்வாள். ஆட்கள் சூழ இருந்தால் கண்களில் வெட்கம் தேங்கியிருக்க ஜாடையில் பேசுவாள். பின் மூச்சுக்காற்றால் அந்த மூலையைச் சூடாக்கிய பின்பே மனமின்றி விலகுவோம். அந்த வீடு, புதையல் போலத் திடீரென அப்பாவுக்கு கைமாறி வந்ததாக எண்ணெய் கலந்த பொரிகடலையை அவருக்குப் பிடித்தமான ஆசாரத்திற்கு அடுத்த அறையில் படுத்து மென்றவாறே சொல்வார். அப்போது அவருக்குப் பக்கவாட்டில் வரக் காப்பியின் ஆவி டம்ளரிலிருந்து மேலேழும். நறுக்கிய தேங்காய்த் துண்டுகள் அம்மாவின் கையிலிருந்து அக்காவின் வழியாக அப்பாவின் வாய்க்குள் செல்லும். அப்பாவின் அந்தக் கதை, தொலைதூரப் பேருந்து போல, காப்பி குடிக்க கொஞ்ச நேரம் நிற்கும். அம்மா அக்காவை நோக்கி, இது எத்தனை யாவது முறை? என்பது போலப் புருவத்தைத் தூக்குவாள். இரண்டாவது அக்கா சிரிப்பை அடக்கத் தெரியாமல் கொத்துப் பொரியை வாய்க்குள் போட்டு மெல்லும் போது நான் அவள் கடைவாயின் மேல் குத்துவேன். நிறுத்தப்பட்ட அரவை யந்திரம் போல அவள் வாய் ஓய்ந்து கீழே சிந்தியவைகளைப் பொறுக்குவாள். அப்பா தன் உலகினுள் நிகழ்ந்துகொண்டிருக்கும் சந்தோஷங்களை இழக்க விரும்பாதவர் போலக் கண் மூடிப் புன்னகைத்தபடி கிடப்பார். அக்கா கண் காட்டியதும் அவரை நானும் தங்கையும் ஆளுக்கொரு கை பிடித்துத் தெப்பத்தேரை இழுப்பது போல மூச்சை அடக்கி இழுப்போம்.

விபரம் தெரியத் தொடங்கிய நாள் முதல் அந்த வீட்டை விலை பேச ஆட்கள் எப்போதும் வந்துகொண்டிருப்பதைக் கண்டேன். அவர்களை முன் அறையிலேயே அமரவைத்து, வீட்டைச் சுற்றிலும் அவர்கள் கண்கள் சுழல்வதை அலட்சியப் படுத்தியவராக, பேசிப் தொங்கிய முகத்துடன் அப்பா திருப்பி அனுப்பினார். அம்மாவுக்கு அதில் பெருமை இருந்தது. துலக்கப் பட்டு வெயில்பட்ட பாத்திரம் போல அவள் முகம் மின்னு வதைப் பலமுறை கண்டிருக்கிறேன். பின்பக்க கிணற்றடியில் நீர் சேந்த வரும் பெண்களிடம் அவர்களின் இடுப்பில் நீர்த்தளும்ப குடம் இருப்பதை, அவர்களுக்கு வலி எடுக்கும் என்பதை மறந்து பேசியபடியேயிருப்பாள். அந்த வீட்டின்

சாவி நித்யாவின் கைக்குச் செல்ல வேண்டும் என ஆசைப் பட்டுத்தான் அத்தை எங்களைப் பழக அனுமதித்தாள் எனப் பின்னர் அறிந்தேன். அதே கிணற்றடியில் வைத்துத்தான் தனக்கு வேறு பக்கம் முடிவாகியிருப்பதை முன்னறையைத் தயங்கித் தயங்கி பார்த்தபடி சொல்லி நித்யா அழுதாள். அப்போது அந்த வறண்டுபோன கிணற்றைச் சுற்றிலும் புதர் போல முளைத்துக் கிடந்த செடிகளுக்குள் நுழைந்து வெளியேறி மதில் மேல் தாவியேறின பூனையின் வாயில் எலியிருப்பதையும் அதன் வால் நெளிந்து காற்றில் சுழி போட்டு அடங்குவதையும் கண்டேன். உள்ளே அம்மாவும் அத்தையும் சண்டையிடுவதும் அம்மாவின் அழும் ஒலியும் கேட்டது. "இவங்க கண்ணாலத்துக்கு இந்த தெரு முச்சூடும் பந்தல் போடோணும்ங்க அண்ணி" எனச் சொன்ன அத்தையின் சொற்கள் கிணற்றினுள்ளிருந்து குடத்துடன் மேலேறிவரும் நீர் போல நினைவில் எழுந்து வந்தது. நீண்டகாலமாக இழுத்தடித்த வழக்கு மாமாவின் பேருக்குத் தீர்ப்பாகியதும் அத்தை தன் குழந்தைகளைக் கூட்டிக் கொண்டு இரு வீதிகள் தள்ளி தனியே போனாள். அதற்குப் பின் அத்தையின் குரலும் தொனியும் அடைந்த நுட்பமான மாற்றத்தை அம்மா சொல்லிய பிறகே கவனித்தேன். அத்தையின் வாய் காதுவரை நீளும் என்பதே பிறகுதான் தெரிந்தது. நித்யா அங்கிருந்து சென்றதும் மனதில் வெறுமை படரக் கிணற்றை நோக்கினேன். கற்களுக்கு நடுவே இரண்டு குடங்கள் நெளிந்து கிடந்தன.

ஏறக்குறைய ஆறு மாதம் ஓடிவிட்டிருந்தது. அப்பாவின் செயல்களிலிருந்த அந்தப் பிசகை எப்படி கவனிக்கத் தவறி னோம்? எனப் புரிந்திருக்கவில்லை. ஒருவேளை அம்மா தன் உள்ளுணர்வால் அறிந்திருக்கக்கூடும். ஊர்த்தெருக்களில் இப்படி நாய் போல அவர் அலையவிடுவது எத்தனையாவது முறை? எனச் சலிப்பு படர நினைத்தபோது அவரை மனதில் கொண்டு வந்து பற்களைக் கடித்து எச்சில் தெறிக்க, கூசும் வசவை உதிர்த்து அந்தச் சினத்தைக் கடக்க முயன்றேன். வீதிகளில் பரிதாபமிக்க பார்வைகளை, உள்ளூர பொங்கும் ஆனந்தத்தை மறைத்தபடி வெளிப்படும் கழிவிரக்கத்தைத் தூண்டும் சொற்களை எதிர்கொள்ள நேருமோவெனப் பயந்து குடையைத் தலையை மறைக்குமாறு தாழ்வாகப் பிடித்துக்கொண்டேன். சற்றும் எதிர்பார்க்காத இடங்களில் நின்று அப்பா சிரித்துக்கொண் டிருப்பார். ஒருமுறை மத்திம வயதைக் கடந்த சராசரிக்கும் கூடுதல் அழகுடைய பெண்ணின் வீட்டு முன்னால் நின்று மூடியிருந்த கதவையும் திறந்திருந்த ஜன்னலையும் பார்த்த படியிருந்தார். பிறிதொருமுறை எங்கெங்கோ தேடி அலைந்தும்

காணாமல் அழும் நிலையில் திரிந்தபோது ஊருக்கு வெளியே சீட்டாட்டம் நடந்துகொண்டிருந்த இடத்தில் பிறரின் கேலிகளை, குத்தும் சொற்களைப் புரிந்துகொள்ளத் திராணியற்று அமர்ந் திருந்ததைக் கண்டேன். அங்கிருப்பவர்கள் ஊருக்குள் தங்களின் தொடுப்புகள் பற்றியும் கைகூடாத பெண்களின் மீதான தங்களின் இச்சையையும் ஆபாசமான சிரிப்புக்கு நடுவே பறைசாற்றுவது கேட்டது. சிகரெட் புகையும் வறுத்த கறியும் பெரிய கேன்களி லிருந்து வடித்து, கண்ணாடி டம்ளரில் ஊற்றப்பட்ட சாராயமு மாக அந்தக் கும்பலின் சலம்பலும் போதைச் சிரிப்பும் என்னைக் கண்டதும் ஒரு கணம் நின்று பின் மீண்டும் ஆரவாரமாக எழுந்தது. என்னைக் கண்டதும் பிடிவாதமேதும் பிடிக்காமல் என் பின்னே நடந்து வருவார். பள்ளி முடித்து அம்மாவுடன் நடந்து செல்லும் சிறுவனைப் போலத் தானாகப் பேசியபடி திடீரெனச் சிரித்தபடி. துக்கம் உறைந்த முகத்துடன் அம்மா அவரை இழுத்துப் போய் அமரவைத்து முணுமுணுவென யாரையோ சபித்துத் தானாகவே அழுதபடி குளிப்பாட்டிய பின் அவளது கடைசியும் ஒரே நம்பிக்கையுமான கடவுளர் களின் படத்தின் முன் அப்பாவை நிறுத்தித் திருநீறு பூசுவாள். பிறகு அந்த அறைக்குள் செல்ல முரண்டு பிடிக்கும் அவரை உள்ளே தள்ளப் போராடுவோம். பல நாள்களை அவர் உண்ணாமல் கழித்திருந்த போதும் அந்தச் சமயத்தில் உக்கிரமான சாமியாடியின் பலம் அவருக்கு வந்துவிடும். நின்று போன வாகனத்தைத் தள்ளுவது போல அவரைத் தள்ளுவேன். சில முக்கல் முனகல்கள் விரயமாகுமேயன்றி அவர் நகராமல் உடம்பை முறுக்கியபடி நிற்பார். அந்த வற்றிய உடம்பிலிருந்து அவ்வளவு சக்தி எங்கிருந்து வருகிறது எனத் திகைத்துவிடுவேன். பின் குண்டுக்கட்டாகத் தூக்கிப் போய் உள்ளே போட்டுத் தாழிடுவேன். கடைசியாக அவர் தெரு நாயோடு கொஞ்சி அதன் மேல் அமர்ந்து சவாரி செய்வது போலப் பாவனை காட்டி, சுற்றியிருப்பவர்களை உற்சாகமூட்டிக்கொண்டிருந்ததைக் கண்டபின் அவரைக் கட்டிவைத்துக் கண்டபடித் திட்டித் தீர்த்தும் கோபம் தணியாமல் கதவு உடையும்படியாக உதைத்துத் தாழிட்டேன். உறக்கமின்றிப் புரண்டு நடுநிசியில் எழுந்து கதவோரம் ஒட்டி நின்று ஏதேனும் சத்தம் வருகிறதா என உற்றுக் கேட்பேன். அவரை எழுப்பி அங்கேயே காலில் விழுந்து கதற வேண்டும் என நினைப்பேன். மனம் அந்தச் செய்தியைக் கைகளுக்கு அனுப்பாதது போல வெறுமனே நின்றுகொண் டிருப்பேன். பின் படுக்கையில் வந்து விழுந்து மனமுடைந்து அப்பாவிடம் மன்றாடி மானசீகமாக மன்னிப்புக் கேட்கையில் கடந்த காலம் என் முன்னே கண்ணீராக வழிந்தோடும்.

வேறு வழியே எனக்கிருக்கவில்லை. சரஸ்வதி கடாட்சமேனும் கிட்டியிருந்தால் இப்படிப் பின்னப்பட்டு நிற்க வேண்டியிருந்திருக்காது என அம்மா சொல்வாள். படிப்பு எப்போதும் என்னை வகுப்பறைக்கு வெளியிலேயே நிற்க வைத்தது. அது மீண்டும் என்னை ஏழாம் வகுப்பிலேயே அமரச்செய்தபோது அதனிடம் நிரந்தரமாகக் கையசைத்து விடைபெற்றுக்கொண்டேன். சாதாரணருக்கு பிறந்த, சற்றே கூடுதல் அறிவுகொண்ட பிறிதொரு சாதாரணரின் சாதாரண வாரிசு என என்னை எண்ணியிருந்தால் மழைக்கு ஓதமெடுக்கும், பாம்புகள் நுழையும் இந்த வீட்டிற்கு வந்திருக்கவேண்டிய அவசியமேயிருந்திருக்காது. நித்யா என்னைக் காணுந்தோறும் சொந்தக்காலில் நிற்க முயலும்படி உசுப்பிக்கொண்டேயிருப்பாள். அப்பாவின் நிழலிலிருந்து வந்துவிடும்படி அவ்வளவு மென்மையாகக் கூறி, கண்களால் கொஞ்சியபின் பனியனோடு நின்றுகொண்டிருந்தவனின் தோளைக் கிள்ளிவிட்டு ஓடினாள். சரியென்று பட்டது. லௌகீகத்தின் பெரிய கனவுகளால் உந்தப்பட்டவனாக அதை மறுநாளே ஆக்கிக் காட்டிவிட வேண்டும் எனும் வேகத்தில் மனம் ஏதோவொன்றை சதா நெசவு செய்துகொண்டேயிருந்தது. அதன் முதல் தடைக்கல் அப்பாதான் என உறுதியாகத் தோன்றிற்று. பின் அப்பாவுக்கும் எனக்கும் ஓயாமல் சண்டைகள் நடந்தன. உடனிருந்து கொம்பு சீவி விட்டவர்கள் என் நிலைமை சரிந்து கடன்சுமையால் முற்றுகையிடப்பட்டபோது புகை போலக் காற்றில் மறைந்துவிட்டிருந்தார்கள். தனியாகத் தொடங்கிய தொழில்கள் ஒன்றையடுத்து மற்றொன்றாக என்னைப் பள்ளத்தில் தள்ளிய போது அதிலிருந்து மீண்டு மேடேறி நிலைபெற மீண்டும் கடன் வாங்கத் துவங்கினேன். தொடக்கத்தில் கடன் பெறச் செல்வது அவதியளிக்கும் அனுபவமாகவே இருந்திருக்கிறது. அது ஏறக்குறைய தெரியாத வீட்டிற்கு முதன்முறையாக ஓசிப் பேப்பர் படிக்கச் செல்வதைப் போல. தயக்கம், அந்தச் சங்கடமான அமைதி, பார்வையைப் பரஸ்பரம் சந்தித்த பின்னும் மௌனம் உடையாமல் நீளும் பரிதாபம், சகஜபாவத்திற்கு வந்து காரியம் கைகூடாத வரை உருவாகும் நிம்மதியற்ற உடலசைவு போன்றவற்றை வெல்வதற்கு முடியாமல் பழக்கமின்மையால் சோர்ந்து போயிருக்கிறேன். அமர்ந்தால் இரண்டாவது நிமிடத்தில் வட்டிலில் சோறு வரவேண்டும் என்ற பிடிவாதம் கொண்டவன்தான் மணிக்கணக்கில் பணத்திற்காக அமர்ந்திருந்தேன். அது பழகியதும் உடனிருப்பவர்கள் அழைத்துச் செல்லும் இடங்களுக்கெல்லாம் போய் சுமையைக் குறைக்க கடன்பெற்று வருவேன். ஒன்றிலிருந்து விடுபட மற்றொன்று. அதிலிருந்து வெளியேற

வேறொன்று என முடிவில்லாமல் அது போய்க்கொண்டே யிருந்தது. பழகியபின் அறிந்தேன். அது ஒரு தேர்ந்த வேசியின் வீடு போல என. எப்போதும் அது தன்னை நோக்கி இழுத்த படியும் அரவணைத்தபடியும் இருக்கும். சிலசமயம் மூச்சுத் திணறலிலிருந்து ஆசுவாசத்தைக் கூடக் கொடுக்கும். ஆனால் அதன் முன்னிருக்கும் ஒரே குறிக்கோள் பணம் மட்டும்தான். தோல்வியடைந்தவனாக நித்யாவைக் காணக்கூடாது என அவளைக் காண்பதையே தவிர்த்தும் தள்ளிப்போட்டும் வந்தேன். அவளை அகஸ்மாத்தமாகக் காண நேர்ந்தபோதுகூட அவளாகவே குறுக்குச் சந்தினுள் நுழைந்து சென்றுவிட்டதுகூட நல்லது என்றே பட்டது. சகலமும் ஒருநாள் சரியாகி அனைத்தி லிருந்தும் மீள்வேன் எனக் கூரையை நோக்கி மல்லார்ந்து படுத்து நினைத்த நொடியிலேயே எங்கிருந்தோ பல்லி சயனம் கூறுவது கேட்டது. அப்பாவாக இருந்திருந்தால் பஞ்சாங்கத்தை எடுத்துப் பலன் பார்த்திருப்பார். நான் அதை உதறி எழுந்து வெளியே வந்தபோது கடன்காரன் தொலைவில் வருவது தெரிந்ததும் பின் வாசல் பக்கமாக இறங்கிச் சென்றேன். இன்னும் எவ்வளவு காலம் என்று தோன்றிற்று. நான் இல்லாத போது வீடேறிவரும் கடன்காரர்களை அப்பா சரிகட்டாமல் கைவிரித்தபோது அவரின் முகத்தையே வெறுத்தேன். ஏச்சுக் களையும் அவமானங்களையும் தாங்க முடியாமல் குடித்துவிட்டு வந்து அந்த நாய்களையும் அப்பாவையும் வரம்பின்றித் திட்டித் தீர்த்தேன். மறுநாள், இளநீர் கொடுத்து மஞ்சள் பையில் சுற்றிக் கடன் தந்தவன் மூன்று தவணைகள் வட்டி கட்டத் தவறியபோது நடுத்தெருவில் வைத்து வேட்டியை விலக்கிக் காட்டி இடுப்பைத் தூக்கி உயிர் பிடுங்கும் வார்த்தையைச் சொல்லிக் காறித் துப்பினான். அந்த வசவுச்சொல் என்னைத் துரத்திவருவது போலவும் அதனிடமிருந்து உடனே தப்பித்துவிட வேண்டும் என்பது போலவும் வேகமாக ஓடி வந்து கதவைத் தாழிட்டுக்கொண்டேன். கயிற்றிலிருந்து என்னைக் கீழிறக்கி நீர் அடித்துத் தெளிவித்தபோது சுற்றிலும் நின்ற மங்கலான உருவங்களையும் சூழ்ந்த இரைச்சல்களையும் வெகுதொலைவுக்கு அப்பாலிருந்து பார்த்துக்கொண்டிருப்பது போலத் தோன்றியது. அப்பா வாயில் நீர் ஒழுக அழுதது கண்டு கூட்டம் திகைத்து விட்டிருந்தது. அன்று தொடங்கிய அம்மாவின் கண்ணீரும் விசும்பலும் இன்றுவரை ஓயவில்லை. அதுநாள்வரை எது நிகழாது என நம்பியிருந்தேனோ, எது நிகழ்ந்துவிடக் கூடாதென அஞ்சிக்கொண்டிருந்தேனோ அதுவே பின் பூதாகரமாக எழுந்து வந்து நின்றது. ஆனால் மனதின் மூலையில் அதன் பொருட்டு தான், அது அளித்த, தைரியத்தின் துணையுடன்தான் என் கையெழுத்துப் பணமாக மடிக்கு வந்ததெனப் பின்னொரு

நாள் நினைத்துக்கொண்டேன். அதுவன்றி மீளும் வழி ஏதுமில்லை என்றும் மாற்றுப் பாதைகள் என நம்பியவை போய் முடியும் இடம் பள்ளத்தாக்குத்தான் என்றும் அறிந்தேன். அந்த வீடு கடனில் மூழ்கி, கண் முன்னேயே அதன் சாவி பிறிதொருவனுக்குக் கையளிக்கப்பட்டபோது பெற்றுக்கொண்ட பணத்தைக் கண்டு உள்ளே வழியும் கண்ணீரைப் போராடி மறைத்தபடி சுற்றிச்சூழ்ந்து மூச்சை இறுக்கும் இக்கட்டுகளி லிருந்து விடுவிக்கப்பட்டது போல உணர்ந்தேன். கொல்லை யில் அக்காக்களுடன் சேர்ந்து அம்மாவின் அழுகை ஒப்பாரி யாக மாறியது கேட்டு அதைக் கேளாதவன் போல வெளியே சென்றேன்.

மழை பெய்யும் நாட்களில்தான் அப்பாவுக்கு ஏதோ ஆகிறது என்று தோன்றிற்று. அவர் வீட்டைவிட்டு வெளியேறிச் சென்ற நாட்களிலெல்லாம் ஆறு போல வெள்ளம் தெருக்களில் ஓடியது ஞாபகத்திற்கு வந்தது. அப்போது அவர் தன் அறையினுள்ளே யாருடனோ பேசும் சத்தமும் அச்சிறு அறையினுள் அவர் நடந்துகொண்டிருக்கும் பாத ஒலியும் கேட்டபடியிருக்கும். அப்போது கதவைத் திறந்தால் இரண்டாம் ஜாமத்தில் நாயின் ஊளை போல வினோதமாகச் சத்தமெழுப்பியபடி பொருளை எறிவார். அது ஊளையல்ல, அவர் அழும் ஒலிதான் அப்படி ஆகிவிட்டிருப்பதாக அம்மா சொன்னாள். சற்றே அசந்து போகும் நிமிடத்தில் அவர் வெளியேறி விடுகிறார் என முன் அனுபவம் சொல்லியிருந்தபோதும்கூட முதுகு ஒடிய மழை நீரை இறைத்துக்கொண்டிருந்தபோது நேற்றிரவு அம்மா சொன்ன தாங்கிக்கொள்ள முடியாத இரண்டு செய்திகளை நினைத்து மனம் கலங்கி அதையே யோசித்தபடி அப்பாவை மறந்துவிட்டிருந்தேன்.

அப்பாவைத் தேடிச் சலித்தாயிற்று. எங்குமே அகப்பட வில்லை. இவ்வளவு நேரம் ஆனதேயில்லையே எனத் தோன்றியதும் நடுக்கம் உடல் முழுதும் பரவி மனதைக் குலைத்தது. அதைரியத்துடன் நடையை எட்டிப் போட்டேன். தூறல்களால் தெருவில் ஜனநடமாட்டம் இல்லாதிருந்தது ஆசுவாசத்தை அளித்தது. அன்றும் நேற்றைப் போலவே மழை ஊற்றெடுத்துப் பெய்துகொண்டிருந்தது. அந்த இரவு முழுவதும் அம்மா தூங்காமல் தன் வீட்டில் மழை விழுந்து இறங்கிச் செல்லும் அழகைக் கண்டுகொண்டிருந்தாள். பெரிய மழை பெய்கையில் செய்வது போல அப்பா அங்குமிங்கும் நடந்து, எங்கேனும் ஒழுகுகிறதா? எனப் பார்த்துக்கொண்டிருந்தவர் சட்டென நினைவின் சர்ப்பம் தீண்டியது போல அப்படியே

அமர்ந்து தலையை மட்டும் அங்குமிங்கும் திருப்பி எல்லாப் பக்கங்களையும் திரும்பிப் பார்த்துக்கொண்டேயிருந்தார். முன்தினம் கிணற்றடியில் நித்யா என்னை விட்டுச் சென்றதை நினைத்து மனக்குமுறலை அடக்க முயன்று முடியாமல் தத்தளித்தேன். அவரவர் உலகினுள் அவரவர்கள் இருந்தோம். அந்த மூலையை நோக்கி இழுக்கப்பட்டவன் போலச் சென்று அங்குச் சூழ்ந்திருந்த வெறுமையையும் இருளையும் கண்டு திரும்பினேன். நித்யா கண்ணீர் தாரையுடன் நின்றபோது, அது ஏற்கனவே எழுதப்பட்ட நாடகத்தின் ஒத்திகை பார்க்கப் பட்ட காட்சி போல இருந்ததேயன்றிப் பிரியத்தின் பொருட்டாக அல்ல என்பது நன்கு தெரிந்தது. அவளுக்கு வெளியே வரன்கள் பார்க்கத் தொடங்கிவிட்டச் செய்தியை நான் அறியவில்லை என எண்ணுகிறாள் போலும். அவளது வாழ்நாள் முழுக்க ஆறாமல் இருக்கும்படி குரூரமாகத் தாக்க, சொல்லைத் தேடினேன். அதற்குள் கண்ணீரைத் துடைத்தபடி நான் பரிசளித்திருந்த கைக்கடிகாரத்தை ஓரக்கண்ணால் பார்த்தபடி ஏதோ அஃறிணையைத் தொடுவது போல என்னை நோக்கி வந்த கையை, கடும் கசப்புடன் தட்டிவிட்டுச் சத்தம் வந்த முன்னறையை நோக்கிச் சுட்டி “போயிரு” எனக் கத்தி அவளைக் கடந்து பின்வாசலில் இறங்கிச் சென்றுவிட்டிருந்தேன். அந்த இரவில் குழந்தைகளுடன் வீட்டை நிறைத்திருந்த அக்காள்களும் தங்கையும் என்னை ஏதோ கூற வாயெடுத்த போது அப்பா அவர்களைத் தடுத்து உள்ளே கூட்டிச் சென்றார். தேங்காய்த் துண்டுகள் இல்லாத வரக்காப்பியை அக்கா கொண்டுவந்து தந்தபோது ஒலியேதுமின்றி உடம்பு மட்டும் குலுங்குவதைக் கண்டு அவள் அப்படியே என்னை அணைத்துக் கொண்டு தேற்றினாள். சிறுவயதில் அவள் கழுத்தைக் கட்டியபடி உறங்கிய நாட்கள் நினைவுக்கு வரவே அவள் வாசனை அளித்த பாதுகாப்புணர்வில் சமநிலைக்கு வர முயன்றேன்.

அப்பா மீண்டும் சரிசெய்யமுடியாதவாறு ஆழமானதொரு இடத்தில் காயமுற்று அந்தக் காயத்தின் இருப்பை ஒருபோதும் மறக்க இயலாதவராக மனவலியை அனுபவித்து வந்திருக் கிறார் என அறிய மேலும் ஒரு மாதம் ஆயிற்று. எதுவுமே பேசாமல் மௌனியாக ஆகி, அவராகத் தலையை வெறுமனே அசைப்பவராக ஆனார். தன்னுள் மூழ்கி மீண்டும் மேலே வரமுடியாமல் அதிலேயே அமிழ்ந்து போகிறவன் மனப்பித்தின் வாயிலில் கரைஒதுங்குவான் என அப்பாவைக் கண்டு அறிந்தேன். மூன்று மாதங்களுக்குப் பின் பிற்பகலில் மழை பெய்து ஓய்ந்த பொழுதில் அறையை விட்டு வெளியேறினார். அன்று திடீரெனத் திறக்கப்பட்ட மதகு போல அவர்

வாயிலிருந்து சொற்கள் வெள்ளம் போலப் பீறிட்டு வெளியேறத் துவங்கின. திறந்திருந்த வீடுகளுக்குள் அவர் தானாகப் புகுந்து அவ்வீட்டு நபர்களைக் கலக்கமுறச் செய்த பின் தெருவில் பொறுக்கிச் சேர்ந்திருந்த தீப்பெட்டிகளில் ஒன்றையெடுத்து அங்கிருந்தவர்கள் பதறி விலகும்படி மீண்டும் மீண்டும் அவர்களின் காலில் விழுந்து அதைத் தந்து பத்திரமாக வைத்துப் பூஜைசெய்து வரும்படியும் விரைவில் வீடு கட்டிக் குடியேறும் யோகம் வாய்க்கும் என்றும் கூறியிருக்கிறார். அப்பாவை அறிந்தவர்கள் தங்களின் கண்ணீரைத் துடைத்தபடி அமர வைத்துக் கொடுத்த காப்பியைக் குடித்து முடித்து "வீட்ல என்னய விஷம் வைச்சுக் கொல்லப் பாக்குறாங்க" எனச் சொல்லி அவர்களைத் திடுக்கிட வைத்து அடுத்த வீட்டிற்குச் சென்றிருக்கிறார். அவரிடம் காலிப் பெட்டிகள் தீர்ந்தபோது அந்த வீட்டிலிருந்தே வாங்கி, அதன் குச்சிகளை ஆட்டின் குடலை உருவுவது போல அவ்வளவு வேகத்துடன் உருவி வீசியபின் அவ்வீட்டின் குழந்தைகளின் காலில்கூட விழச் சென்றபோது பெரியவர்கள் அவரை நிமிர்த்தி அமர வைத்திருக்கின்றனர். அதற்குள் அச்செய்தி காற்றில் பரவிச் சில வீடுகளில் பெட்டிகள் தராமல் திட்டத் தொடங்குவதற்குள் அவர்களையும் மீறிச் சகல அறைகளையும் திறந்து பார்த்து வீட்டின் அமைப்பு முறை பற்றி, அதன் கோளாறுகள் பற்றி, அதனால் விளையவிருக்கும் கெடுதிகள் குறித்துச் சொல்லி அவர்களைப் பதைபதைப்புக்குள்ளாக்கியிருக்கிறார். அன்று எல்லோரையும் அடையாளம் கண்டு பேசினார் என்றும் அவர்களின் பெயர்களைக் கூறுமளவிற்கு நினைவு துல்லியமாக இருந்ததாகவும் அம்மா அழுதபடியே சொன்னாள். அக்கா வீட்டிலிருந்து பேருந்தில் வந்து இறங்கியதும் புண்ணைச் சுற்றிக் கூடும் ஈக்கள் போல என்னை ஜனங்கள் மொய்த்து விட்டிருந்தனர். நன்றாகப் பேசியபடியிருந்தவர் சட்டெனப் பாதை மாறிக் குழப்பமாக முகத்தை வைத்து முந்தைய காலத்தின் பல்வேறு நிகழ்ச்சிகளைக் கதம்ப மாலை போல அவர்கள் கண் முன் சரம்சரமாகக் கட்டித் தொங்கவிட்டார் என்று சொன்னார்கள். வினோதமான ஒலியை எழுப்பியபடி தங்கள் குழந்தைகளை மேலே தூக்கி வீசிப் பிடித்தபோது வேறு வழியின்றி வீட்டிலிருந்து வெளியேற்றியிருக்கிறார்கள். சிறுவயதில் அவர் என்னைச் சிரிக்க வைக்கக் கையாளும் முறை அது எனத் தோன்றியதும் பேச்சற்று நின்றேன். பின் விமானம் கண்ட சிறுவன் போல அவர் பலமடங்கு குஷியுடன் ஆரவாரமாகச் சத்தமெழுப்பியபடி தெருவில் முன்னும் பின்னும் ஓடத் தொடங்கியது கண்டு அவரை அமுக்கி இழுத்து வந்து வீட்டினுள் விட்டுச் சென்றதாகக் கூறியவனை நன்றியுடன்

நோக்கினேன். அதிலொருவன் நித்யாவுக்கு நேற்று மணநாள் முடிவாகிவிட்டிருப்பதாகச் சொன்னபோது சூழும் வெள்ளத்தில் கையறுநிலையில் நிற்பவன் அதனால் அடித்துச் செல்லப்படுவதே மேல் என நினைப்பானே அதுபோல மனதின் அலறலை மறைத்தபடி அமைதியாக அவனை நோக்கிச் சிரித்துவிட்டு நகர்ந்தேன். வேகமாக வீடு சேர்ந்து தூங்கி வழிந்த கண்களுடன் புலம்பிக் கொட்டும் அம்மாவைத் தள்ளி நிறுத்தி அறையை மெல்லத் திறந்ததும் இனிப்புக்காக ஓடிவரும் குழந்தை போல அப்பா என்னை நோக்கி வந்து காலிப்பெட்டியைத் தந்து அதைப் பெற்றுக்கொள்ளும்வரை காலில் விழுந்து மந்திரம் போல எதையோ கூறியபடி எழுந்து கொண்டிருந்தார். கோபம் பீறிட்டுக் கிளம்ப “டேய்ய் . . . வாயை மூட்றயா இல்லையா . . .” என ஆத்திரத்துடன் கையை ஓங்கியபோது அவர் மேலும் ஒரு பெட்டியைத் தந்து காலில் விழத் தயாரானார். அப்படியே காலில் உதைத்துத் தள்ளி “தாயோலி . . . மூட்றா . . . ங்கோத்தா . . .” எனக் கத்தியவாறு சராமாரியாக அடித்தேன். ஹீனமான குரலில் “ஐய்யோ . . . ம்மா . . . பூரணி . . .” என மீண்டும் மீண்டும் பெரிய அக்காவின் பெயரைச் சொல்லி முகத்தை இறுக்கிக் கொண்டபோது அவரை அப்படியே விட்டு விட்டு வெளியே வந்தேன். கதவின் முன் நிலைகொள்ளாது நின்று உள்ளே வர முயன்ற அம்மாவைத் தடுத்து “இந்த முண்டையும் இந்த நாயும் செத்தாத்தான் எனக்கு விடிவுகாலம் பொறக்கும் போலிருக்குது . . .” என எரிந்து விழுந்து அருகிலிருந்த காலிக் குடத்தை எட்டி உதைத்து அது எங்கோ மோதி உருண்டு அடங்கும் ஒலியைக் கேட்டபடியே வெளியேறினேன்.

அன்று கீழானவனாக நடந்துகொண்டேன் எனப் பல்வேறு சமயங்களில் நினைத்துக் கண்ணீர் விட்டிருக்கிறேன். மூன்று பெண்களுக்கு நடுவில் பிறந்திருந்ததாலும் அத்தைக்கும் பையன்களே இல்லாமல் போனதாலும் ஆண் மகவாக நான் அமைந்துவிட்டதில் அதீதமான பிரியமும் செல்லமுமாகவே வளர்ந்தேன். அவருடைய குலசாமியான மாதேஸ்வரனை வேண்டியபின் கரு உண்டாகி வளர்ந்ததில் எனக்கு அப்பெயரையே வைத்திருந்தார். மொட்டையடிக்கப்பட்ட என் தலை பழுத்துவிடுமளவிற்கு முத்துவார் என்றும் அவரது பெயரை என் மழலைவாயால் சொல்லக்கேட்டு பூரித்துப் போய் உண்ணக்கூட மறந்து தூங்கியிருக்கிறார் என்றும் அம்மா சொல்லியிருக்கிறாள். அவரை அடிக்கக் கை ஓங்கியபடி சென்ற போது தன்னை மறைத்துக்கொள்ளக்கூடத் தோன்றாமல் காலில் விழக் குனிந்தது கண்டுதான் நிதானம் தவறிற்று. அம்மாவின் அகௌரவமான ஒரு சொல்லுக்கு ஆறு மாதங்கள்

பேசாதிருந்து அவளைக் கண்ணீரோடு அலையவிட்ட முரட்டு ரோசக்கார அப்பாதான் சகலரின் காலிலும் விழுந்து எழுந்தார் என்பதை ஜீரணிக்கவே முடியவில்லை. அந்த நினைவை அழிக்க நான் குடித்தபோது, நித்யாவின் மேலிருந்த ஆங்காரம்தான் அப்பாவை நோக்கித் திரும்பியிருக்கக்கூடும் என்று பட்டது. மேலும் அப்பா நேற்று அத்தையின் வீட்டை நெருங்கும் முன்பே பின் வாசலில் கிடந்த நாயை அவிழ்த்து முன்னே கொண்டு வந்து அப்பாவை விரட்டினாள் என்று அறிந்திருந்தேன். நித்யாவின் பெயரைக் கூறி அவள் வீட்டுக் கதவை உலுக்கினேன். "உங்ஙோம்மாளே! சோத்துக்கு ஊம்பிட்டு திரிஞ்சதெல்லாம் மறந்து போச்சான்னு கேட்கறன் ... அண்ணங்கால நக்கிப் பொழச்ச பொலப்பெல்லாம் நெனப்பிருக்கா கூதிமவளே ..!" என்று கத்தியபோது சில வீடுகளின் ஜன்னல்களும் சில வீட்டுக் கதவின் ஒரு பக்கமும் திறப்பதைக் கண்டு மேலும் குரலை உயர்த்தினேன். ஒற்றைச் செருப்பு காலடியில் வந்து விழுந்தது. அதை வீசியவள் அத்தை எனத் தெரிந்ததும் "ஏய்ய் ... உம் புள்ளைய எவனுக்குடீ கூட்டிக் குடுக்கப் போற ..?" என அதை உள்ளே எறிந்தேன். அத்தை கதவைத் திறந்து வார்த்தை களைப் பொழியத் தொடங்கினாள். வால் மிதிக்கப்பட்ட நாய் போல மனம் சீறி எழுகையில் குழல் விளக்கின் கீழ் ஜன்னலில் நித்யா நின்றபடி குலுங்கிக் குலுங்கி அழுதபடி யிருப்பதைக் கண்டபோது அது ஒரு பசப்பு எனத் தோன்றவே யில்லை. என் அத்தனை துருப்புக்களும் செயலிழக்க மனம் துவண்டு சரிய நாவிலிருந்து பின்னர் ஒரு சொல்கூட எழ வில்லை. "பொழைக்கத் தெரியாத பரதேசி நாயி! அப்பஞ் சொத்த தின்னு தீத்து அவனை பைத்தியமாக்கீட்டு எவ கிடப்பானு மாடு மாரி அலையிது. கடையிலதான் மருந்து விக்குதே வாங்கித் தின்னுட்டுச் சாக வேண்டிதுதானே! மருவாத போனவனுக்கு உடம்புல எதுக்கு உசுருன்னு கேட்குறேன் ..." என முதுகுக்குப்பின் அத்தை ஓலமிடுவதைக் கேளாதவன் போல, நித்யாவையும் என்னையும் இணைத்து நாங்களே நாணும்படி ஜாடை பேசிய பழைய அத்தையின் நினைவு தோன்ற அங்கிருந்து கசப்புடன் விலகிச் சென்றேன்.

அந்த வீட்டை விட்டு வெளியே செல்லக் கூடாது என்பது போல மழை வானைப் பிளந்துகொண்டு கொட்டிக்கொண் டிருந்தது. அதிகாலையிலேயே எழுந்துவிட்டிருந்தோம். யாருமே முந்தைய இரவில் உறங்கியிருக்கவில்லை. இருமல்களும் மூச்சுக்களும் புரளும் படுக்கைகளின் ஓசைகளுமாக விடியலைக் கண்டோம். அப்பா சத்தமாகப் பேசிச் சிரித்தபடி அனைவரை யும் துரிதப்படுத்திக்கொண்டிருந்தார். அது பிறழ்வின் தொடக்க

நிலை என அறியாமல் அவர் மனச்சமாதானம் அடைந்து விட்டிருந்தார் எனத் தவறாக யூகித்து ஆசுவாசமடைந்தேன். வீட்டு வாசலின் நான்காவது படிக்கட்டை மூழ்கடித்து ஓடிக் கொண்டிருந்த மழை வெள்ளம் முதல் படிக்கட்டிற்கு வடிந்த போது வெளியே ஏற்றிச்செல்ல கார் வந்து நிற்பதை அப்பா வந்து அவசரகதியில் சொன்னார். பெண்களின் ஓலம் கூரை யைத் தொட்டுச் சிதறிற்று. அது அமரர் ஊர்தி போல அதில் ஏறவே நடுங்கினோம். கையெழுத்திடும் முன் அந்த அலுவலகத் தில் அப்பா சிறுவன் போலத் துள்ளித் திரிந்துகொண்டிருந்தார். சம்பிரதாயங்கள் முடிந்து அப்பாவிடம் பணம் சுற்றப்பட்ட பிளாஸ்டிக் கவர் நீட்டப்பட்டபோது அவர் அப்படியே திரும்பி ஒரு பிணம் சிரிப்பது போலச் சிரித்து என்னிடம் கையளித்தார். கூரையும் தூண்களும் பால்யமும் நினைவுகளும் சந்தோஷமும் துக்கமும் எப்படி ஒரு பிளாஸ்டிக் கவரினுள் பணக்கட்டாக மாறமுடியும் என்பதை ஏற்றுக்கொள்ளவே முடியாதவன் போல வெறித்து நின்றிருந்தேன்.

அக்காள்களும் தங்கையும் கிளம்பிச் சென்ற பிறகு தனித்து விடப்பட்ட முகப் பரிச்சியமற்றவர்களைப் போல அவ் வீட்டிற்குள் திரிந்தோம். அப்பா பேசுவதும் உண்பதும் குறைந்து கொண்டே வந்தது. எதற்கெடுத்தாலும் அம்மாவோடு உக்கிர மாகச் சண்டையிடத் தொடங்கினார். உப்பு பெறாத விஷயத் திற்காக அம்மாவின் கையெலும்பு விலக அடித்து வெளுத்ததைக் கண்டு விலக்க போனபோது ஓடிப்போய் கதவைத் தாழிட்டுக் கொண்டுவிட்டார். உறங்காது வீங்கிய ஏறக்குறைய தொங்குவது போலான விழிகளால் அவர் வீட்டிற்கு வருபவர்களிட மெல்லாம் சலசலவென்று பேசிக் கோமாளித்தனமாக நடந்து கொள்ளத் துவங்கிய பின்பே நிலைமையின் விபரீதம் புரிந்தது. அவர் வீட்டிற்குள் ஓயாமல் நடந்து, திடீரென ஓடி மீண்டும் மூச்சு வாங்க நடந்து மயங்கிச் சரிந்தார். அவரை எழுப்பியபின் ஒரு வார்த்தைகூடப் பேசாமல் ஏதோவொன்றை முனங்கிய படி அவர் மௌனியாக ஆனார். அம்மா நேராக அத்தையின் வீடு சென்றபோது அம்மாவை முன்வாசலிலேயே நிற்கவைத்து உள்ளே சென்று தன் பழைய சேலைகளையும் சில ரூபாய் நோட்டுக்களையும் சுருட்டி வந்து தந்து, பின்னாலேயே வந்து விடுவதாகச் சொன்னாளாம். அம்மா அவமானத்தால் குறுகிப் போய் மனம் எரிய “கோடித்துணி போடக்கூட ஆளில்லாம புழுத்துப்போய்தான் சாவடீ . . .” என உக்கிரமாக மண் அள்ளித் தூற்றிச்சாபமிட்டபோது “பொழைக்கவே வக்கில்லாத நாய்க்கு ரோசமயித்துக்கு ஒண்ணும் கொறச்ச லில்ல . . .” என்றபடி உள்ளே போய்விட்டிருந்தாள். அத்தை

உள்ளே சென்றபோது கழுத்தில் தேர்வடம் போலத் தொங்கிய இரண்டுத் தங்கச்சங்கிலிகள் இல்லாமல் கழுத்து மூளியாகத் தான் வெளியே வந்தாள் என அம்மா அவ்வளவு கோபத்தி லும் அதைத் துல்லியமாகக் கண்டு வந்து சொன்னாள். நித்யா என்னைக் கண்டதும் குறுக்குச்சந்தினுள் ஓடியதற்கு வேறு அர்த்தங்கள் மனதில் முளைத்தன. அப்பா ஏதும் பேசாமல் தனியே பேசிச் சிரித்துக்கொள்வதைக் கண்டதும் வேறு வழியேதுமின்றி அறைக்குள் தள்ளிக் கதவைத் தாழிட்டேன்.

வானம் வெளிவாங்கிவிட்டிருந்தது. குடையைச் சுருட்டி அதன் முனையைத் தெருவில் குத்தியபடி ஒரு வயோதிகனைப் போல மெதுவாக நடந்தேன். வீட்டிற்குத் திரும்பிவிடலாம் எனத் தோன்றிவிடும் அளவிற்கு மனமும் உடலும் சோர்ந்து விட்டிருந்தது. ஊரின் இரு தெருக்களில் மட்டும்தான் என் காலடித் தடங்கள் படாமலிருக்கின்றன. அத்தையைச் சிறுவயது முதலே அறிந்திருந்ததால் அவளுடைய தந்திரங்கள், கணக்குகள் போன்றவற்றைக்கூடப் புரிந்துகொள்ள முடிந்தது. குழல் விளக்கின் கீழே அப்படி அழுத நித்யா அத்தை கொண்டுவரும் வரன்களை முறிப்பாள் என்றே நினைத்திருந்தேன். அம்மாவின் பராதிகளையும் கண்ணீர் வழியும் வேண்டுதல்களையும் மறுபேச்சின்றிக் கேட்டுக்கொள்ளும் கோவிலில், நித்யா அம்மாவைக் கண்டதும் ஒரு கண நேரத் தயக்கத்திற்குப்பின் ஓடிவந்து கையைப் பற்றியதும் அம்மாவின் தயக்கமும் மறைந்து விட்டிருக்கிறது. அவளுக்கென வீட்டில் எடுத்திருக்கும் நகைகளையும் புடவைகளையும் பற்றி வாய் ஓயாமல் பேசிய படியே வந்து அம்மாவின் முகமாறுதல்களைப் படித்துப் பேச்சை நிறுத்தி “அவங்க வீட்டில கார் வைச்சிருக்காங்க . . . என்னையும் காரோட்டிப் பழகச் சொல்றாங்க அத்தே . . .” எனத் தனக்கு நிச்சயக்கப்பட்ட வரனைப் பற்றி பாவம் போல முகத்தை வைத்துச் சொன்னபோது அம்மாவின் வெளுத்த முகத்தைக் கண்டு அவள் மேலும் பேச முயல்கையில் அம்மா அவளிடமிருந்து தப்பி வந்திருக்கிறாள். அம்மா என்னிடம் “அவங்க அம்மாவையும் மிஞ்சீருவா போலிருக்குடா தம்பி . . .’ என்றாள். அதன் பின் அவள் தயங்கி விழுங்கிச் சொன்ன செய்தியைக் கேட்டு நிற்கக்கூடத் தெம்பற்று அப்படியே அமர்ந்தேன்.

அந்தத் தெருவிற்குள் செல்ல அஞ்சிதான் ஊரையே சுற்றி வந்திருந்தேன். ‘கேடு கெட்ட நாய், செத்து ஒழிந்து தொலையட்டும்’ என மனம் குமைய, கெட்ட வார்த்தைகளைக் கொட்டினேன். அம்மா நேற்று என்னிடம் சொன்னது அவருக்குக் கேட்டிருக்குமோ என மீண்டும் அதே கேள்வி

எங்கிருந்தோ முளைத்து வந்து முன்னே நின்றது. அதை நான் நம்பவில்லை என்பது போல அம்மாவிடம் எரிந்து விழுந்தது சுயசமாதானத்திற்காக மனம் போட்ட நாடகம்தான் என இப்போது உறைத்தது. காற்று உலுப்பிய மரக்கிளையிலிருந்து அடித்த மழைச்சாரல் மீண்டும் அவ்வீட்டின் நினைவை நோக்கியே இழுத்துச் சென்றது. இரண்டு நாட்களுக்கு முன்பே நடந்து முடிந்திருந்ததை, நான் மனம் உடையக்கூடும் என நேற்றுதான் அம்மா சொன்னாள். அதைக் காணும் மனவலிமை தனக்கு இல்லையெனச் சொன்னபோதுகூட அவள் சாதாரணமாகத்தான் இருந்தாள். இரவு உறக்கமின்றிப் புரண்டு விழிப்புத் தட்டியபோது அவளின் விசும்பலையும் மூக்கு உறிஞ்சலையும் கேட்டபடி கிடந்தேன். எந்தத் தெருவின் பொடிமணலைக்கூட அறிவேனோ அதே தெருவில் பாதை மாறி வந்த அந்நியனைப் போல நின்று தெருவின் அடுத்த முனை வரைக் கண்களை ஓடவிட்டேன். எங்குமே அப்பாவைக் காணோம். நிம்மதியுடன் திரும்ப எத்தனித்தபோது தலைதூக்கி இம்சித்த அதே கேள்வியால் வேறு வழியேதுமின்றித் தெருவினுள் நடக்கத் தொடங்கினேன். சினேகத்துடன் சிரிக்கும் முகங்களுக்கும் வீட்டிற்கு அழைக்கும் குரல்களுக்கும் தலையை ஆட்டி, கை தூக்கி, இல்லாத புன்னகையை உதட்டில் காட்டியபின் நகர்ந்தேன். பிறரைத் தவிர்க்கும் நோக்கில் மிக வேகமாகச் சென்று சேர்ந்தேன். அங்கு வீடு பாளம் பாளமாக இடிக்கப் பட்டிருந்ததைக் கண்டேன். தலையை வெட்டிச் சாய்த்து உறுப்புகளைப் பிடுங்கி வீசியது போல வீடு கூரையின்றி இடிபாடுகளுடன் கிடந்தது. அதை உள்வாங்கத் திராணியற்று புத்தி பேதலித்தவனைப் போல வெறுமனே கண்களைச் சுழட்டியபடி நின்றுகொண்டிருந்தேன். பெரிய பங்களாவுக்கான திட்டங்களுடன் அது இடிக்கப்பட்டிருப்பதாக அம்மா சொன்னபோது அதைப் பொருட்படுத்தாமல் கடிந்து பேசியதை நினைத்துக்கொண்டேன். தானாகவே கால்கள் தன்னிச்சையாகப் படிகளின் மீதேறிற்று. மழைநீர் இடிந்த குழிகளுக்குள் தேங்கி நின்றது. பழைய காட்சிகள் ஒரு கணம் தோன்றி மறைய அதை ஊடறுத்து, நடக்க மறந்தவன் போல அந்த வீழ்ந்து கிடந்த சுவர்களுக்கு நடுவே செங்கல் குவியல் களுக்கிடையே நின்றுகொண்டிருந்தேன். அதே இடத்தில் வைத்துத்தான் நித்யா சுயமாக நிற்கும்படி மனதில் நெருப்பைத் தூண்டிவிட்டாள். அந்த வீடே என்னைத் தூக்கி தட்டாமாலை சுற்றுவது போல நினைவுகளின் சுழலில் சிக்கி மனம் கிறுகிறுக்கத் தலை கவிழ்ந்தேன். சுதாகரிப்புக்குப்பின் உள்ளே நடந்து அடுத்த அறையை எட்டியபோது மெல்லிய மஞ்சள் வெயில் எங்கும் வந்துவிட்டிருந்தது. மனம் நடுங்க அந்த மூலையை நோக்கினேன்.

நித்யா அங்கு நிற்பது போல ஒரு எண்ணம் தோன்றி அக்கணத்திலேயே மறைந்தது. ஒட்டிவிடப்பட்டது போலப் பழைய நாட்கள் கண்முன்னே சராமாரியாக ஓடிற்று. அங்கு ஆட்டுப்புழுக்கைகள் இறைந்துகிடந்தன. கசந்த புன்னகையுடன் அந்த இடத்தைவிட்டு விலகிச் சென்றேன். துக்கங்களனைத்தும் ஒரு கட்டத்தில் கசப்பான புன்னகையாக மாறக்கூடும் போலும். அச்சமும் தயக்கமுமாக அடிவைத்து நகர்ந்தபோது சகலமும் செயலிழக்க அப்படியே உறைந்து நின்றுவிட்டேன். அங்கு வெறுந்தரையில் அப்பா படுத்துக் கிடந்தார். தூண்களும் சுவர்களும் வீழ்ந்து கிடந்த இடத்தில் குறுமணலும் பொடிக்கற்களும் முதுகை அழுந்த வெற்று உடம்புடன் அவர் ஆகாயத்தைப் பார்த்தபடி கிடந்தார். தாழிடப்பட்ட அறைக்குள் இருந்தவர் இடிக்கப்பட்டதை அறிந்ததை உடனே கிளம்பி வந்து விட்டிருந்ததைக் கண்டு வியப்பு அகலாத கண்களுடன் அவரை நோக்கினேன். ஒழுங்காக அவர் வேஷ்டியைக் கட்டியிருப்பதையும் பாதி இடிந்த சுவரிலுள்ள ஆணியில் சட்டை தொங்கவிடப் பட்டிருப்பதையும் கவனித்தேன். மனம் நகர்ந்த தூரத்திற்கு ஒரு அடிகூட என் கால்கள் நகராமல் அப்படியே சமைந்து நின்றேன். அப்பா கழுத்தைத் திருப்பி என்னைக் கண்டு ஒரு கணம் உற்று நோக்கிய பின் முகம் மலர்ந்து சிரித்தார். அவ்வளவு மலர்ச்சியை அவர் முகத்தில் கண்டு எவ்வளவு மாதங்கள் ஆயிற்று என நினைத்ததும் உள்ளே பனிப்பாறைகள் உடைந்தன. அப்பா மாறாத முகத்துடன் தன்னருகே கிடந்த கற்களையும் மணலையும் கையால் தட்டிவிட்டு "மாதேஸ்ஸு . . . வா சாமி . . . யேன்டா நிக்கற . . . வநது உககாரு சாமி . . ." என அழைத்தார். நான் அப்படியே இருபது வருடங்கள் பின்னோக்கிக் கடந்து சிறுவனாக அவர் அருகில் சென்றேன். மலர்ந்த சிரிப்பும் பிரியமுமாக "உக்காரு கண்ணு . . ." என்றார். அதுவரை அடக்கி வைக்கப்பட்டிருந்தவைகளனைத்தும் பீறிட்டுக் கிளம்ப அந்த வெற்றுவெளியில் என் குரல் உடைந்து சிதற அவர் முன் முழந்தாழிட்டு அமர்ந்து அவர் கையைப் பற்றியபடி கதறி அழத்தொடங்கினேன்.

***புதுவிசை,* டிசம்பர் 2012**